महाराष्ट्र राज्य शैक्षणिक संशोधन व प्रशिक्षण परिषद, पुणे-४११ ०३०.
मंजुरी क्रमांक : मराशैसंवप्रप/राशिप्रमं/प्राशिपअ-१/संपुमा/शावाशाशि-एफ-९/ब/२०१६

शालेय वातावरण व शारीरिक शिक्षण

प्राथमिक शिक्षण पदविका (डी.एल.एड.)

प्रथम वर्ष

* लेखक *

डॉ. संजीव सोनावणे
एम. एस्सी., एम. पी. एड., पीएच. डी.
माजी अधिष्ठाता, प्राध्यापक आणि प्रमुख
शिक्षणशास्त्र व विस्तार विभाग
सावित्रीबाई फुले, पुणे विद्यापीठ, पुणे

डॉ. सोपान कांगणे
एम.ए., एम.एड. (शारीरिक शिक्षण)
एम. फिल., पीएच. डी.
सहयोगी प्राध्यापक,
महाराष्ट्रीय मंडळाचे चंद्रशेखर आगाशे महाविद्यालय,
गुलटेकडी, पुणे.

NIRALI PRAKASHAN
ADVANCEMENT OF KNOWLEDGE

N3830

AF756593

शालेय वातावरण व शारीरिक शिक्षण **ISBN 978-93-86084-56-9**

प्रथम आवृत्ती : ऑक्टोबर २०१६

द्वितीय आवृत्ती : जून २०१७

प्रकाशक **(Poly Plates)**

निराली प्रकाशन

अभ्युदय प्रगती, १३१२, शिवाजीनगर,
जंगली महाराज रोड, पुणे ४११ ००५.
फोन : (०२०) २५५१ २३३६/३७/३९
फॅक्स : (०२०) २५५१ १३७९.
Email : niralipune@pragationline.com

पुस्तक मिळण्याचे ठिकाण

प्रगती बुक सेंटर : पुणे : Email : pbcpune@pragationline.com

- १५७, बुधवार पेठ, रतन टॉकिजसमोर, **पुणे** २. ☎ (०२०) २४४५ ८८८७/६६०२ २७०७
- ६७६/ब, बुधवार पेठ, जोगेश्वरी मंदिरासमोर, **पुणे** २. ☎ (०२०) ६६०१ ७७८४/६६०२ ०८५५
- २८/अ, बुधवार पेठ, अंबर चेंबर, अप्पा बळवंत चौक, **पुणे** २.
  ☎ (०२०) ६६२८ १६६९/२०२४ ०३३५
- १५२, बुधवार पेठ, जोगेश्वरी मंदिराशेजारी, **पुणे** २. ☎ (०२०) ६६०९ २४६३/२४४५ २२५४

प्रगती बुक कॉर्नर : मुंबई

- इंदिरा निवास, शारदाश्रम हायस्कूलजवळ, १११/अ, भवानी शंकर रोड, दादर (पश्चिम),
  मुंबई २८. ☎ (०२२) २४२२३५२६/६६६२५२५४

प्रमुख वितरण केंद्रे

निराली प्रकाशन : पुणे

- ११९, बुधवार पेठ, जोगेश्वरी मंदिर मार्ग, **पुणे ४११ ००२**. Email : niralilocal@pragationline.com
  ☎ (०२०) २४४५ २०४४, ६६०२ २७०८. **फॅक्स** : (०२०) २४४५ १५३८.

निराली प्रकाशन : धायरी (पुणे)

- सर्वे नं. २८/२७ धायरी-कात्रज रोड, पारी कंपनीजवळ, **पुणे ४११ ०४१**.
  ☎ (०२०) २४६९ ०२०४ **फॅक्स** : (०२०) २४६९ ०३१६.
  Email : bookorder@pragationline.com; dhayari@pragationline.com

वितरक शाखा

निराली प्रकाशन :

- ३४, व्ही. व्ही. गोलानी मार्केट, नवी पेठ, **जळगाव** - ४२५ ००१.
  ☎ (०२५७) २२२ ०३९५. **मो.** ९४२३४९ १८६०

इतर शाखा : बंगळुरू, चेन्नई, हैदराबाद, दिल्ली.

info@pragationline.com • www.pragationline.com
To Order * Email : bookorder@pragationline.com Fax : (020) 2445 1538

प्रतिज्ञा

भारत माझा देश आहे. सारे भारतीय माझे बांधव आहेत.

माझ्या देशावर माझे प्रेम आहे. माझ्या देशातल्या समृद्ध आणि विविधतेने नटलेल्या परंपरांचा मला अभिमान आहे. त्या परंपरांचा पाईक होण्याची पात्रता माझ्या अंगी यावी म्हणून मी सदैव प्रयत्न करीन.

मी माझ्या पालकांचा, गुरुजनांचा आणि वडीलधाऱ्या माणसांचा मान ठेवीन आणि प्रत्येकाशी सौजन्याने वागेन.

माझा देश आणि माझे देशबांधव यांच्याशी निष्ठा राखण्याची मी प्रतिज्ञा करीत आहे. त्यांचे कल्याण आणि त्यांची समृद्धी ह्यांतच माझे सौख्य सामावले आहे.

प्रस्तावना

महाराष्ट्र राज्य शैक्षणिक संशोधन व प्रशिक्षण परिषद यांनी सन 2016-17 या वर्षी प्राथमिक शिक्षण पदविका अभ्यासक्रमाची पुनर्रचना केलेली आहे. या अभ्यासक्रमामध्ये असलेला '**शालेय वातावरण व शारीरिक शिक्षण**' हा विषय प्रथम वर्षी प्रशिक्षणार्थींना अभ्यासावयाचा आहे.

बालकांचा सर्वांगीण विकास घडविण्याची वृत्ती, त्याचप्रमाणे ज्ञान व कौशल्य सेवापूर्व प्रशिक्षणार्थींना यावे, हाच खरा या अभ्यासक्रमाचा हेतू आहे.

'बालकाच्या विकासातील क्रिया कौशल्य' या क्षेत्राचा विकास करण्याची दृष्टी भावी शिक्षकांना यावी यासाठी 'शारीरिक शिक्षण' या विषयाचा समावेश या अभ्यासक्रमात केला आहे. खेळ प्रवृत्तीस वाव देऊन व्यक्तिमत्त्व घडविण्यासाठी ज्या ज्ञानाची गरज आहे ते या पुस्तकातून देण्याचा प्रयत्न आहे. अभ्यासक्रम पूर्ण करण्यासाठी दिशादर्शनाबरोबर शारीरिक शिक्षण मूलभूत संकल्पना, स्पर्धा, अध्यापन पद्धती,शारीरिक शिक्षणाचे मूल्यमापन या बाबींचा समावेश या पुस्तकात केला आहे. उपयोजन स्तरावरील प्रश्न स्वाध्यायामध्ये दिले आहेत. या पुस्तकाच्या अभ्यासातून प्राथमिक स्तरावर शारीरिक शिक्षणाचे यशस्वी अनुभव देणारा अध्यापक निश्चित घडेल अशी खात्री वाटते.

या पुस्तकाच्या निर्मितीसाठी प्रत्यक्ष-अप्रत्यक्षपणे ज्यांचे सहकार्य लाभले त्या सर्वांचे आभार! तसेच पुस्तक प्रकाशनासाठी निराली प्रकाशन व त्यांचे सहकारी यांचे मोलाचे सहकार्य लाभले. या सर्वांचे आम्ही ऋणी आहोत.

- डॉ. संजीव सोनावणे

- डॉ. सोपान कांगणे

पाठ्यक्रम

उद्दिष्टे

1. शारीरिक क्षमतेचा विकास करणे.
2. मज्जा व स्नायू यांच्या सहकार्यातून प्राप्त होणाऱ्या कौशल्यांचा विकास करणे.
3. व्यक्तिमत्त्व व चारित्र्य विकास करणे.
4. आरोग्य, सुयोग्य शरीरस्थिती आणि हालचाली यांची सवय लावणे.
5. खेळ आणि मनोरंजन यांची आवड उत्पन्न करणे.
6. मुलांची योग्य प्रगती करणे आणि उत्स्फूर्त हालचालींना पुरेसा वाव देणे.
7. चुणचुणीतपणा, चापल्य, स्वयंशिस्त, सांघिक प्रवृत्ती, नेतृत्व, खिलाडू वृत्ती इ. उत्तम नागरिक बनविण्यास आवश्यक असलेल्या गुणांचा विकास करणे.
8. दररोज योगा करण्याची वृत्ती निर्माण करणे.

घटक 1

शारीरिक शिक्षण संकल्पना --

- शारीरिक शिक्षण संकल्पना
- ध्येय व उद्दिष्टे
- शारीरिक/शिक्षणाचा इतर शास्त्रांशी संबंध
- प्रथमोपचार : दुखापती, काळजी, उपाय

घटक 2

शारीरिक शिक्षण अध्यापन व क्रीडास्पर्धा आयोजन ------------------

- अध्यापन पद्धती
- शारीरिक शिक्षण : शिक्षकांची भूमिका, गुण व कर्तव्य
- अभ्यासक्रमाचे स्वरूप : शारीरिक सुदृढता, शरीर व्यवस्थापन व कारक कौशल्य
- क्रीडास्पर्धा आयोजन : टप्पे
- मैदान आखणी : महत्त्व, मापे, नियम पद्धती, निगा
- कुलपद्धती व साखळी बाद पद्धती गुणपत्रके, पंचकार्य इत्यादी

घटक 3

योगाभ्यास --

- योगाची ऐतिहासिक पार्श्वभूमी
- योगाची व्याख्या
- यम, नियम, आसन, प्राणायाम, शुद्धिक्रिया, ॐकार व ध्यान
- दैनंदिन जीवनात योगाचे महत्त्व

घटक 4

शारीरिक शिक्षण मूल्यमापन

- मूल्यमापन संकल्पना
- प्रत्यक्ष मूल्यमापन पद्धती

  (1) शारीरिक सुदृढतेचे मापन (2) कौशल्यांची परीक्षा (3) गुणदानासाठी सारण्या

अनुक्रमणिका

1

शारीरिक शिक्षण संकल्पना व व्याप्ती

➲ प्रकरणाची मांडणी ⊂

1.1 अध्ययन निष्पत्ती

1.2 प्रस्तावना

1.3 शारीरिक शिक्षणाची संकल्पना

1.4 शारीरिक शिक्षणाची ध्येये व उद्दिष्टे

1.5 शारीरिक शिक्षणाचा इतर शास्त्रांशी संबंध

1.6 प्रथमोपचार : दुखापती, काळजी आणि उपाय

➠ स्वाध्याय

1.1 अध्ययन निष्पत्ती

छात्राध्यापक

- शारीरिक शिक्षण हा शिक्षणाचाच एक अविभाज्य भाग आहे. या शिक्षणातून बालकावर संस्कार घडविले जातात. आरोग्याविषयी मार्गदर्शन केले जाते. बालकाचा बोधात्मक, भावनात्मक व सामाजिक विकास या शास्त्रामुळे होतो हे जाणतो.
- बालकाच्या शारीरिक क्षमतेचा, व्यक्तिमत्त्वाचा, चारित्र्याचा, आरोग्याचा, नेतृत्व- गुणांचा विकास शारीरिक शिक्षणामधून होतो हे समजून घेतो.
- शारीरिक शिक्षण हे शास्त्र आहे. त्याचा मानसशास्त्र, जीवशास्त्र, पदार्थविज्ञान, व्यवस्थापन, गणित, संख्याशास्त्र, अभियांत्रिकी व संगणकशास्त्र या शास्त्रांशी संबंध आहे हे जाणतो.
- प्राण वाचविणे, वेदना कमी करणे, जखमेचे गांभीर्य वाढू न देणे हे प्रथमोपचाराचे उपाय समजून घेऊन प्रसंगी त्याची कार्यवाही करतो.

1.2 प्रस्तावना

प्राचीन भारतीय मानवी संस्कृतीमध्ये शरीरसंवर्धन, योग, ध्यानधारणा व अध्यात्म या बाबींना अत्यंत महत्त्व होते व ते आजही आहे. यासाठी वेद, पुराण व प्राचीन भारतीय वाङ्मयाचा संदर्भ महत्त्वाचा आहे. मानवाची स्वतःची उन्नती मनाच्या व शरीराच्या माध्यमातून घडविण्याची धडपड प्राचीन काळापासून आजपर्यंत अव्याहत चालू आहे.

मानवास अस्तित्व टिकविण्यासाठी तंदुरुस्त राहणे गरजेचे आहे. मानव जन्मापासून हालचाली करतो, नंतर बोलतो व शिकतो. सुयोग्य वाढ व विकासासाठी शारीरिक हालचाली आवश्यक असतात. 'शारीरिक' या शब्दामध्येच 'शरीर' शब्द समाविष्ट आहे. मानवास शरीराच्या माध्यमातूनच आरोग्य, शरीरधारणा, ताकद, दमदारपणा, वेग, दिशाभिमुखता, लवचीकता व शारीरिक प्रावीण्य प्राप्त होते. व्यक्तिविकासाचा मार्ग शरीराच्या माध्यमातून जातो.

1.3 शारीरिक शिक्षणाची संकल्पना

शारीरिक शिक्षणाचा अर्थ

शिक्षणाचा अर्थ व्यक्तीच्या वर्तनामध्ये कायमस्वरूपी विधायक बदल घडून येणे हा आहे. वर्तन म्हणजे शरीर-इंद्रियांची कृती होय. शिक्षण ही एक अशी प्रक्रिया आहे की, जिच्यामुळे बालकास भावी जीवन यशस्वी रीतीने जगण्याची कला प्राप्त होते. त्याच्या

अंगी जी वृत्ती किंवा गुण आहेत ते शोधून त्यांचा विकास करण्यास त्यांना मदत करणे म्हणजे शिक्षण होय. बालकावर योग्य ते संस्कार घडवून त्यांच्या गुणांचा विकास करणे, त्यांना समाजनिष्ठ बनविणे, त्यांना ज्ञान, कौशल्य व अभिवृत्ती प्राप्त करण्यास मदत करणे, त्यांच्या शारीरिक सुदृढतेकडे व आरोग्याकडे लक्ष पुरविणे आदी महत्त्वाची उद्दिष्टे आधुनिक शिक्षणपद्धतीत मान्य झाली आहेत. शिक्षणावर जागतिकीकरणाचा प्रभाव पडल्याने या उद्दिष्टांच्या व्याप्तीत वाढ होऊन संगणक कौशल्य, संज्ञापन कौशल्य यांचा समावेश झाला आहे. जेणेकरून विद्यार्थी जागतिकीकरणात, देशविकासात मोलाचे योगदान जीवनभर देऊ शकतील.

शरीर व बुद्धी यांचा विकास स्वतंत्र होत नाही. बुद्धी व मन यांच्या विकासाची केंद्रे 'मेंदू व मज्जासंस्था' ही आहेत व हे दोन्हीही शरीराचेच भाग असल्यामुळे मेंदू व मज्जासंस्था यांचा स्वतंत्र विकास होत नाही, तर संपूर्ण शरीर विकासातूनच तो साधला जातो. त्यासाठी शरीराच्या माध्यमातून शिक्षण दिले जाते. शिक्षण ही प्रक्रिया असल्याने बोधात्मक, भावात्मक, क्रियाकौशल्यात्मक अशा क्षेत्रांमुळे सर्वांगीण विकास साधला जातो, हे 'शिकागो' विद्यापीठाच्या 'बेंजामिन ब्लूम' यांनी मांडले आहे. संपूर्ण शिक्षण प्रक्रियेत बालक मनाने व शरीराने भाग घेत असते. म्हणून शारीरिक शिक्षण हे शिक्षणाचाच एक अविभाज्य भाग आहे.

शारीरिक शिक्षणातून फक्त स्नायुसंवर्धन किंवा बलसंवर्धन अपेक्षित नसून शरीर, मन व बुद्धी यांच्या माध्यमातून बोधात्मक, भावनात्मक, क्रियाकौशल्यात्मक व सामाजिक क्षेत्रांद्वारे सर्वांगीण विकास घडविणे आहे.

शारीरिक शिक्षणाद्वारे सांघिक व मनोरंजनात्मक खेळांच्या माध्यमातून कौशल्य व क्षमतांचा विकास वरील चारही क्षेत्रांच्या संदर्भात साध्य केला जातो. बालकाच्या सहज मनोवृत्तीस वाव देणाऱ्या क्रीडन पद्धतीच्या माध्यमातून इतर विषय व व्यक्तिमत्त्व कृतिप्रधान पद्धतीने शारीरिक शिक्षणातून विकसित केले जातात.

शारीरिक हालचालींच्या माध्यमातून दिले जाणारे शिक्षण म्हणजे 'शारीरिक शिक्षण' होय. ज्या शिक्षणामध्ये आरोग्य, शारीरिक सुदृढता, शारीरिक कौशल्ये, विचार करण्याचे कौशल्य व समतोल व्यक्तिमत्त्व घडवून आणण्याचे, विकासाचे कार्यक्रम आहेत; तेच शारीरिक शिक्षण होय. सांघिक वृत्ती, आज्ञापालन, नायकत्व, शिस्त, खिलाडू वृत्ती, समाजनिष्ठा, श्रमप्रतिष्ठा, स्वावलंबन इत्यादी गुणांचा विकास घडविण्यात शारीरिक शिक्षण मोलाचे योगदान देते. शासनाने मूल्यशिक्षणासाठी दहा मूल्ये निश्चित केली आहेत. राष्ट्रभक्ती, राष्ट्रीय एकात्मता, सर्वधर्म सहिष्णुता, स्त्री-पुरुष समानता, श्रमप्रतिष्ठा, वैज्ञानिक दृष्टिकोन, संवेदनशीलता, वक्तशीरपणा, सौजन्यशीलता आणि नीटनेटकेपणा या मूल्यांचा अंतर्भाव मूल्यशिक्षणात केला आहे. शारीरिक शिक्षणाच्या कार्यक्रमातून

विद्यार्थ्यांमध्ये वरील मूल्ये रुजविणे सहज शक्य आहेत. शारीरिक व मानसिक स्वास्थ्याला तसेच समाजहिताला उपयुक्त ठरणारी आणि संस्कृतीला अनुसरून असणारी मार्गदर्शक जीवनमूल्ये आणि नीतिमूल्ये, खेळ व शारीरिक शिक्षणाच्या माध्यमातून यशस्वीपणे रुजविता येतात.

सर्वतोपरी सर्वांगीण, विद्यार्थिकेंद्रित शिक्षण देण्याची क्षमता शारीरिक शिक्षणात असल्याने शिक्षणाचा तो अविभाज्य भाग आहे. आपल्या देशात प्राचीन काळापासून शरीर व शरीराच्या हालचालींच्या माध्यमातून शिक्षण देण्याची पद्धत आहे. धर्मसाधनासुद्धा शरीरमाध्यमातून केली जात असल्याचे संदर्भ पुराणात आहेत. त्यावेळी शरीरसंवर्धनास महत्त्व होते.

''शरीरमाद्यं खलु धर्मसाधनम् !'' हे वचन याच तत्त्वाचा पुरस्कार करते. 'Strength is life weakness is death' हे तत्त्वसुद्धा स्वामी विवेकानंदांनी सांगितले आहे. प्रथम शक्तीची आराधना करा, शक्ती मिळवा हेच 'बलमुपास्वा' या प्रसिद्ध वचनात सांगितले आहे. तसेच कृतिशील मनुष्य दीर्घायुषी होतो, हे महत्त्वाचे तत्त्व ''कर्वन्नेवेह कर्माणि जिजीविषेत् शतं समाः ।'' या वचनात सांगितले आहे.

शारीरिक शिक्षणाचा अर्थ अधिक सखोल समजण्यासाठी काही शिक्षणतज्ज्ञांनी दिलेल्या व्याख्या समजावून घेणे गरजेचे आहे.

शारीरिक शिक्षणाच्या व्याख्या

- ''विविध हालचालींतून व्यक्तीला प्राप्त होणाऱ्या अनुभवांचे संघटन म्हणजे शारीरिक शिक्षण होय.'' **– डेलबर्ड ओबर्ट्यूफर**
- ''शारीरिक शिक्षण म्हणजे माणसाच्या निवडक शारीरिक हालचालींची, त्यातून प्राप्त होणाऱ्या कार्याची महत्त्वाची जाणीव करून देणारी योजना होय.'' **– जेस फीरिंग विल्यम**
- ''शारीरिक शिक्षण हा शिक्षणातील असा भाग आहे की, ज्यामध्ये मोठ्या स्नायूंच्या हालचाली व त्याद्वारे व्यक्तिविकासासाठीचा त्यांचा प्रतिसाद होय.'' **– जे. बी. नॅश**
- ''शिक्षणाच्या सर्वंकष पद्धतीचा शारीरिक शिक्षण हा एक भाग आहे. त्याचे प्रमुख उद्दिष्ट बालकाचा शारीरिक, मानसिक, भावनात्मक व सामाजिक विकास घडवून आणून त्यास आदर्श नागरिक बनविणे हे आहे. ही उद्दिष्टे सफल करण्याच्या दृष्टिकोनाचे शारीरिक कृती हे माध्यम आहे.'' **– चार्लस् ए. बुचर**
- ''शारीरिक शिक्षण हे शिक्षण आहे, ते शारीरिक कृतीद्वारे बालकाचे सर्वंकष व्यक्तिमत्त्व शरीर, मन व आत्मा यांच्या पूर्णत्वाने परिपूर्ण करते. **– भारतीय शारीरिक शिक्षण व मनोरंजन सल्लागार मंडळ**

विचारप्रवाह

21 व्या शतकातील समाजाचे जीवनमान व जीवनशैली यांचा विचार करता शारीरिक शिक्षणाच्या स्वरूपात खूपच बदल झाला आहे. परंतु शरीरसंवर्धन, व्यक्तिमत्त्व विकास, आरोग्य कौशल्य विकास या मूलभूत बाबी तशाच असून या बालकांच्या अंगी उतरविण्यासाठी शारीरिक शिक्षणाच्या आशयामध्ये बरीच आधुनिकता आली आहे.

शरीरसंवर्धनासाठी व्यायाम, जोर-बैठका व तालीमऐवजी आता आधुनिक व्यायामशाळा उभ्या राहिल्या असून प्रत्येकाच्या गरजेनुसार, वयानुसार सल्ला देऊन व्यायाम प्रसन्न, आनंददायी व स्वच्छ अशा वातावरणात केला जातो. त्यामुळे आरोग्यासंबंधित तंदुरुस्ती हा एक नवा व्यवसाय खूप झपाट्याने पुढे आला आहे. तेथे योग, आहारविहार व व्यायामाच्या साधनांची भरपूर विविधता असते. सर्व वयोगटांतील स्त्री-पुरुष, मुले-मुली ही अत्याधुनिक व्यायामशाळांकडे आकृष्ट झाली आहेत.

हालचाल शिक्षण : ज्याप्रमाणे बालकांना अंकशास्त्र व अक्षरज्ञान, गणित व भाषा येण्यासाठी शिकविले जाते त्याप्रमाणे आता जगामध्ये बालकांना चालणे, उडी मारणे, ढकलणे, ओढणे, झेलणे, फेकणे या प्राथमिक हालचाली शास्त्रीय पद्धतीने अचूक शिकविण्याचा प्रवाह आला आहे. त्यामुळे आयुष्यभर या सर्व कृती करताना अचूकता येऊन जीवनाची कौशल्ये म्हणून त्याकडे पाहिले जाते.

ताणतणावाचे व्यवस्थापन : अत्यंत धकाधकीचे व मानसिक ताणतणावाचे जीवन जगताना कोणताही खेळ खेळल्याने ताणतणाव कमी होतो. जीवन आनंददायी व व्यवसाय अधिक कार्यक्षमतेने करण्यासाठी जीवनशैलीमध्ये दैनंदिन वेळापैकी खेळ व व्यायामासाठी वेळ राखून ठेवला जातो. एरोबिक्स, योगा, जिम, टेनिस, बॅडमिंटन, पोहणे किंवा गोल्फ यांसारखे खेळ जगात आवडीने खेळले जातात.

प्रश्न :
- **शारीरिक शिक्षणाचा अर्थ स्पष्ट करा.**
- **शारीरिक शिक्षणाच्या दोन व्याख्या लिहा.**
- **शारीरिक शिक्षणाचे आधुनिक संबोध व विचारप्रवाह स्पष्ट करा.**

1.4 शारीरिक शिक्षणाची ध्येये व उद्दिष्टे

शारीरिक शिक्षणाची ध्येये

शारीरिक शिक्षणाचे मुख्य ध्येय 'बालकाच्या व्यक्तिमत्त्वाचा सर्वांगीण विकास करणे' हे शिक्षणाच्या ध्येयाशी संबंधित आहे; परंतु फरक फक्त हे ध्येय गाठण्याच्या दृष्टिकोनाचा आहे. मनाच्या माध्यमातून शिक्षणाचे ध्येय, तर शरीराच्या माध्यमातून शारीरिक शिक्षणाचे ध्येय प्राप्त केले जाते.

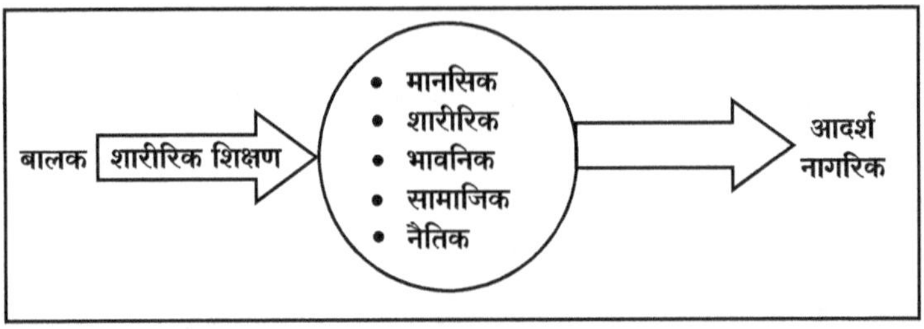

आकृती क्र. 1.1 : बालकाचा सर्वांगीण विकास

बालकाच्या व्यक्तिमत्त्वाचा शारीरिक, मानसिक, भावनिक, सामाजिक व नैतिक या सर्व अंगांनी विकास घडवून त्यास आदर्श नागरिक बनविणे की, जो समाजात सुखाने कालक्रमण करताना देशविकासामध्ये योगदान देऊ शकेल.

शारीरिक शिक्षणाची उद्दिष्टे

ध्येय हे उच्च असते व ते कार्याची दिशा दर्शविते. ध्येय गाठण्यासाठी उद्दिष्टांचे योगदान महत्त्वाचे असते. किंबहुना, ध्येयप्राप्तीचे टप्पे म्हणजे उद्दिष्ट होय.

भारताच्या राष्ट्रीय शारीरिक शिक्षण व मनोरंजन धोरणानुसारच्या आराखड्यात दिलेली उद्दिष्टे अशी आहेत.

(1) शारीरिक क्षमतेचा विकास : मानवी संस्कृतीचा विकास होताना विविध युगांतून मानव आज आधुनिक युगात प्रगत स्थितीमध्ये आहे. प्रत्येक युगामध्ये मानवाला स्वतःच्या गरजा पूर्ण करण्यासाठी आपल्या शरीराचा वापर करावा लागत असे. परंतु आधुनिक युगात यांत्रिकीकरणावर भर असल्याने घरांमध्ये तसेच कार्यालयांमध्ये बहुतेक कामे यंत्रांच्या माध्यमातून होत असल्याने शरीराचा उपयोग कमी झाला. पर्यायाने मानवाच्या शारीरिक क्षमतेवर आधुनिक युगातील जीवनशैलीमुळे परिणाम झाला. समाजामध्ये स्थूलतेचे प्रमाण वाढले व त्यामुळे हृदयरोगाच्या, मधुमेहाच्या, उच्च रक्तदाबाच्या रोग्यांची संख्या वाढू लागली आहे. यासाठी शरीरातील सर्व संस्थांचा वापर होण्यासाठी शारीरिक हालचाली व व्यायामाद्वारे शारीरिक क्षमतेचा विकास आवश्यक आहे. त्यासाठी शारीरिक शिक्षणाचे पहिले उद्दिष्ट म्हणजे शारीरिक क्षमतेचा विकास प्रत्यक्षात आणणे महत्त्वाचे आहे. शारीरिक क्षमतेमध्ये स्नायू ताकद व दमदारपणा, रुधिराभिसरण व दमदारपणा, लवचीकता व शरीरातील चरबीचे प्रमाण यांवरून आरोग्यासंबंधित शारीरिक तंदुरुस्ती मोजता येते.

(2) मज्जा : स्नायू यांच्या समन्वयाचा विकास : आयुष्यभर मानव हा हालचाली करीत असतो. या हालचाली मज्जासंस्था व स्नायुसंस्था यांच्या समन्वयाचा परिपाक असतो. मूलभूत क्रियांपासून अवघड कौशल्य मानव सराव व प्रशिक्षणाने

आत्मसात करतो. शारीरिक शिक्षण व खेळ यांच्या माध्यमातून बालकांमध्ये मज्जास्नायू समन्वय विकसित केला जातो. उदा., हवेत उडालेला चेंडू झेलण्यासाठी डोळे, हात व पाय यांचा समन्वय लागतो. हाच समन्वय पुढे वाहन चालविताना जीवनामध्ये उपयोगी पडतो. संगणकाच्या कळींची हाताळणी, टंकलेखन, वाद्यवादन कौशल्य व इतर कौशल्ये मज्जास्नायू समन्वयाने विनाकष्ट व कमी वेळात सफाईदारपणे पार पाडता येतात. शारीरिक शिक्षणाच्या कार्यक्रमातून सराव व प्रशिक्षणातून हे उद्दिष्ट साध्य केले जाते.

(3) व्यक्तिमत्त्वाचा विकास व चारित्र्यनिर्मिती :

(अ) आरोग्य : जागतिक आरोग्य संघटनेच्या व्याख्येनुसार व्यक्तीस रोग नसणे म्हणजे आरोग्य नसून त्याची शारीरिक, मानसिक, आध्यात्मिक स्थिती उत्तम असणे म्हणजे आरोग्य होय.

सुखी जीवनासाठी आरोग्य आवश्यक असते. व्यक्तिगत स्वच्छता, आहार, व्यायाम, शरीरसुदृढता, चांगल्या सवयी, मनोरंजन, विश्रांती व मानसिक स्वास्थ्याचा विकास शारीरिक शिक्षणाच्या कार्यक्रमात विद्यार्थ्यांमध्ये विकसित केला जातो. व्यक्तीच्या यशस्वी कारकिर्दीसाठी चांगली आरोग्यसंपदा हा महत्त्वाचा घटक आहे. आरोग्यसंपदा वाढविण्यासाठी व ती टिकविण्यासाठी शारीरिक शिक्षणाचे कार्यक्रम उत्तम योगदान देतात.

(ब) बौद्धिक निर्णयशक्तीचा विकास : त्वरित निर्णयक्षमता हा व्यक्तिमत्त्वाचा एक पैलू आहे. आजच्या विविध आयाम असणाऱ्या परिस्थितींमध्ये अचूक निर्णय व तोही ताबडतोब घेणे हे व्यक्तिमत्त्वाचे वैशिष्ट्य समजले जाते. व्यावसायिक व दैनंदिन जीवनाच्या यशस्वितेसाठी बौद्धिक निर्णयक्षमता आवश्यक आहे. ती विकसित करण्यात खेळ व क्रीडाप्रकार अत्यंत महत्त्वाची भूमिका बजावतात. उदा., बास्केटबॉल, फुटबॉल, हॉकी व हॅन्डबॉल खेळांमध्ये चेंडू आपल्या हातात मिळाल्यानंतर तो पास देताना प्रतिस्पर्ध्याला हुलकावणी देऊन आपल्या संघातील खेळाडूस देणे किंवा बास्केट/गोल करणे याचा विचार क्षणार्धात घेणे आवश्यक असते. खेळताना असा निर्णय घेण्याची परिस्थिती अनेक वेळा येते. त्यामुळे परिस्थितीचे आकलन घेऊन अचूक निर्णय घेण्याची क्षमता विकसित होते. भावी जीवनात निर्णय घेताना या क्षमतेचा निश्चित उपयोग होतो.

(क) भावात्मक विकास : वर्तनाला चालना देणारी शक्ती म्हणजे भावना. प्रत्येक व्यक्तीला भावना असतात. भावनांचा विकास बाल्यावस्थेपासून होतो. विशिष्ट उद्दीपकामुळे विशिष्ट भावना निर्माण होतात. बाल्यावस्थेतील भावनांची तीव्रता ही उद्दीपकांच्या तीव्रतेवर अवलंबून असते. भावना या क्षणभंगुर असून परिस्थिती, पक्वता, अनुभव, संस्कार या घटकांचा त्यावर परिणाम होतो. वाढत्या वयाबरोबरच भावनाविष्कारामध्ये संयम पाहावयास मिळतो. भावना उद्दीपित करणाऱ्या उद्दीपकांचा प्रभाव वाढत्या वयाबरोबर पुढील काळात राहत नाही. भावनाशून्य जीवन हे नीरस आहे.

प्रत्येक मुला-मुलींमध्ये विशिष्ट वयात विशिष्ट भावना असतात. त्यांचा विकास योग्य रीतीने झाल्यास त्यांचे व्यक्तिमत्त्व समतोल व प्रभावी होऊ शकते. मुला-मुलींची क्रीडा प्रवृत्ती त्यांना सतत काहीतरी करण्यास प्रवृत्त करीत असते. त्यांची संघ प्रवृत्ती त्यांना आपापल्या बरोबरीच्या मुलांच्या संगतीत रमण्यास मदत करते. त्यांच्या मनात स्वतःबद्दल निष्ठा, संस्थेबद्दल निष्ठा, देशाबद्दल निष्ठा व मानवी मूल्यांवर निष्ठा उत्पन्न करण्यास शारीरिक शिक्षणातील विविध उपक्रम उपयोगी ठरतात. उदा., क्रीडास्पर्धेतील हार-जीत, जिंकल्यामुळे आत्मविश्वास व हरल्यामुळे खचून न जाणे या बाबी होय. भावनात्मक विकास साधण्याचे शारीरिक शिक्षण हे महत्त्वाचे माध्यम आहे.

(ड) मनोरंजन :

- ''मनुष्य फावल्या वेळात आपण होऊन जे काही विधायक काम करतो व त्यापासून आनंद निर्माण करतो, त्यास 'मनोरंजन' असे म्हणतात.''**- जे.बी. नॅश**
- ''समाजमान्य असलेल्या ठिकाणी स्वतःच्या इच्छेनुसार सहभागी होऊन स्वतःचा मोकळा वेळ खर्च करणे की, ज्यामधून स्वतःला त्वरित समाधान मिळेल, ती कृती म्हणजे मनोरंजन होय.'' **- हुत्सीनसन**

बौद्धिक, नैतिक व सामाजिक गुणांचा विकास होत असताना त्यात आल्हाद, प्रसन्नता, चैतन्य निर्माण करण्यासाठी मनोरंजनाची आवश्यकता आहे. सुट्टीच्या दिवशी किंवा इतर कारणाने मिळालेला मोकळा वेळ सदुपयोगी लावण्यासाठी शारीरिक शिक्षणाचे कार्यक्रम, व्यायाम, विविध खेळ, साहसी खेळ, नृत्य, भटकंती, छंद, गायन, सामाजिक व सांस्कृतिक कार्यक्रम इत्यादी उपयोगी पडतात. फुरसदीच्या वेळेत व्यसने किंवा समाजविघातक बाबींकडे विद्यार्थी/व्यक्ती वळू नये यासाठी अनेक खेळांचे उपक्रम आहेत.

लहान वयापासूनच फुरसदीच्या वेळेचा सदुपयोग करण्याचे शिक्षण शारीरिक शिक्षणाच्या उपक्रमातून मिळते.

(इ) व्यावसायिक कार्यक्षमता : शारीरिक शिक्षणाच्या उपक्रमाद्वारे व्यक्तीची शारीरिक व मानसिक क्षमता वाढते व त्याचा उपयोग कार्यक्षमता वाढीसाठी होतो. उदा., शिक्षकास वर्गात उभे राहून काही तास बोलावे लागते. त्यासाठी घशाचे व्यायाम व प्राणायामांचे व्यायाम स्वरयंत्राची क्षमता वाढवितात. प्रत्येक व्यवसायास शारीरिक व कारक क्षमता कौशल्याने काम करावे लागते. फक्त काम करण्याच्या पुढे जाऊन काम कार्यक्षमतेने, न थकता करण्यासाठी व त्याचा फायदा व्यवसायास मिळण्यासाठी शारीरिक शिक्षणाचे उपक्रम योगदान देतात.

(ई) शीलसंवर्धन : व्यक्तीचा स्वतःचा स्वतःवरचा विश्वास वाढविण्यास व्यायाम व खेळ खूपच मदत करतात. त्याचा उपयोग व्यक्तीच्या उत्तम चारित्र्यनिर्मितीसाठी होतो. उच्च आत्मविश्वास व निष्ठा असणारी व्यक्ती उत्तम चारित्र्यवान असते.

क्रीडास्पर्धांमध्ये खेळाचे नियम भंग न करता विजय मिळविण्यासाठी धडपडणे, पंचांचे निर्णय मान्य करणे, नेतृत्वावर विश्वास ठेवणे, संघासाठी सचोटीने खेळणे इत्यादी बाबी खेळ व शारीरिक शिक्षणाच्या उपक्रमांद्वारे साध्य करता येतात. शीलसंवर्धन करून चारित्र्यवान पिढी यातून घडेल.

(उ) नेतृत्व विकास : उत्तम समायोजन, निर्णयक्षमता व उच्च मूल्य असलेली व्यक्ती आपोआप नेतृत्व धारण करते. नेतृत्व विकासाची संधी बालकांना खेळातून मिळते. आपल्या संघाच्या विजयासाठी सवंगड्यांचा योग्य उपयोग, त्यांना त्यांच्या क्षमतेप्रमाणे जबाबदाऱ्या देणे, अचूक निर्णय घेणे, विजय मिळविण्यासाठी डावपेचाची रचना करणे इत्यादी बाबी खेळ स्पर्धांमध्ये अनिवार्य असतात. त्यामुळे खेळाडूंचे नेतृत्व गुण विकसित होतात. पुढे नागरिक म्हणून समाजात वावरताना या नेतृत्व गुणाचा उपयोग होतो.

(ऊ) मानसिक ताणतणाव व्यवस्थापन कौशल्य विकास : मानसिक ताणतणाव आजच्या गतिमान व स्पर्धात्मक युगाचा भाग झाला आहे. व्यायामाने हृदयाभिसरण व दमदारपणा विकसित केल्याने, प्राणायाम व योगासनांसारखे व्यायाम नियमित केल्याने ताणतणावांचे प्रमाण नियंत्रित ठेवता येते. मनोरंजनासाठी खेळ खेळल्याने मनावरचा ताण कमी होतो. मानसिक ताणतणाव स्पर्धात्मक युगात राहणारच, त्याचे व्यवस्थापन योग्य मनोरंजनात्मक खेळ आत्मसात करून, खेळून तसेच योग व प्राणायाम यांचे कौशल्य शिकून निश्चित करता येते. जीवन आनंददायी व तणावमुक्त करता येते. खेळ खेळण्याची आवड निर्माण करणे गरजेचे आहे.

प्रश्न :
- **शारीरिक शिक्षणाची दोन उद्दिष्टे लिहा.**
- **शारीरिक शिक्षणाची व्यक्तिमत्त्व विकास व चारित्र्यनिर्मिती ही उद्दिष्टे स्पष्ट करा.**

1.5 शारीरिक शिक्षणाचा इतर शास्त्रांशी संबंध

(1) शारीरिक शिक्षण व शिक्षण : शिक्षणाचा एक अविभाज्य भाग शारीरिक शिक्षण आहे. बालकांचा सर्वांगीण विकास शारीरिक हालचालींच्या माध्यमातून घडविला जातो. शिक्षणाचे अंतिम ध्येय बालकांचा सर्वांगीण विकास आहे आणि ते साध्य करण्यासाठी शारीरिक उपक्रम महत्त्वाची मदत करतात. क्रियाकौशल्याच्या विकासाशिवाय बालकाचा विकास शक्य नाही व तो शारीरिक शिक्षणाच्या माध्यमातूनच पार पाडला जातो. अध्यापन पद्धतीचे ज्ञान शारीरिक शिक्षण शिकविण्यासाठी उपयोगी पडते.

(2) शारीरिक शिक्षण व मानसशास्त्र : मानवी वर्तनाचा अभ्यास मानसशास्त्रात केला जातो व वर्तन म्हणजे इंद्रियांनी केलेली कृती होय, म्हणजेच शारीरिक हालचाली

होय. क्रीडा मानसशास्त्रामध्ये खेळाडूंच्या भावनांचा, चिंतेचा, कोणत्या जागेवर आक्रमक किंवा बचावात्मक प्रवृत्तीचा खेळाडू खेळवावयाचा इत्यादींच्या अभ्यासासाठी शारीरिक खेळ व मानसशास्त्र यांचा एकमेकास अत्यंत उपयोग होतो. म्हणूनच क्रीडा मानसशास्त्र ही शाखा विकसित झाली.

(3) **शारीरिक शिक्षण, खेळ व जीवशास्त्र :** सजीवांचा अभ्यास जीवशास्त्रात केला जातो. मानव हा सजीव प्राणी असल्याने शरीररचना व शरीर-क्रिया यांच्या अभ्यासाचा समावेश शारीरिक शिक्षणात होतो. व्यायामाचा शरीरावर होणारा परिणाम या विषयांच्या समन्वयामुळे शक्य होत आहे.

(4) **शारीरिक शिक्षण, खेळ व पदार्थविज्ञान :** क्रीडा जीवयांत्रिकीशास्त्र हा विषय शारीरिक शिक्षण व खेळ यांच्या समन्वयातून उदयास आला आहे. यांत्रिकीशास्त्राची तत्त्वे बल, गतीचे नियम, ऊर्जा, प्रक्षेपण गती, फिरकी इत्यादी पदार्थविज्ञानाच्या ज्ञानावरच क्रीडायांत्रिकी विषय अवलंबून आहे. स्नायूंद्वारे निर्माण होणारे बल व त्याचा उपयोग क्रीडा प्रावीण्य वाढविण्यासाठी या विषयाचा अभ्यास केला जातो.

(5) **शारीरिक शिक्षण, खेळ व व्यवस्थापनशास्त्र :** क्रीडास्पर्धांचे आयोजन करण्यासाठी आर्थिक, निवास, क्रीडा सुविधा व साहित्य, पंचकार्य, प्रसिद्धी, भोजन, मदतनिसांचे नियोजन इत्यादी बाबींचे व्यवस्थापनविषयक ज्ञान व्यवस्थापन-शाखांद्वारे मिळते.

(6) **शारीरिक शिक्षण व गणित-भूमिती :** क्रीडा मैदानांची आखणी, क्रीडासाहित्यांचे आकार, वजन, त्यांच्या प्रावीण्यावर होणारा उपयोग यासाठी गणित व भूमितीच्या ज्ञानाचा उपयोग होतो.

(7) **शारीरिक शिक्षण, खेळ व संख्याशास्त्र :** खेळाविषयी संख्यात्मक माहितीचे तक्तीकरण, विश्लेषण, आलेखात्मक रीतीने करण्यासाठी तसेच संशोधनासाठी, माहितीच्या विश्लेषणासाठी संख्याशास्त्राच्या ज्ञानाचा उपयोग 'शारीरिक शिक्षण खेळ' या विषयाच्या विकासासाठी होतो.

(8) **शारीरिक शिक्षण, खेळ व अभियांत्रिकी :** मैदान उभारणी, खेळाच्या साहित्याची निर्मिती इत्यादी बाबींसाठी अभियांत्रिकी शाखेच्या ज्ञानाची आवश्यकता असते.

(9) **शारीरिक शिक्षण, खेळ व संगणकशास्त्र :** शारीरिक शिक्षण विषय अध्यापन किंवा खेळाचे व्यवस्थापन करण्याच्या नियोजनासाठी संगणकाची अत्यंत आवश्यकता आहे. इंटरनेटद्वारे खेळाची अद्ययावत माहिती, संशोधनात्मक माहिती, संख्याशास्त्रीय माहिती सहजपणे मिळते.

प्रश्न : शारीरिक शिक्षणाशी इतर शास्त्रे कशा प्रकारे संबंधित आहेत ? चर्चा करा.

1.6 प्रथमोपचार : दुखापती, काळजी आणि उपाय

कोणत्याही व्यक्तीस अचानक आजार किंवा दुखापत, इजा झाल्यास त्याचा जीव वाचविण्यासाठी, त्याची अवस्था अधिक वाईट होण्यास प्रतिबंध आणि/किंवा पुनर्प्राप्तीस प्रोत्साहन देण्यासाठी जी मदत, साहाय्य केले जाते त्यास 'प्रथमोपचार' असे म्हणतात. गंभीर परिस्थितीत व्यावसायिक वैद्यकीय मदत उपलब्ध होण्यापूर्वी केल्या जाणाऱ्या सुरुवातीच्या उपचारांचा प्रथमोपचारात समावेश होतो.

प्राण/जीव वाचविणे, पुढील नुकसान/हानी टाळणे आणि पुनर्प्राप्तीस गती देणे हे प्रथमोपचाराचे ध्येय आहे.

खेळात सरावादरम्यान, स्पर्धेदरम्यान विविध प्रकारच्या दुखापती होऊ शकतात. या दुखापती काही प्रमाणात टाळल्या जाऊ शकतात. त्यासाठी काही प्रतिबंधक उपाय करणे गरजेचे असते.

इजा व त्यांचे वर्गीकरण

खेळाडू खेळ खेळताना ज्या विविध हालचाली शरीरांच्या माध्यमातून करतात, त्यामुळे शरीरावर व शरीर-इंद्रियांवर येणारे ताण व आघात यांमुळे होणाऱ्या दुखापतीस 'इजा' असे म्हणतात. शरीराच्या आंतररचनेत इजा होते, त्यास 'अंतर्गत इजा' व बाह्य भागास (डोळ्याने दिसणाऱ्या) होणाऱ्या इजेस 'बाह्य इजा' असे म्हणतात.

सर्वसाधारण अनुभवास येणाऱ्या इजांचे थोडक्यात वर्णन पुढे दिले आहे.

(1) मऊ पेशीसमूहास होणाऱ्या इजा :

(अ) त्वचेखाली पेशीसमूह खरचटतात, दुखावतात, त्यात रक्तस्राव होतो व सूज येते.

(ब) स्नायूंना (Strain) इजा होणे, स्नायूंचे तंतू दुखावतात, काही तुटतात, स्नायूत रक्त गोठते व सूज येते.

(क) सांध्याभोवतालच्या कवचास इजा होणे (Sprain) : श्वेततंतू तुटतात, सांध्यात अनियमित हालचाल झाल्याने इजा होते. वेदना खूप होते व हालचालीने वेदना वाढते.

(ड) श्वेततंतू इजा (Tender Injury) : स्नायूंचे टोक श्वेततंतूनी हाडास बांधलेले असते. अतिताणामुळे हे बंध अर्धवट किंवा पूर्ण तुटतात. स्नायू आकुंचनाच्या जबरदस्त बलामुळे हे घडू शकते. उदा., गुडघ्याच्या वाटीभोवतालचे बंध तुटल्याने गुडघ्यात होणारी इजा.

(इ) नडगीची इजा (Shin Pain) : गुडघा ते घुटणा या पायाच्या पुढील भागास वेदना निर्माण होते.

(ई) नाजूक इंद्रियांना होणाऱ्या इजा : कवटी व चेहरा यावर आघाताने कान, नाक, तोंडातील भाग, मेंदूतील मऊ पेशी यांना तसेच छाती व पोटातील इंद्रियांना होणाऱ्या इजा या प्रकारात येतात.

(2) हाडांच्या इजा : अस्थिभंगाचे सर्व प्रकार या इजेमध्ये येतात.

(अ) अतिताणामुळे हाडे कमकुवत (Stree Fracture) होतात. उदा., नडगी दुखणे.

(ब) हाडाचा मध्यभाग किंवा टोकाचा भाग तुटणे, मॅरेथॉन शर्यतीत पाठीच्या मणक्यांना ही इजा होते. त्यामुळे मज्जातंतूंवर दाब येतो.

(3) सांधा निखळणे : सांध्याचे भाग एकमेकांपासून अति जोरदार व अनियमित हालचालीने दूर जातात. ते पुन्हा मूळ जागेवर बसविणे हा उपचार यात केला जातो.

(4) उष्ण तापमानाच्या परिणामामुळे इजा : उष्माघात, उष्णतेने स्नायूंच्या हालचाली अनियमित होऊ शकतात. उष्णतेने कार्यक्षमता कमी झाल्याने अपघात होऊ शकतात.

इजांचे व्यवस्थापन

प्रथमोपचार : प्राण वाचविणे, वेदना कमी करणे व जखमेचे गांभीर्य वाढू न देणे ही प्रथमोपचाराची प्रमुख उद्दिष्टे आहेत.

वरील उद्दिष्टपूर्तीसाठी प्रथमोपचारात (PRICE) चा उपयोग करावा.

P = Protection - इजा झालेल्या भागास सुरक्षितता देणे. कमीत कमी हालचाल करणे. इजा झालेल्या भागाला बँडेज किंवा फळीचा/काठीचा आधार देणे.

R = Rest - इजा झालेल्या भागास विश्रांती देणे, त्याची हालचाल शून्यापर्यंत आणणे, मसाज करू नये.

I = Ice - इजा झालेला भाग बर्फाने 20 ते 30 मिनिटे दोन-दोन तासांच्या टप्प्याने शेकणे.

C = Compression - इजा झालेल्या भागावर हलकासा दाब देणे.

E = Elevation - वेदना कमी करण्यासाठी इजा झालेला भाग उंच करणे.

इजा होण्याची कारणे

(1) शारीरिक : व्यायामापूर्वी किंवा स्पर्धेपूर्वी आवश्यक उत्तेजक व्यायाम न करणे, स्नायूंवर किंवा इंद्रियांवर प्रमाणापेक्षा जास्त ताण पडल्याने इजा होतात.

(2) मानसिक : मनाची एकाग्रता नसल्याने किंवा मानसिक संतुलन बिघडल्याने हालचाली सुलभ होत नाहीत, परिणामी अपघात होतात.

(3) सराव नसलेला खेळ : खेळाचा सराव नसलेल्या खेळाडूने खेळ खेळताना सावधपणा बाळगला पाहिजे. गतिमानता किंवा अति अचानक ताकद वापरल्याने इजा होऊ शकते.

(4) सदोष पादत्राणे : मैदानावर उतरताना पायातील बूट सैल, अति घट्ट किंवा तळवे घसरडे असल्यास बुटाने पायाचे संरक्षण होण्याऐवजी इजाच होण्याची शक्यता असते. मैदानावर होणाऱ्या इजांमध्ये पादत्राणांच्या दोषामुळे इजांचे प्रमाण जास्त आहे.

(5) सदोष क्रीडांगण : क्रीडांगण टणक, उंच-सखल, निसरडे, चिखलयुक्त किंवा ओले असल्यास इजा होण्याची शक्यता असते. मैदानात उतरण्यापूर्वी मैदान पाहणी आवश्यक असते.

(6) अपुरा प्रकाश किंवा हवा : अपुऱ्या प्रकाशामुळे वेग व दिशांचा अंदाज चुकतो. पर्यायाने अपघात होतो. इनडोअर क्रीडांगणामध्ये हवा कोंडलेली असल्यास दमछाक होऊन घुसमटल्यासारखे होते. एक्झॉस्ट फॅनची सोय गरजेची असते.

इजा व अपघात टाळण्यासाठी प्रतिबंधक उपाय

इजा झाल्यावर उपचार करण्यापेक्षा त्यापूर्वीच प्रतिबंधक उपाय करणे केव्हाही हितकारक असते. प्रत्येक खेळाडूस पटकन यश हवे असते; परंतु त्यासाठी पद्धतशीर व शास्त्रीय मार्गाने मार्गदर्शन व सराव हाच खरा मार्ग आहे. पुढील गोष्टींमुळे इजांना प्रतिबंध करता येऊ शकतो.

(1) शारीरिक तंदुरुस्ती : विशिष्ट खेळासाठी उच्च प्रकारचे प्रावीण्य गाठण्यासाठी शारीरिक तंदुरुस्तीचा उच्च स्तर हवा असतो. त्यासाठी तंदुरुस्ती स्तर तपासल्यास तो उच्च प्रावीण्यासाठी सुयोग्य आहे का याची जाणीव होईल. उदा., फॉसबरी पद्धतीने उंच उडी मारण्यासाठी पाठीच्या मणक्याची लवचीकता (बॅक ऑर्चसाठी) उच्च प्रकारची हवी असते. ती नसल्यास पाठीस इजा होऊ शकते. थोडक्यात, खेळाडू फिट आहे का अनफिट हे ठरविणे.

(2) स्पर्धेपूर्वी उत्तेजक व्यायाम प्रकार : तयारीच्या नियमाप्रमाणे शरीराची तयारी स्पर्धेसाठी होण्यासाठी 'वार्मिंग अप' व्यायाम प्रकार केल्यास अचानक स्पर्धेत शरीरावरील ताण सहन करण्याची क्षमता प्राप्त होते व दुखापत टाळता येते.

(3) स्पर्धेनंतरचा व्यायाम प्रकार (कूलिंग डाऊन) : स्पर्धेदरम्यानच्या हालचालींमुळे स्नायूमध्ये रक्तातील टाकाऊ बाबींचा निचरा व ताणयुक्त व्यायामामुळे स्नायू सैल केल्यास ते मूळ स्थितीत येतात. त्यामुळे अवघडलेल्या स्नायूंची दुखापत टाळता येते.

(4) **सुयोग्य गणवेश व पादत्राणे** : प्रत्येक खेळामध्ये शरीराचे विशिष्ट अवयव कमी-अधिक प्रमाणात समाविष्ट असतात. त्यांच्या हालचाली सुलभतेने व्हाव्यात यासाठी सुयोग्य व नियमानुसार गणवेश परिधान केल्यास प्रावीण्यात वाढ होऊन इजा टाळता येतात. तसेच बुटांबाबत आहे. धावक व फुटबॉलपटू त्यांच्या बुटाची रचना/तळवे वेगळे असतात. पायाचा पंजा व घोटा, गुडघा यांना धक्के बसू नयेत अशी बुटांची रचना असलेले बूट वापरल्यास दुखापत टाळता येते.

(5) **संरक्षक उपकरणे वापरणे** : इजा, दुखापत टाळण्यासाठी संरक्षक उपकरणे अत्यंत आवश्यक आहेत. मोटारसायकल रेसिंगमध्ये, एबी खेळामध्ये, हॉकीच्या गोलकीपरसाठी, फुटबॉलपटूच्या नडगी संरक्षणासाठी शिनगार्ड, वेगवान गोलंदाज क्रिकेटमध्ये असल्यास फलंदाजासाठी हेल्मेट इत्यादी अनेक उदाहरणे देता येतील की, ज्याच्या वापराने क्रीडा अपघात झाल्यास संरक्षण मिळून दुखापत टाळता येऊ शकते.

(6) **खेळांच्या नियमांचे काटेकोर पालन** : खेळांच्या नियमांचे काटेकोर पालन केल्यास इजा व दुखापती टळतात. धसमुसळेपणाने नियमांची कदर न करता खेळल्यास दुखापतीचे प्रमाण वाढते.

(7) **थकावटीचा अंदाज** : स्पर्धेदरम्यान सहन होण्यापलीकडे थकावट जाणवल्यास ताबडतोब विश्रांती आवश्यक असते. अन्यथा मोठ्या दुखापतीस किंवा प्राण जाण्याच्या संकटास तोंड द्यावे लागते. उदा., लांब पल्ल्याच्या धावण्याच्या किंवा पोहण्याच्या स्पर्धा.

(8) **स्पर्धेदरम्यानचे हवामान** : अतिथंड किंवा अतिउष्ण हवामानाचा शरीरावर परिणाम होतो. अशा परिस्थितीत शरीरास दुखापत होण्याची शक्यता जास्त असते. उष्माघात टाळण्यासाठी योग्य कपडे किंवा क्षारयुक्त पेये यांची व्यवस्था करणे. अतिथंडीत हातपाय गारठतात, त्यासाठी प्रतिबंधक उपाय केल्यास इजा टाळता येतात.

प्रश्न :
- **'प्रथमोपचार' म्हणजे काय ?**
- **'दुखापतींचे व्यवस्थापन' याबद्दल लिहा.**
- **दुखापतींचे प्रकार लिहा.**
- **'मऊ उतींच्या दुखापती' म्हणजे काय ? या दुखापतींचे व्यवस्थापन कसे कराल ?**
- **हाडांच्या दुखापती सांगा. यासाठीचे व्यवस्थापन कसे कराल ?**
- **सांध्यांच्या होणाऱ्या दुखापती लिहा. यासाठी व्यवस्थापन सुचवा.**
- **दुखापती टाळण्यासाठी प्रतिबंधक उपाय सुचवा.**

☞ आपण काय शिकलो ?

- शारीरिक शिक्षणाचे आधुनिक संबोध, विचारप्रवाह, ध्येय, उद्दिष्टे, इतर शास्त्रांशी संबंध आणि दुखापती-काळजी व उपाय

स्वाध्याय

✤ गाळलेल्या जागा भरा.

1. शारीरिक शिक्षणात .... द्वारे बालकाचे सर्वंकष व्यक्तिमत्त्व परिपूर्ण करते.
2. .... च्या सर्वंकष पद्धतीचा शारीरिक शिक्षण हा भाग आहे.
3. शारीरिक शिक्षणाची उद्दिष्टे सफल करण्याच्या दृष्टिकोनाचे .... हे माध्यम आहे.
4. शारीरिक शिक्षणात शारीरिक कृतीद्वारे बालकाचे सर्वंकष व्यक्तिमत्त्व ...., ... व .... यांच्या पूर्णत्वाने परिपूर्ण करते.
5. विविध हालचालींतून व्यक्तीला प्राप्त होणाऱ्या अनुभवांचे संघटन म्हणजे ....
6. मनुष्य फावल्या वेळेत आपण होऊन जे काही विधायक काम करतो व त्यापासून आनंद निर्माण करतो त्यास .... म्हणतात.
7. .... वेळेचा सदुपयोग करण्याचे शिक्षण .... शिक्षणाच्या उपक्रमांतून मिळते.
8. प्राण वाचविणे, पुढील नुकसान टाळणे आणि .... ला गती देणे हे प्रथमोपचाराचे ध्येय आहे.

✤ जोड्या लावा.

	'अ' गट		'ब' गट
1.	गणित-भूमिती	(अ)	मानवी वर्तन
2.	व्यवस्थापनशास्त्र	(ब)	प्रक्षेपण, फिरकी
3.	पदार्थविज्ञान	(क)	साहित्य, स्टेडिअम निर्मिती/बांधणी
4.	मानसशास्त्र	(ड)	स्पर्धा आयोजन
5.	अभियांत्रिकी	(इ)	क्रीडांगण आखणी
6.	संख्याशास्त्र	(ई)	विश्लेषण

✤ एका वाक्यात उत्तरे लिहा.

1. शारीरिक शिक्षणाची एक व्याख्या लिहा.
2. शारीरिक शिक्षणाचे एक ध्येय लिहा.
3. शारीरिक शिक्षणाची दोन उद्दिष्टे लिहा.
4. शारीरिक शिक्षण आणि व्यवस्थापनशास्त्र संबंध लिहा.
5. प्रथमोपचार म्हणजे काय ?
6. दुखापतींचे प्रकार लिहा.

✤ लघुत्तरी प्रश्न

1. शारीरिक शिक्षणाच्या दोन व्याख्या स्पष्ट करा.
2. शारीरिक शिक्षणाची ध्येये लिहा.
3. शारीरिक शिक्षणाची उद्दिष्टे लिहा.
4. शारीरिक शिक्षणाचे अभियांत्रिकी आणि मानसशास्त्राशी असलेले संबंध स्पष्ट करा.
5. मऊ उतीच्या दुखापती लिहा.
6. हाडांना होणाऱ्या दुखापती कोणत्या ?

✤ दीर्घोत्तरी प्रश्न

1. शारीरिक शिक्षणाची संकल्पना सोदाहरण स्पष्ट करा.
2. शारीरिक शिक्षणाची ध्येये आणि उद्दिष्टे यांची सविस्तर चर्चा करा.
3. शारीरिक शिक्षणाचा इतर शास्त्रांशी संबंध स्पष्ट करा.
4. दुखापतींचे प्रतिबंधक उपाय स्पष्ट करा.
5. दुखापतींचे वर्गीकरण करून त्या अंतर्गत येणाऱ्या दुखापतींचे वर्णन करा.
6. तुम्ही मऊ उतींच्या दुखापतींचे व्यवस्थापन कसे कराल ? चर्चा करा.
7. हाडांच्या आणि सांध्यांच्या दुखापतींचे व्यवस्थापन याविषयी लिहा.

2

शारीरिक शिक्षण अध्यापन व क्रीडास्पर्धा आयोजन

➲ प्रकरणाची मांडणी ➲

2.1 अध्ययन निष्पत्ती

2.2 प्रस्तावना

2.3 अध्यापन पद्धती

2.4 शारीरिक शिक्षण शिक्षकाची भूमिका, गुण व कर्तव्ये

2.5 अभ्यासक्रमाचे स्वरूप

2.6 क्रीडास्पर्धा आयोजन : टप्पे

2.7 मैदान आखणी : महत्त्व, मापे, नियम, पद्धती व निगा

2.8 कुलपद्धती, बाद पद्धती व साखळी पद्धती : गुणपत्रके, पंचकार्य

➠ स्वाध्याय

2.1 अध्ययन निष्पत्ती

छात्राध्यापक

1. शारीरिक शिक्षणाच्या अध्यापनासाठी आज्ञा, अनुकरण, नाट्यीकरण, समग्र, खंडात्मक, पूर्ण भाग पद्धती व वर्गरचना पद्धतींचा वापर कसा करतात हे समजून घेतो.
2. शारीरिक शिक्षण शिक्षक मार्गदर्शक, पंच, पालक, सल्लागार, प्रथमोपचारक इ. भूमिका पार पाडतो.
3. शारीरिक सुदृढतेचे घटक : रुधिराभिसरण, दमदारपणा, स्नायूंची ताकद, स्नायूंचा दमदारपणा, लवचीकता, शरीर घटकरचना

   शारीरिक कारक सुदृढता : वेग, दिशाभिमुखता, शक्ती समन्वयक, तोल प्रतिक्रिया काळ इत्यादी.
4. स्पर्धा आयोजनाने, विद्यार्थ्यांच्या क्रीडागुणांना वाव मिळतो तसेच जिंकण्याची जिद्द विकसित होते हे जाणतो.
5. **स्पर्धा प्रकार** : (अ) अंतर्गत स्पर्धा (ब) बहिर्गत स्पर्धा

   स्पर्धा आयोजन टप्पे : (अ) स्पर्धेची पूर्वतयारी करतील. (ब) प्रत्यक्ष स्पर्धेच्या वेळी प्रात्यक्षिक दाखवतील. (क) स्पर्धा संपल्यानंतरची कामे करतील.
6. मैदानाची आखणी, त्यांची मापे तसेच स्पर्धेसाठी अद्ययावत नियमावलीचे पालन करावयास सांगतील. साहित्याची निगा व त्याची देखभाल योग्य प्रकारे करतील.
7. कुलपद्धती : एकसंधपणा म्हणजे कुल होय. आंतरकुल स्पर्धा चुरशीच्या व्हाव्यात म्हणून शाळा अथवा वर्गांच्या कुलामध्ये समानता आणून त्यांची रचना करतात.
8. सामने घेण्याच्या विविध पद्धती आहेत. बादपद्धती, साखळी पद्धती व संयुक्त पद्धतीने सामने घेतले जातात हे समजते.
9. सामन्यासाठी आवश्यक सामना पत्रके व गुणपत्रके तयार करतात.
10. पंच म्हणून काम करण्यासाठी आवश्यक गुण.

2.2 प्रस्तावना

शारीरिक शिक्षणात प्रभावी अध्यापनासाठी शारीरिक शिक्षण शिक्षक आवश्यकतेनुसार विविध अध्यापन पद्धतींचा उपयोग करून घेतात. या पद्धतींच्या यशस्वी वापरावर अध्ययन-अध्यापनाचे फलित अवलंबून असते. गुणवान आणि कर्तव्यदक्ष

शिक्षक आपली भूमिका यशस्वीपणे बजावत असतात. शारीरिक शिक्षण शिक्षकास अध्यापनाच्या विविध पद्धती, क्रीडास्पर्धा आयोजनाचे टप्पे, शालेय शारीरिक शिक्षण अभ्यासाचे स्वरूप, मैदान आखणीचे महत्त्व, कुलपद्धती, साखळी व बाद पद्धती या संदर्भात सखोल ज्ञान आणि उपयोजन क्षमता असावी म्हणजे अध्यापनाबरोबरच त्यास विद्यार्थ्यांच्या सर्वांगीण विकासासाठी क्रीडास्पर्धांचे यशस्वी आयोजन, व्यवस्थापनसुद्धा करता येईल.

2.3 अध्यापन पद्धती

अध्यापन

विद्यार्थ्यांना शिकण्यासाठी परिस्थिती निर्माण करून कार्यक्रम व प्रसंग उपलब्ध करून देण्याची प्रक्रिया म्हणजे 'अध्यापन' होय. तसेच विद्यार्थ्यांना अध्ययनासाठी प्रवृत्त करणे व त्यांच्या अध्यापनाच्या क्रियेला योग्य ते मार्गदर्शन करणे, वातावरण निर्माण करणे व त्यांच्या वर्तनामध्ये अपेक्षित व विधायक बदल घडविणे, हा बदल घडला की नाही याच्या तपासणीसाठी मूल्यमापन करणे या सर्व बाबी अध्यापन प्रक्रियेमध्ये येतात.

- ''अध्यापन म्हणजे माहितीद्वारे विद्यार्थ्यांमध्ये जीवनभर अध्ययनाविषयी आवड विकसित करणे, त्यांना परिपक्व होण्यास मदत करणे, स्वयंभू अध्ययनकर्ता व भावी जीवनातील खडतर आवाहने पेलणारा, तसेच समाजामध्ये मनाने एकरूप होऊन जाणारा समाजातील एक घटक बनविणे होय.'' – **बिलबर श्रम**

अध्यापनाची तत्त्वे

(1) क्रियाशीलता : विद्यार्थ्यांना कृती करणे आवडते, त्यामुळे वैचारिक पातळीबरोबर त्यांना कृती करण्यास वाव देणे गरजेचे असते. त्यांना कृती करण्यास संधी देण्यासाठी शिक्षक स्वतः क्रियाशील असला पाहिजे. निष्क्रिय शिक्षक यशस्वी शिक्षक होऊ शकत नाही.

(2) प्रवर्तन : एखादी कृती करण्यासाठी ज्या कारणांमुळे व्यक्ती प्रवृत्त होते, त्यास 'प्रवर्तन' असे म्हणतात. कृतीस प्रवृत्त करण्यासाठी प्रवर्तनाची आवश्यकता असते. उदा., अध्यापनाच्या सुरुवातीस विद्यार्थ्यांना घटक शिक्षणाचा हेतू काय ? गरज काय ? उपयोग काय ? याविषयी स्पष्टीकरण प्रभावीपणे दिल्यास त्यांना शिकण्याची प्रेरणा मिळते.

(3) अभिरुची : शिकण्याचा हेतू व महत्त्व पटविण्यात शिक्षक यशस्वी झाल्यास विद्यार्थ्यांमध्ये आवड निर्माण होते. मुलांचे वय, कल यांचा विचार करून शिकण्याची अभिरुची विकसित केल्याने अध्यापनाचा परिणाम वाढतो.

(4) **बक्षिसे व शिक्षा :** अध्यापनामध्ये बक्षिसे, प्रशस्तिपत्रे, शिक्षा, निंदा इत्यादी बाह्य प्रवर्तकांचा उपयोग शिक्षकाला करावा लागतो. बक्षिसे व शिक्षा यांचा उपयोग मर्यादित व तारतम्याने करणे गरजेचे असते. बक्षिसासाठी मुले प्रयत्न करतात, तर एखादी कृती केल्यास शिक्षा मिळते. त्यामुळे ती कृती टाळतात.

(5) **अध्यापन साहित्य :** अध्यापनातील कठीण संकल्पना समजावून घेण्यासाठी व अवधान वाढविण्यासाठी निरनिराळ्या विषयांना आवश्यक असलेले साहित्य भरपूर व अद्ययावत असावे. अध्यापनात त्यांचा उपयोग कुशलतेने केल्यास विद्यार्थ्यांना शिक्षणाची प्रेरणा मिळते.

(6) **शिक्षण व जीवन यांचा संबंध :** अध्यापन करताना दैनंदिन जीवन व नवीन ज्ञान, कौशल्य यांची जोडणी करणे गरजेचे असते. त्यामुळे माझ्यासाठी शिकवित असल्याची भावना विद्यार्थ्यांना होते. अध्यापनातील नीरसता जाते.

(7) **अध्यापनाचे नियम पाळणे :** तयारीच्या नियमाप्रमाणे प्रथम त्यांचे मन व शरीर शिकण्यास तयार करणे, त्याने उत्साह वाढतो. दुसरे म्हणजे सरावाचे नियम शिकविले की त्यांची पुनरावृत्ती करून घेतली पाहिजे, चुका टाळल्या पाहिजेत. अध्यापनाच्या सूत्राप्रमाणे सोप्याकडून सुरुवात करून कठीण बाबी समजावणे, विद्यार्थ्यांच्या क्षमता लक्षात घेऊन त्यांना परिपक्व करून कठीण भाग समजावणे.

(8) **अध्यापन व्यवस्थापन :** शिक्षकास अध्यापनाचे नियोजन करताना अध्यापनासाठी आवश्यक असणाऱ्या गोष्टींचे नियोजन, वेळ, मदतनीस, मैदान, खेळ-साहित्य यांचे सुयोग्य व्यवस्थापन करणे आवश्यक आहे. त्यामुळे कमी वेळात खूप काही शिकवून घेता येते व शिकविण्याचा परिणामही चांगला येतो.

(9) **निदानात्मक व उपचारात्मक दृष्टिकोन :** अध्यापन करताना सर्व विद्यार्थ्यांना समान जरी शिकविले तरी विद्यार्थी कमी-अधिक प्रगती करतात. समाधानकारक प्रगती न करणाऱ्या विद्यार्थ्यांच्या अडचणी सोडविण्यासाठी निदानात्मक कसोट्या वापरल्यास अडचणींवर मात करण्यासाठी उपचारात्मक पद्धती वापरल्यास अध्यापन गरजूंसाठी व विशेष विद्यार्थ्यांच्या प्रगतीस फायदेशीर ठरते व सर्वांची प्रगती साधली जाते.

(10) **सर्जनशीलता :** बुद्धीप्रमाणेच भिन्न-भिन्न दिशेने विचार करण्याची क्षमता मानवामध्ये आहे. प्रतिभा, कल्पकता, नवविचार, नवनिर्मिती, बहुविधता, मौलिकता इत्यादी गुणांचा या क्षमतेत समावेश होतो. या क्षमतेचा उपयोग अध्यापन सर्जनशील होण्यासाठी शिक्षकाने करावा.

विद्यार्थ्यांना शिकविताना ज्ञाताकडून अज्ञाताकडे (माहीत असलेल्या बाबीकडून माहीत नसलेल्या), मूर्ताकडून अमूर्ताकडे, विशिष्टाकडून सामान्याकडे, पूर्णांकडून अंशाकडे, मानसशास्त्रीय दृष्टिकोनाकडून तार्किक दृष्टीकडे या अध्यापनाच्या सूत्रांचा उपयोग करून अध्यापन करावे.

विविध अध्यापन पद्धती

शारीरिक शिक्षण व खेळ अध्यापनाच्या विविध पद्धती आहेत. त्यांचे वर्गीकरण दोन भागांमध्ये करता येईल.

(1) शिक्षकप्रधान : शिक्षक हा महत्त्वाचा असून त्याच्या मतानुसार व विचारानुसार शिकविले जाते. विद्यार्थ्यांच्या गरजा, इच्छा, आकांक्षांचा विचार केला जात नाही. विद्यार्थ्यांना दुय्यम स्थान असल्याने शिक्षकप्रधान अध्यापन पद्धतींना आधुनिक काळात विशेष महत्त्व नाही.

(2) विद्यार्थिप्रधान : या पद्धतीद्वारे विद्यार्थी केंद्रस्थानी ठेवून अध्यापन केले जाते. विद्यार्थ्यांची गरज, आवड, क्षमता, वय, परिपक्वता यांचा विचार करून अध्यापन केले जाते. मनावर अध्यापन वस्तूचा प्रभावी परिणाम घडविण्यासाठी अध्यापन वस्तूची क्रमबद्ध, सुसूत्र मांडणी करणे म्हणजे अध्यापन पद्धती होय.

अध्यापनाच्या विविध पद्धती आहेत. एक पद्धती चांगली किंवा दुसरी वाईट असे नसून कोणता विशिष्ट घटक शिकविण्यास त्या उपयोगी पडतात हे शिक्षकाने ठरवावयाचे असते व त्याप्रमाणे तो आशयभाग शिकविण्यासाठी कोणती अध्यापन पद्धती सुयोग्य आहे ती निवडावयाची असते.

पाठ्यांशानुसार एकापेक्षा अधिक अध्यापन पद्धती एका पाठात वापरल्या जातात. अध्यापन निवडताना पाठ्यांशाची उद्दिष्टे, साहित्य, सुविधा, विद्यार्थ्यांचे वय व परिपक्वता, शिक्षकाची अध्यापन पद्धती, विषय, समज, स्थानिक परिस्थिती इत्यादींचा विचार करणे गरजेचे असते. विद्यार्थ्यांना आशय समृद्धपणे आत्मसात होण्यासाठी अध्यापन पद्धतींची निवड हे एक उत्तम कौशल्य असते.

अध्यापन पद्धतीची आवश्यकता

1. अध्यापन पद्धतीच्या वापरामुळे कमी वेळात व कमी परिश्रमात शिक्षक अधिक शिकवितो.
2. अध्यापन पद्धतीच्या सुयोग्य वापराने शिकण्याचे उत्तम वातावरण तयार होते व विषय सोपा होण्यास मदत होते.
3. अध्यापन परिणामकारक व प्रभावी करून वर्गावर नियंत्रण ठेवता येते.

4. अध्यापन पद्धतीमुळे विद्यार्थी विविध कौशल्ये शिकण्यास तयार होतात व योग्यही होतात.
5. कोणत्याही विषयाचे ज्ञान अथवा खेळ कौशल्य संपादन करताना विद्यार्थ्यांना विशिष्ट पद्धतीनेच शिकविल्यास अध्यापन समृद्ध होते.
6. ज्ञान व कौशल्य आत्मसात करणारा विद्यार्थी व ज्ञानदान करणारा शिक्षक यांना जोडणारा दुवा म्हणजे अध्यापन पद्धती होय.

शारीरिक शिक्षण शिकविण्याच्या विविध पद्धती आहेत. कोणतीही एक पद्धत सर्वांग परिपूर्ण नाही. शिकविण्याचा खेळ किंवा खेळ कृती, विद्यार्थ्यांचे वय, लिंग, मानसिक परिपक्वता, आवडी-निवडी, गरज, कला, परिस्थिती, अनुभव, उपलब्ध सोई-सुविधा, वेळ या सर्वांचा विचार करूनच योग्य त्या नियोजनाच्या आधारे विविध अध्यापन पद्धतींचा उपयोग करून शिक्षकाने शिकवावे.

पाठ नियोजन व पाठाच्या पायऱ्या

पाठ नियोजन

शारीरिक शिक्षणाची उद्दिष्टे सफल करण्यासाठी अभ्यासक्रम शिकवावा लागतो व तो अनेक घटकांवर पाठाच्या साखळ्यांनी पूर्ण करावा लागतो. काय शिकवावयाचे, का शिकवावयाचे , कसे शिकवावयाचे, किती वेळात शिकवावयाचे, शिकविण्यासाठी शैक्षणिक वा क्रीडासाहित्य कोणते हवे, मैदानाची तयारी कशी करावी, या सर्व प्रश्नांची उत्तरे शारीरिक शिक्षणाचा पाठ घेताना शिक्षकांजवळ असावी लागतात; त्यासाठी पाठाचे नियोजन आवश्यक असते.

पाठाच्या पायऱ्या : कोणताही शारीरिक शिक्षणाचा पाठ घेताना त्याच्या चार पायऱ्या सर्वसाधारणपणे शिक्षक करतात.

1. पूर्वतयारी
2. शिकविण्याचा भाग (आशय प्रतिपादन)
3. मनोरंजन/पूरक खेळ भाग
4. विसर्जन.

विद्यार्थी प्रथम मैदानावरील वर्गाची हजेरी घेण्यासाठी एकत्रीकरण करतो. पाठ सुरू करण्याची अनुमती घेतो, तसेच विसर्जनात पाठनिरीक्षकास पाठ संपविण्याची व वर्ग सोडण्याविषयी निवेदन करतो व वर्ग सोडतो.

(1) पूर्वतयारी : याचे दोन भाग असतात.

(अ) एकत्रीकरण : विद्यार्थ्यांना उंचीप्रमाणे सुयोग्य वर्गरचनेत उभे करून निरीक्षकांना हजेरी व कोणता भाग शिकवणार याविषयी निवेदन दिले जाते.

(ब) उत्तेजक व्यायाम/सर्वांगसुंदर व्यायाम : शिकण्याच्या तयारीच्या नियमाप्रमाणे ज्या खेळाचे कौशल्य शिकविणारा व शरीराचे जे स्नायू व सांधे सहभागी होणार त्यांना शारीरिक कृतीसाठी तयार करण्याचे व्यायाम शिक्षक निवडतो व स्वतःहून विद्यार्थ्यांकडून

करून घेतो. यामुळे शरीराचे व मनाचे जडत्व जाऊन विद्यार्थी नवीन कौशल्य शिकण्यास शरीराने व मनाने तयार होतो.

हे व्यायाम घेताना प्रथम मानेपासून पायापर्यंत किंवा पायापासून मानेपर्यंत क्रमाने घ्यावेत व नंतर हात + पाय + सर्व शरीर असे एकत्रित विविध व्यायाम प्रकार जलद गतीने घ्यावेत. येथे चुकांची दुरुस्ती करणे आवश्यक आहे असे नाही; पण चुकीचा व्यायाम विद्यार्थी करत नाहीत ना, याची काळजी घ्यावी.

(2) शिकविण्याचा भाग (आशय) : प्रत्यक्ष शिकविण्यास सुरुवात करताना विद्यार्थ्यांची विशिष्ट वर्गरचना करून कोणत्या खेळातील कोणते कौशल्य शिकविणार याची स्पष्ट कल्पना देऊन पाठाच्या नियोजनाप्रमाणे अध्यापन पद्धतीचा उपयोग व साहित्याचा उपयोग करून भाग शिकविला जातो. या पायरीमध्येसुद्धा दोन भाग आहेत.

(अ) आशय/कौशल्य शिकविणे : येथे कौशल्य/खेळ नाव सांगून त्याचे प्रात्यक्षिक देऊन भागाप्रमाणे स्पष्टीकरण दिले जाते व पद्धतीप्रमाणे कौशल्य शिकविले व समजाविले जाते.

(ब) सराव : कौशल्य शिकविल्यानंतर त्यांचा सराव चुकांच्या दुरुस्तीसह आवश्यक आहे. शिक्षणशास्त्राच्या सरावाच्या नियमाने सरावाच्या विविध ड्रीलद्वारे सराव घेतल्यास उत्तम कौशल्य आत्मसात होते. सरावासाठी वेगळी वर्गरचना, मैदान आखणी किंवा सराव साहित्य यांचे नियोजन व सराव पद्धती खेळाप्रमाणे व कौशल्याप्रमाणे निश्चित केली जाते.

(क) मनोरंजनाचा/पूरक खेळाचा भाग : शिकविण्याच्या भागामध्ये शिकलेले कौशल्य वापरून एखादा पूरक खेळ, ज्यामुळे ते कौशल्य विद्यार्थ्यांमध्ये अधिक खेळाच्या वातावरणात रुजेल, पक्के होईल व तेही आनंदाने खेळताना; अशी या पायरीची तयारी शिक्षकाने करावी. पूरक अथवा मनोरंजक खेळाचे नाव सांगावे. खेळ कसा खेळावयाचा हे समजावून द्यावयाचे, गट पाडावयाचे असल्यास गट पाडणे, त्यांना नावे द्यावी, खेळ संपणार कसा हेही स्पष्ट करावे. त्या खेळाचा सराव दाखवावा व प्रत्यक्ष खेळ घ्यावा. विद्यार्थ्यांना आनंद मिळतो. शर्यत, छोटे खेळ, कौशल्यावर आधारित शर्यती व खेळ या पायरीत घेतात. खेळ खेळल्यावर आनंदाने टाळ्या वाजविणे अथवा शर्यत असल्यास जिंकणाऱ्यांचे अभिनंदन वेगवेगळ्या पद्धतीने करून आनंदनिर्मिती करणे.

(3) विसर्जन :

(अ) विसर्जनाची वर्गरचना करून निरीक्षकाची विसर्जन अनुमती द्यावी.

(ब) ताणाचे हलके व्यायाम वरच्या वर्गास घ्यावेत. यास 'कूलिंग डाऊन' असे म्हणतात. त्यामुळे मुलांना अति थकवा आल्यास थकवा दूर करण्यास उपयोग होतो.

(क) विसर्जन कृती - शेवटी पाठ संपविताना वर्ग विसर्जन करतानाची कृती शिक्षक समजावून देतो. कधी घोषणा, आरोळी किंवा कृतीयुक्त विसर्जन करून पाठ संपविला जातो.

शारीरिक शिक्षणाच्या विविध अध्यापन पद्धती

हुकूम/आज्ञा पद्धती (Command Method)

हुकूम (आज्ञा) देऊन विद्यार्थ्यांना शिकविणे या पद्धतीत असते. जी कृती शिकवावयाची आहे ती कृती (प्रात्यक्षिक) शिक्षकाने करणे व तीच कृती विद्यार्थ्यांकडून आज्ञाद्वारे करून घेणे. त्यासाठी अंक, शिटी, वाद्य, टाळी यांचीही मदत आज्ञा पोहोचविण्यासाठी घेतली जाते. औपचारिक बाबी शिकविण्यासाठी या पद्धतीचा उपयोग केला जातो. उदा., साहित्य कवायती, कृतीयुक्त गाणी, संचलन, सर्वांगसुंदर व्यायाम, एरोबिक्स व्यायाम प्रकार इत्यादी. स्पष्ट आदेश, विद्यार्थी संख्या व परिस्थितीप्रमाणे आवाज लहान-मोठा, शिक्षकाने स्वतःची सर्वांग कृती दिसेल व आवाज पोहोचेल अशा जागी उभे राहावे. विशिष्ट हुकुमाद्वारे विशिष्ट कृती करून घेतली जाते. सामूहिक कृती करणे, विभागशः कृती करून घेऊन चुका दुरुस्ती केल्या जातात. ही पद्धत शिक्षकप्रधान आहे.

हुकुमाचे प्रकार :

(1) प्रतिक्रियात्मक हुकूम : हुकूम दिल्यानंतर सर्व विद्यार्थ्यांनी त्या आज्ञेप्रमाणे कृती करून त्याच स्थितीत थांबावे लागते.

(2) लयात्मक हुकूम : प्रतिक्रियात्मक हुकुमाद्वारे शिकविलेल्या भागाची पुनरावृत्ती अधिक काळ करण्यासाठी लयात्मक हुकुमाचा उपयोग केला जातो. तालाने किंवा सलग कृती करण्यासाठी या हुकुमाचा उपयोग होतो. पुनःपुन्हा कृती करून दृढ करण्यासाठी या लयात्मक हुकुमाचा उपयोग होतो.

हुकूम पद्धतीचे गुण/महत्त्व :

1. क्रिया त्वरित केल्याने विद्यार्थ्यांना स्फूर्ती मिळते.
2. एका हुकुमाद्वारे एकच कृती अनेकांकडून करून घेण्याची सवय लागावी यासाठी ही पद्धत वापरतात.
3. एकाच वेळी हुकुमावर अनेकांनी कृती केल्याने आकर्षक कृती दिसते.
4. लयात्मक आदेशामुळे विद्यार्थ्यांना कृती करण्यास प्रेरणा मिळते. उदा., आज्ञा- तेज चल. अंकताल - 1-2, 1-2, 1-2.
5. पाठाचे नियोजन सोपे जाते.
6. विद्यार्थ्यांच्या अंगी शिस्त व सर्वांबरोबर समायोजन करून समान कृती करण्यासाठी तयार केले जाते.
7. अंकताल हुकुमाद्वारे तालबद्ध हालचाली विद्यार्थ्यांमध्ये विकसित करता येतात.

दोष/उणिवा :

1. शिक्षककेंद्रित विचार करता शिक्षकांचा हुकूम पाळला जातो.
2. व्यक्तिभेदाकडे दुर्लक्ष केले जाते.
3. शिकविण्यात यांत्रिकता येते.
4. सर्व शारीरिक हालचाली शिकविण्यास उपयुक्त नाही.

◗ अनुकरण पद्धती (Imitation Method)

मुले अनुकरणप्रिय असल्याने मोठ्यांचे अनुकरण करतात. अनुकरण कृतीस प्रोत्साहन देणारे असल्याने शिक्षक कृती दाखवितात व विद्यार्थी निरीक्षण करून अनुकरण करतात. अनुकरणातून अध्यापन होत असल्याने शिक्षकाची स्वतःची कृती आदर्श व उत्तम हवी. त्याचे अनुकरण विद्यार्थी करतात.

सोप्या कृती, सराव, पूरक व्यायाम, उत्तेजक व्यायाम, विविध खेळांचे प्राथमिक कौशल्य तसेच लहान मुलांना सर्व बाबी या पद्धतीने शिकवितात.

गुण/महत्त्व :

1. विद्यार्थी लवकर व सुलभतेने शिकतात.
2. शिक्षकाची कृती आदर्श असेल व विद्यार्थ्यांनी योग्य निरीक्षण करून कृती केल्यास विसरत नाही.
3. वेळेची बचत करणारी तसेच लहान मुलांना उपयुक्त आहे.

दोष/उणिवा :

1. अवघड बाबी शिकविण्यास उपयुक्त नाही.
2. शिक्षककेंद्रित असल्याने व व्यक्तिभेदाचा विचार नसल्याने या पद्धतीस मर्यादा आहेत.

◗ नाट्यीकरण पद्धती (Dramatisation Method)

नाट्यामध्ये कृती, भाष्य, हावभाव यांचा सुंदर कौशल्यपूर्ण मिलाफ असतो. नाट्यीकरणामध्ये रसोत्कटता, हावभाव, कृती व संवादाने परिणामकारक अभिव्यक्ती करणे व अनुभूती आणली जाते.

पक्षी, प्राणी, वाहने इत्यादींचे आवाज व हालचाली यांचे नाट्यीकरण केले जाते. उदा., बेडकासारखा आवाज काढून उड्या मारणे, घोडदौड, आगगाडीचा आवाज काढत खेळणे किंवा एखादा कथात्मक प्रसंग नाट्यीकरणातून शिक्षक शिकवितात. त्यात कृती व हालचाल यांद्वारे मोठ्या स्नायूंना व्यायाम करमणुकीद्वारे होतो.

गुण/महत्त्व :

1. मुलांच्या कल्पनाशक्तीस वाव मिळतो.
2. मनोरंजनातून व्यायाम होतो.
3. विद्यार्थी आनंदाने सहभागी होतात.

4. प्राथमिक शाळा स्तरावर खूपच उपयुक्त पद्धत, उदा., कासव व ससा यांसारख्या कृतीयुक्त गोष्टी शिकविण्यास सोपे.
5. आवाज, हावभाव, कृती यांचा समन्वय विकसित होण्यास उपयुक्त आहे.
6. विद्यार्थ्यांच्या आत्मविश्वासास संधी देणारी पद्धत आहे.

दोष/उणिवा :

1. सर्व खेळ कृती या पद्धतीने शिकविणे शक्य नाही.
2. वर्गनियंत्रण कठीण.
3. शारीरिक शिक्षण फक्त मनोरंजन/नाट्य आहे. असा समज वाढण्याची शक्यता.

◗ पूर्ण भाग/समग्र पद्धती (Whole Method)

शारीरिक कृती किंवा कौशल्याचे उपभाग न करता शिकविणे, कौशल्य किंवा कृती बाब एकदम शिकविणे म्हणजे पूर्ण/समग्र पद्धती होय.

उदाहरणार्थ, लांब उडीतील हिच्-किक् स्टाईल शिकविणे. शिक्षक धावन-मार्गावर धावत येतो व हिच्-किक् स्टाईलने उडी मारून लांब उडी खड्ड्यात उतरतो. विद्यार्थी निरीक्षण करतात व शिक्षक त्याप्रमाणे करण्यास सांगतात. येथे पूर्ण पद्धतीने लांब उडी शिकविणे संपते. धावन-मार्गावर धावत येणे, उशी घेणे, हवेतील स्थितीमध्ये पायाची, हाताची व शरीराची स्थिती वेगवेगळी दाखविली अथवा शिकविली जात नाही.

पूर्ण पद्धतीमुळे संपूर्ण कौशल्य शिक्षकाच्या दिग्दर्शनाने एकदम विद्यार्थ्यांना कळते. कौशल्याचे संपूर्ण चित्र मुलांसमोर उभे राहिल्यामुळे मुले ती कृती त्वरित करू लागतात. हुशार मुलांना अधिक उपयोगी पडणारी ही पद्धत आहे.

गुण/महत्त्व :

1. पूर्ण कृती दाखविल्याने विद्यार्थी कौशल्याकडे आकर्षित होतात व कृती करू लागतात.
2. संपूर्ण कौशल्याने एकत्रित चित्र डोळ्यांसमोर आल्याने त्यातील महत्त्वाच्या भागांचा एकमेकांशी संबंध समजल्यावर पटकन कृती आत्मसात होते.
3. शारीरिक तंदुरुस्ती असणाऱ्या हुशार विद्यार्थ्यांना ही पद्धत अधिक फायद्याची आहे.
4. कौशल्य व कृती यांमधील एकरूपता, अर्थपूर्णता समजते व सरावामुळे ही पद्धत अधिक प्रभावी ठरते.
5. उपभाग व उपघटक यांचा संबंध समजाविण्यात वेळ जात नाही. त्यामुळे कौशल्य कमी वेळात शिकवून होते.
6. विविध खेळ, ॲथलेटिक्स शिकविण्यासाठी काही अंशी उपयुक्त पद्धती आहे.
7. उच्च स्तरावरील खेळांसाठी ही पद्धती अधिक उपयोगी पडते.

दोष/उणिवा :

1. कृती/कौशल्यांचे समग्र दर्शन घडविले जात असल्याने उपभाग सांगितले जात नाहीत. त्यामुळे प्रथम शिकणाऱ्या विद्यार्थ्यांना या पद्धतीने शिकणे कठीण जाते.
2. कौशल्य समग्रपणे पाहून आत्मसात न झाल्यास विद्यार्थ्यांमध्ये नाराजी असते.
3. खेळातील अवघड कौशल्य या पद्धतीने शिकविणे शक्य नाही.
4. नवशिके अथवा लहान मुलांना ही पद्धत उपयोगी नाही.

भाग/खंडात्मक पद्धती

खेळातील कौशल्याचे उपभाग करणे या पद्धतीत महत्त्वाचे असते. प्रत्येक पूर्ण कौशल्य हे प्राथमिक कौशल्य व शारीरिक कृतींनी मिळून तयार होते. हे एकदम शिकणे कठीण असते. म्हणून त्याचे मुलांना समजतील असे भाग केल्यास त्यांना आत्मसात करणे सोपे जाते; यास 'भाग पद्धतीने शिकविणे' असे म्हणतात. उदाहरणार्थ, उंच उडी शिकविताना धावन-मार्ग, उशी घेणे, बारवरील स्थिती, बार ओलांडणे व नंतर मॅटवर रोल घेणे (लँडिंग) असे भाग करणे व पुन्हा प्रत्येक भागाचे सोपे भाग करणे. समजा, उशी घेणे, स्ट्रॅडल रोड स्टाईलसाठी उशी घेणे ही कृती हिल बॉटो कृतीने घेतली जाते. हिल ॲक्शन, बॉल (रोलिंग ऑन टो) व टो-कृती व शेवटी पंजावरून जमीन सोडणे असे भाग करता येतात. आता असे भाग करून प्रत्येक भाग शिकविल्यास विद्यार्थ्यांना सहज आत्मसात होतो.

महत्त्व/गुण :

1. खेळ कौशल्याचे उपभाग केल्यामुळे विद्यार्थ्यांना आत्मसात होण्यास सोपे जातात.
2. भागाप्रमाणे सराव घेणे सहज सोपे जाते.
3. प्रत्येक भाग आत्मसात झाल्याने संपूर्ण कौशल्य जोडल्यास संपादनाची उंची वाढते.
4. प्रत्येक भाग सोप्या रीतीने व टप्प्या-टप्प्याने शिकल्याने तो मुलांना येतो; त्यामुळे आत्मविश्वास वाढतो.
5. भाग शिकत असल्याने प्रत्येक भाग शिकतानाच चुकांची दुरुस्ती होते.
6. विविध खेळ व ॲथलेटिक्स प्रकार शिकविण्यास उपयुक्त.

दोष/उणिवा :

1. कौशल्याचे भाग केल्याने कौशल्याचे समग्र चित्र विद्यार्थ्यांसमोर उभे राहत नाही; त्यामुळे उपभागांमधील एकरूपता समजत नाही.
2. भागा-भागात कृती शिकल्याने विद्यार्थ्यांच्या मनात गोंधळ निर्माण होतो.
3. कौशल्याचे भाग-उपभाग करून शिकविल्यामुळे त्यांचा सराव करण्यासाठी व त्या भागांची जोडणी करण्यासाठी पुन्हा वेगळा वेळ व शक्ती खर्च होते.
4. हुशार मुलांसाठी वेळखाऊ पद्धत आहे.

पूर्ण-भाग-पूर्ण/समग्र-खंडात्मक-समग्र पद्धती

(Whole-Part-Whole Method)

विद्यार्थ्यांना जे कौशल्य शिकविणार आहे त्याचे पूर्ण प्रात्यक्षिक प्रथम दाखविणे व नंतर त्या कौशल्याचे भाग अथवा उपभाग करून त्यांचे प्रात्यक्षिक दाखविणे व त्यासोबत गरजेप्रमाणे स्पष्टीकरण करणे. शेवटी पुन्हा संपूर्ण कौशल्य दाखविणे. याप्रमाणे कौशल्य विद्यार्थ्यांना या पूर्ण-भाग-पूर्ण पद्धतीने शिकविले जाते. या पद्धतीमध्ये प्रथम पूर्ण प्रात्यक्षिक दाखविल्याने संपूर्ण एकत्रित कौशल्याचे चित्र विद्यार्थ्यांना समजते की, ज्यामुळे त्यांना शिकविल्यानंतर आपण कोणते कौशल्य करू शकू याची संपूर्ण कल्पना येते.

नंतर शिक्षक त्याचे भाग करून एक-एक भाग दाखवितो व स्पष्टीकरण देतो. त्यामुळे कौशल्याचे भाग त्यांना शिकता येतात. एकदम संपूर्ण कौशल्य त्यांना शिकता येणे शक्य नसते. एकदा भाग किंवा उपभागांद्वारे शिकल्याने संपूर्ण कौशल्य ज्यांनी मिळून तयार होते, ते सर्व भाग त्यांना येऊ लागतात. कौशल्यातील भाग/उपभाग शिकल्यानंतर त्यांची एकत्रित जोडणी करून पुन्हा पूर्ण प्रात्यक्षिक शिकवावे लागते. म्हणजे अपेक्षित कौशल्य समग्रपणे त्यांना अवगत होईल. हाच या पद्धतीचा खरा उद्देश आहे.

उदाहरणार्थ, उंच उडी म्हणजे शिक्षक संपूर्ण उंच उडीचे प्रात्यक्षिक दाखवितो की, ज्यामुळे उंच उडी शिकविल्यानंतर विद्यार्थ्यांना उडी कशी मारावयाची याची पूर्ण कल्पना येते. त्यानंतर धावन-मार्ग, उशी घेणे, बारवरील शरीरस्थिती, बार ओलांडणे व रोल मारून जमिनीवर येणे हे भाग त्या भागांमध्ये असल्यास उपभाग शिकविले जातात.

नंतर पुन्हा या भागांना एकत्रित जोडणारे संपूर्ण उंच उडीचे कौशल्य, पूर्ण कौशल्य विद्यार्थ्यांना दाखविले जाते. सरावामध्ये मात्र त्यांच्याकडून प्रथम भागशः व नंतर पूर्ण कृती एकत्र जोडून करून घेतली जाते.

महत्त्व/गुण :

1. शिकविण्याच्या कौशल्याचे समग्र चित्र पूर्ण कौशल्य विद्यार्थ्यांसमोर उभे केल्याने समजते व नंतर भाग/उपभाग शिकविल्याने त्यांना कौशल्य उत्तम समजते.
2. कौशल्य शिकण्यास विद्यार्थ्यांना सुलभ जाते. कमी वेळात व कमी कष्टात शिकतात.
3. पूर्ण कौशल्याचे चित्र व भाग-उपभागाने शिकल्याने विद्यार्थ्यांचा आत्मविश्वास उच्च असतो.
4. पूर्ण कृती माहीत असल्याने सरावानंतर योग्य आली किंवा नाही हे स्वतःच विद्यार्थी तुलना करू शकतो. यातून स्वयं-मूल्यमापन घडते.
5. सामान्य विद्यार्थी व नैपुण्यवान विद्यार्थी आपापल्या वेगाने कौशल्य शिकू लागतात.

दोष/उणिवा :

1. अधिक वेळ खर्च होतो. पूर्ण प्रात्यक्षिकासह शिकविणे, मग भागशः व पुन्हा प्रात्यक्षिक यामुळे वेळ लागतो.
2. सर्व आशय घटक या पद्धतीने शिकविता येत नाहीत. इतरही पद्धतींची मदत घ्यावी लागते.
3. भाग/उपभाग करून शिकविताना हुशार विद्यार्थ्यांची रसहानी होऊ शकते.

वर्गरचना

शिक्षक शारीरिक शिक्षणाचे अध्यापन करताना सर्व विद्यार्थ्यांना शिक्षकाचे प्रात्यक्षिक दिसून अध्यापन परिणामकारक होण्यासाठी वर्गरचना हा महत्त्वाचा भाग आहे. वर्गरचनेच्या संदर्भात शारीरिक शिक्षणात शिक्षकाने महत्त्वाची पुढील तत्त्वे विचारात घ्यावीत.

1. विद्यार्थ्यांचे चेहरे सूर्याकडे नसावेत.
2. कमी उंचीचे विद्यार्थी पुढे त्यांच्या पाठीमागे क्रमाने उंच मुले उभी करावीत.
3. शिक्षकाची जागा सर्व विद्यार्थ्यांना दिसेल अशा ठिकाणी असावी. ज्यामुळे सर्व विद्यार्थ्यांना शिक्षकाच्या कृती दिसतील.

वरील तत्त्वांचा अवलंब करून शारीरिक शिक्षकाने औपचारिक व अनौपचारिक बाबींच्या संदर्भात योग्य वर्गरचना करावी. काही औपचारिक व अनौपचारिक बाबींच्या वर्गरचना शिक्षकांच्या मार्गदर्शनास्तव येथे दिल्या आहेत.

(1) मुक्त वर्गरचना : विद्यार्थ्यांच्या शरीरातील स्नायूंनी नवीन शिकविण्याच्या बाबीस योग्य साथ देण्यास्तव शारीरिक शिक्षकाने नवीन बाब शिकविण्याच्या अगोदर विद्यार्थ्यांचे शरीर गरम करावे. हे शरीर गरम करण्यासाठी व्यायाम द्यावा, ज्यामध्ये मानेपासून पायापर्यंत किंवा पायापासून मानेपर्यंत असा क्रम ठेवावा व पुढीलप्रमाणे 'मुक्त वर्गरचना' करावी.

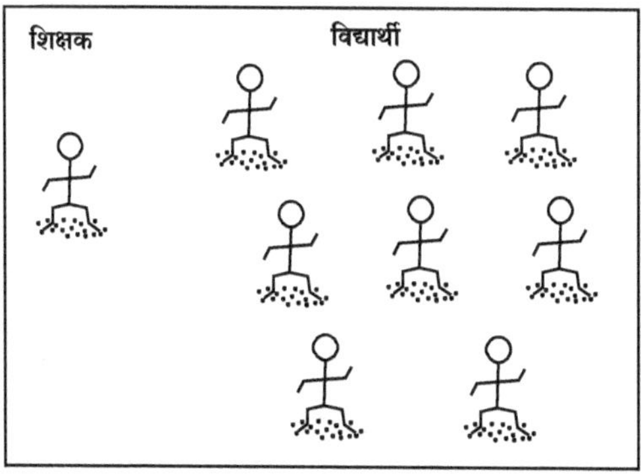

आकृती क्र. 2.1 : मुक्त वर्गरचना

(2) त्रिकोणी, चौकोनी, सूर्यकिरणाकृती वर्गरचना : अशा प्रकारच्या वर्गरचना शक्यतो औपचारिक बाबींचे सांघिक असे प्रात्यक्षिक करीत असताना शारीरिक शिक्षकाने उपयोगात आणावयाचे असते.

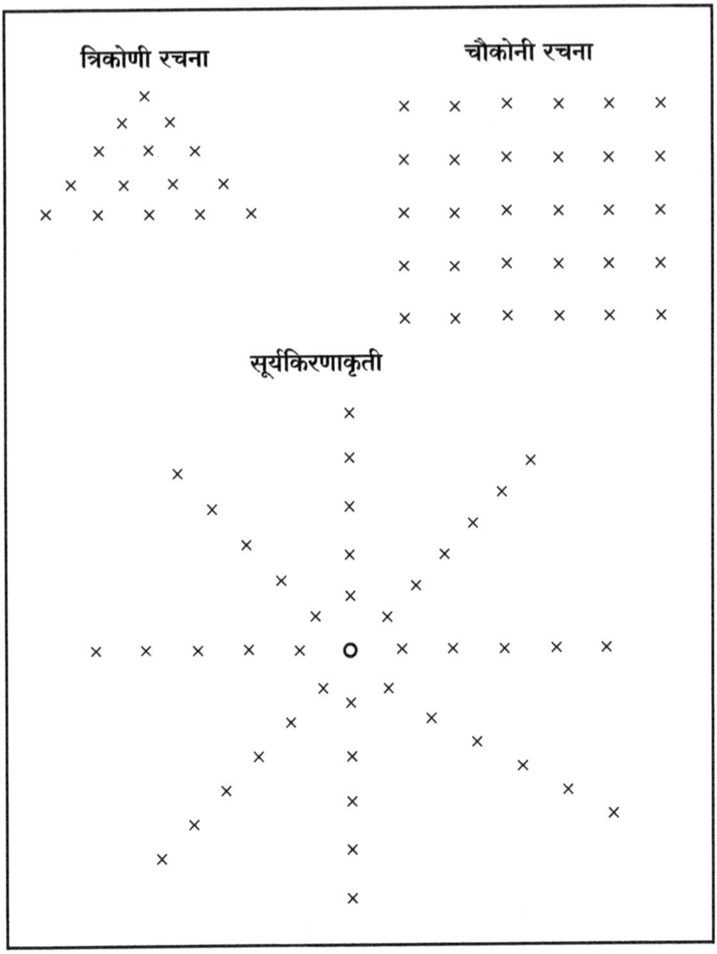

आकृती क्र. 2.2

या वर्गरचनेमुळे प्रात्यक्षिकांच्या बाबीत 1 ते 100 व त्याहून अधिक विद्यार्थ्यांच्या प्रात्यक्षिकाच्या कृती अंकान्वये सारख्या दिसून एकप्रकारची आकर्षकता साधता येते.

(3) तीन दिशा रचना : ही रचना चौकोनाकृती रचनेसारखीच असते; परंतु एका बाजूला शिक्षकास पुढे दिलेल्या आकृतीप्रमाणे जागा ठेवून शिक्षकाच्या डाव्या, उजव्या व तोंडासमोरील बाजूस विद्यार्थ्यांना उभे करावयाचे असते.

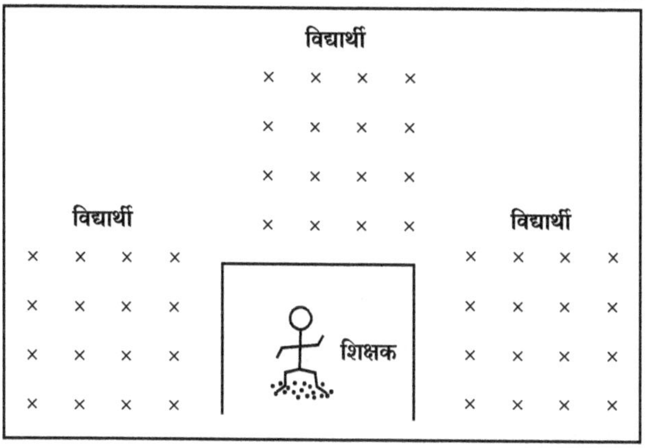

आकृती क्र. 2.3 : तीन दिशा रचना

(4) अर्धगोलाकार आकृती : अशा प्रकारची वर्गरचना शक्यतो अनौपचारिक बाबींच्या कौशल्याचे प्रात्यक्षिक दाखवित असताना करावयाची असते. अनौपचारिक बाबीत कोणतेही खेळ तसेच मैदानी खेळ यांचा समावेश केला जाऊ शकतो.

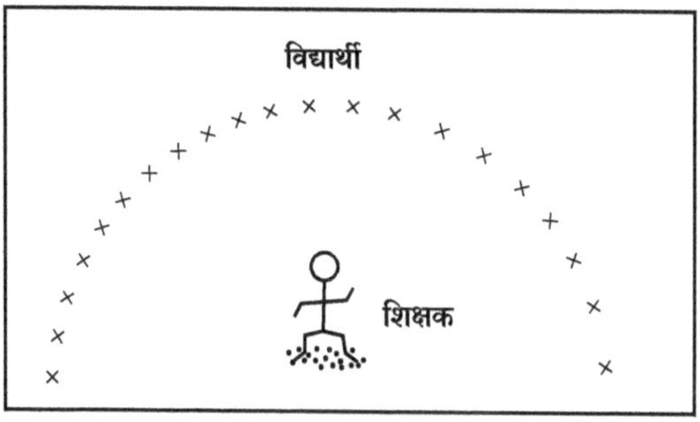

आकृती क्र. 2.4 : अर्धगोलाकार आकृती

वर नमूद केलेल्या रचनेव्यतिरिक्त शारीरिक शिक्षकाने स्वतःची बुद्धी वापरून कल्पनेच्या जोरावर निरनिराळ्या रचना केल्या तरी चालू शकतात.

वर्गव्यवस्थेतील महत्त्वाची तत्त्वे : शारीरिक शिक्षकाने वर्गव्यवस्थेच्या संदर्भात पुढील तत्त्वे विचारात घ्यावीत.

1. स्वतः शिस्तप्रिय असावे.
2. शारीरिक शिक्षणाच्या तासाला योग्य गणवेश घालावा.
3. विषयाची तयारी सर्वतोपरी केलेली असावी.
4. तास सुरू होण्याअगोदर शिकविण्याच्या बाबींच्या संदर्भात सर्व सोईंची पूर्तता करावी.
5. स्वतः वक्तशीर असावे.

6. शारीरिक शिक्षकाचा आवाज खणखणीत असावा.
7. विद्यार्थ्यांमध्ये नेतृत्व वाढीस लावावे.
8. योग्य वेळी शिट्टीचा वापर करावा.
9. बोलणे कमी व प्रात्यक्षिकावर जोर जास्त द्यावा.

प्रश्न : • **अध्यापनाची तत्त्वे लिहा.**
• **अध्यापन पद्धतींची नावे लिहा.**
• **अध्यापन पद्धतींची आवश्यकता स्पष्ट करा.**

2.4 शारीरिक शिक्षण शिक्षकाची भूमिका, गुण व कर्तव्ये

2.4.1 शारीरिक शिक्षण शिक्षकाची भूमिका

संपूर्ण शिक्षण प्रक्रियेमध्ये शिक्षकास अत्यंत महत्त्व आहे. विद्यार्थ्यांना विधायक अनुभव देऊन व्यक्तिमत्त्व घडविण्यात शिक्षकाचा मोठा वाटा असतो. किंबहुना इतके शिक्षणाविषयी बदल घडूनही शिक्षकाचे महत्त्व वाढतच गेले आहे. शारीरिक शिक्षणामध्ये तर शिक्षकास शिक्षक, मार्गदर्शक (कोच), पंच, पालक, सल्लागार, प्रथमोपचारक इत्यादी अनेक भूमिका मैदानावर पार पाडाव्या लागतात. म्हणून गुणवान शारीरिक शिक्षण शिक्षकच आपल्या व्यवसायात यशस्वी होतो.

शारीरिक शिक्षण शिक्षकास शारीरिक शिक्षण या विषयाच्या अध्यापनाबरोबरच विविध स्पर्धांसाठी वेगवेगळ्या खेळांचे शाळेचे संघ निवडावे लागतात. यावेळी तो निवड समितीचा प्रमुख असतो, या निवडलेल्या संघांना मार्गदर्शन करावे लागते तेव्हा मार्गदर्शक तर कौशल्य, सुदृढता प्रशिक्षण देतेवेळी प्रशिक्षकाच्या भूमिकेत जातो. स्पर्धात्मक सराव घेताना त्यास पंचांचीसुद्धा भूमिका करावीच लागते. आंतरकुल, आंतरशालेय इ. स्पर्धांचे यशस्वी आयोजन करताना तो व्यवस्थापकाची भूमिका करत असतो. क्रीडांगणावर, शाळेत, आवारात काही इजा, दुखापत झाल्यास त्यास प्रथमोपचारकाची भूमिका अनिवार्य होते. शाळेचे संघ, शिबिर, सहल बाहेरगावी घेऊन जाताना पालकांची संपूर्ण भूमिका त्यास पार पाडावी लागते. विद्यार्थ्यांनी, खेळाडूंनी काय आहार घ्यावा, कोणता व किती व्यायाम, प्रशिक्षण करावे. कोणता खेळ निवडावा इत्यादी अनेक प्रश्न समस्यांसंदर्भात तो सल्लागार, समुपदेशक या भूमिका प्रभावीपणे पार पाडत असतो.

अशा प्रकारे शारीरिक शिक्षण शिक्षक परिस्थितीनुसार व गरजेप्रमाणे विविध भूमिका करून आपल्या विषयासाठी स्वतःस समर्पित करतो.

शारीरिक शिक्षण शिक्षकाची गुणवैशिष्ट्ये

शैक्षणिक गुणवत्ता : शारीरिक शिक्षणाचा शिक्षक पदवीधर असावा. तसेच 'शारीरिक शिक्षण' विषय कसा शिकवावा याविषयी प्रशिक्षण घेतलेला बी. पी. एड. किंवा बी. एड. (फिजिकल एज्युकेशन) ही पदवी घेतलेला असावा. प्राथमिक स्तरावर डी. एल. एड. पदविकेस 'शारीरिक शिक्षण' हा विषय अभ्यासलेला असावा.

शारीरिक शिक्षण शिक्षकाच्या अंगी पुढील गुण असावेत –

(1) **आरोग्य :** शारीरिक शिक्षणाचा शिक्षक हा आरोग्यसंपन्न असावा. याचा अर्थ फक्त रोगमुक्त असून चालणार नाही, तर शरीर व मन सुदृढ असावे. तसेच सामाजिक, आध्यात्मिक स्वास्थ्याचा स्तर उंच असावा. विद्यार्थ्यांसमोर आरोग्यसंपन्न व्यक्तिमत्त्व एक आदर्श असते. ते शिक्षकाच्या रूपाने त्यांच्यासमोर असावे. भौतिक वातावरणाशी जुळवून घेणारा, सतत विधायक विचार करणारा, आपली नियोजित कामे कार्यक्षमतेने व प्रसन्नपणे करणारा, दुसऱ्यांना प्रोत्साहित करणारा व आपल्या प्रत्येक कृतीद्वारे विद्यार्थ्यांना स्वतःच एक उदाहरण घालून देणारा असावा. त्यामुळे उद्याची उत्तम पिढी विद्यार्थ्यांतून तो घडवू शकेल.

(2) **व्यक्तिमत्त्व :** व्यक्तीची शरीररचना, वर्तनपद्धती, अभिरूची, अभिवृत्ती, बुद्धिमत्ता, विविध योग्यता आणि प्रकट वैशिष्ट्यांच्या संघटनाला 'व्यक्तिमत्त्व' असे म्हणतात. असे 'मन' (Munn) या मानसशास्त्रज्ञाचे मत आहे.

उत्तम व्यक्तिमत्त्व हे परिस्थितीशी समायोजन, सामाजिक मूल्ये, शारीरिक व मानसिक घटक, क्षमता, सवयी व वृत्ती यांनी बनलेले असते.

या सर्वांचा समावेश शारीरिक शिक्षकाच्या व्यक्तिमत्त्वामध्ये हवा. शरीररचना बांधेसूद, अव्यंग हवी. मानसिकदृष्ट्या सबल, सामाजिकदृष्ट्या उत्तम समायोजन, सतत आशावादी व चांगले विधायक विचार व्यक्त करणारे व आपल्या व्यवसायावर प्रेम करणारा, मुख्याध्यापक, पालक, इतर शिक्षक इत्यादींबरोबर आदराचे व समन्वयाचे संबंध ठेवणारा व आपल्या विद्यार्थ्यांच्या विकासाची सतत कास धरणारा शिक्षक असावा.

(3) **ध्येयवादी :** विद्यार्थ्यांचा शारीरिक, बौद्धिक, मानसिक व सामाजिक विकास तसेच नैतिक मूल्यांचा विकास त्यांच्यामध्ये रुजविण्याचे ध्येय शेवटपर्यंत पूर्णत्वास नेण्याचा गाढ विश्वास ठेवणारा शिक्षक असावा.

(4) **मानसशास्त्रीय अभ्यासक :** शारीरिक शिक्षणाचा शिक्षक विद्यार्थ्यांच्या व बालकांच्या मनाची स्थिती जाणणारा व त्यांना मानसिक ताणतणाव, चिंता यांपासून मुक्त करण्याचा सल्ला देणारा, प्रसन्न व उच्च मानसिक स्वास्थ्य प्राप्त करून देणारा असा मानसशास्त्राचा अभ्यासक व सल्लागार असावा.

(5) **वैयक्तिक नैपुण्य :** शारीरिक शिक्षणाच्या शिक्षकास खेळाच्या कौशल्यांवर नैपुण्य हवे. शिक्षकाची कृती पाहूनच विद्यार्थी शिकतात. नियमांची जाण हवी व खेळाची विविधतेने तंत्रे अवगत करून त्यावरील नैपुण्य सतत वाढवत नेले पाहिजे. आवाज स्पष्ट व मोठा हवा. त्यामुळे हुकूम द्यावे लागतात ते प्रभावी व परिणामकारक ठरतात.

(6) **शिस्तप्रिय :** शारीरिक नियमातून विद्यार्थ्यांमध्ये शिस्त बाणणे हे एक उद्दिष्ट असल्याने स्वतः शिक्षक शिस्तप्रिय असला पाहिजे. स्वयंप्रेरणेने शिस्त पाळून विद्यार्थ्यांमध्ये ती उतरविण्यासाठी प्रयत्न करणारा शिक्षक असला पाहिजे.

(7) **अनुभव व अद्ययावत ज्ञान :** आपल्या व्यवसायाशी संबंधित अनुभव व ज्ञान सतत वाढविले पाहिजे. त्यासाठी सेवांतर्गत प्रशिक्षणात सहभागी झाले पाहिजे. खेळाचे बदलणारे नियम, नवे येणारे तंत्र, मुलांच्या काळानुरूप बदलणारी मानसिकता या सर्व बाबी शिक्षकाने स्वतः आपले ज्ञान अद्ययावत ठेवल्यावरच तो आपले कार्य उत्तमपणे करू शकेल.

(8) **चारित्र्य :** उच्च नीतिमत्ता व चारित्र्य धारण केलेला शारीरिक शिक्षक आत्मविश्वासाने खेळाद्वारे उत्तम पिढी घडवू शकेल. विशुद्ध चारित्र्याचा शिक्षकच उत्तम शीलवान नागरिक शारीरिक शिक्षणातून घडवू शकेल.

(9) **प्रथमोपचाराचे ज्ञान :** मैदानावर खेळताना विद्यार्थ्यांना दुखापत व इजा होण्याची शक्यता असल्याने प्रथमोपचाराचे ज्ञान असल्यास शिक्षक ताबडतोब प्राथमिक उपचार करू शकतो.

(10) **मनोरंजनविषयक छंद अथवा कला :** फावल्या वेळेचा उपयोग चांगल्या प्रकारे करणे हा एक शारीरिक शिक्षणाचा हेतू असल्याने शिक्षकाने वाद्य, गायन, नाट्य इत्यादी कला अवगत करणे गरजेचे असते.

(11) **माहिती-तंत्रज्ञान व अद्ययावत ज्ञान अवगत करण्याची लालसा :** शारीरिक शिक्षण विषयामध्ये सतत ज्ञानात्मक बदल होतात. काळानुरूप अद्ययावत ज्ञान ठेवण्यासाठी माहिती तंत्रज्ञान, संगणक हाताळणे, इंटरनेटवरील अद्ययावत माहिती मिळविणे इत्यादी नवे बदल आत्मसात करण्याची इच्छा शिक्षकाजवळ सतत असली पाहिजे.

शारीरिक शिक्षण शिक्षकाची कर्तव्ये / जबाबदाऱ्या

(1) **अभ्यासक्रम :** प्रत्येक वर्गाचा अभ्यासक्रम उत्तम प्रकारे समजावून घेऊन त्याची उद्दिष्टे सफल होण्यासाठी पूर्णपणे वेळेत शिकविणे व विद्यार्थ्यांमध्ये अभ्यासक्रमाद्वारे अपेक्षित केलेले बदल घडवून आणण्याचा प्रयत्न करणे.

(2) **राष्ट्रीय सण/उपक्रम :** स्वातंत्र्य दिन, प्रजासत्ताक दिन, क्रीडादिन, शाळा अथवा संस्था स्थापना दिन इत्यादी उपक्रम शाळांमध्ये आयोजित करणे ही शिक्षकाची

जबाबदारी असते. त्यासाठी योग्य नियोजन, प्रात्यक्षिके, प्रमुख पाहुणे, मैदान आखणी व तयारी, व्यासपीठ, ध्वजाबाबतची तयारी इत्यादी बाबींची तयारी करावी लागते.

(3) क्रीडास्पर्धा व मार्गदर्शन : शालेय क्रीडास्पर्धांचे वेळापत्रक जाहीर झाल्यानंतर संपूर्ण खेळांच्या संघाची निवड करणे, त्यांना सराव व मार्गदर्शन करणे, त्यांची स्पर्धेसाठीची तयारी करून घेणे हे शिक्षकाचे कर्तव्य आहे. या वर्षीच्या स्पर्धेत खेळाडूंनी किती प्रगती केली हे पाहून चुकांच्या दुरुस्तीविषयी मार्गदर्शन करणे गरजेचे असते.

(4) प्रोत्साहन/बक्षिसे : प्रावीण्य धारण करणारे, शाळेचे नाव गाजविणारे विजेते खेळाडू यांचा यथोचित सत्कार अथवा गौरव स्नेहसंमेलनात, पारितोषिक वितरण समारंभात प्रमुख पाहुण्यांच्या हस्ते योग्य ते बक्षीस देऊन केल्यास इतरही विद्यार्थ्यांना प्रेरणा व प्रोत्साहन मिळते. त्यामुळे क्रीडा वातावरणनिर्मिती होऊन नवीन विद्यार्थ्यांना खेळात आवड निर्माण होण्यास मदत होते.

(5) मूल्यमापन : विद्यार्थी शारीरिकदृष्ट्या तंदुरुस्त आहेत किंवा नाही हे तपासण्यासाठी शारीरिक शिक्षकाचे मूल्यमापन, तंदुरुस्ती मापन करून त्यांच्या वजन, उंची व शारीरिक तंदुरुस्तीच्या कसोट्या घेऊन त्या नोंदी ठेवल्यास कोणता विद्यार्थी कमी तंदुरुस्त आहे त्यास मार्गदर्शन करता येणे यातून शक्य होते.

(6) क्रीडानैपुण्य/शिष्यवृत्ती : विद्यार्थ्यांमध्ये क्रीडानैपुण्यधारक खेळाडू निवडण्याच्या चाचण्या उपलब्ध असल्याने त्यांच्या साहाय्याने शाळेतील नैपुण्यधारक खेळाडू निवडून त्यास या खेळामध्ये प्रगती करण्याचा सल्ला देणे आवश्यक आहे. विजेत्या खेळाडूंना शासनाकडून वा खासगी शिष्यवृत्ती मिळवून देणे.

(7) संबंध : लोकशाही समाजामध्ये क्रीडाशिक्षकाने विद्यार्थी, पालक, समाज, इतर शिक्षक, खेळास प्रोत्साहन देणाऱ्या संघटना, मुख्याध्यापक इत्यादींनी शारीरिक शिक्षणाच्या विकासास हातभार लावण्यासंबंधित सर्वांशी सौहार्दाचे संबंध निर्माण करणे गरजेचे असते.

(8) मैदाने/क्रीडासाहित्य - खरेदी व देखभाल : खेळांची मैदाने विकसित करण्याचे आधुनिक ज्ञान व बदलत्या नव्या पद्धती अवगत करणे गरजेचे आहे. त्या पद्धतीने मैदाने तयार करणे व त्यांची वर्षभर देखभाल करणे किंवा बाहेरील यंत्रणा किंवा एजन्सीद्वारे मैदानाची देखभाल करणे. तसेच क्रीडासाहित्य चांगल्या उत्पादकांकडून वाजवी दरात खरेदी करणे, त्यांची निगा राखणे, स्टोअर व्यवस्थापन, मुलांना साहित्याची देव-घेव करण्याची सवय लावणे इत्यादी महत्त्वाची जबाबदारी क्रीडाशिक्षकाची असते.

प्रश्न : • **शारीरिक शिक्षण शिक्षकाची गुणवैशिष्ट्ये लिहा.**
• **शारीरिक शिक्षण शिक्षकाची कर्तव्ये व जबाबदाऱ्या स्पष्ट करा.**

2.5 अभ्यासक्रमाचे स्वरूप

इ. 1 ली ते इ. 5 वी शालेय शारीरिक शिक्षण अभ्यासक्रम परिचय, क्षेत्र

मुलांच्या सर्वांगीण विकासासाठी त्यांचे स्वास्थ्य चांगले असणे अत्यावश्यक आहे. बदलत्या आधुनिक जीवनशैलीमुळे सर्वांचेच शारीरिक कष्ट कमी झाले आहेत. आजच्या माहिती व तंत्रज्ञानाच्या युगामध्ये शारीरिक व मानसिकदृष्ट्या सक्षम नागरिक तयार करणे हे आज आपल्यापुढे आव्हान आहे. तंत्रज्ञानाला तर पर्याय नाही, याच तंत्रज्ञानाच्या व बुद्धीच्या जोरावर माणूस आजूबाजूचे वातावरण बदलतो आहे. मात्र बदललेल्या जीवनशैलीमुळे माणूस शारीरिक कष्ट आणि मोकळी व शुद्ध हवा यांपासून दूर गेला आहे. आज सर्वच वयोगटांतील व्यक्तींवर निरनिराळे ताणतणाव दिवसेंदिवस वाढत आहेत. परिणामी शारीरिक, मानसिक व भावनिक असंतुलन वाढते आहे. या वाढत्या ताणतणावांमुळे आज समाजामध्ये मनोकायिक आजारांचे प्रमाण वाढत आहे. वास्तविक पाहता आपले शरीर ही आपली मौलिक संपत्ती आहे म्हणून तिची ओळख करून घेणे व नियमित व्यायाम करून तिचे संवर्धन करण्याची सवय अंगी बाणवणे गरजेचे आहे.

विद्यार्थिवयात समाजाकडून स्वीकार, प्रेम, यश, सुरक्षितता, धाडसी अनुभव यांसारख्या गरजा पूर्ण झाल्या नाहीत तर त्यांची वाढ व विकास चांगला होत नाही. परिणामी विकृत स्पर्धा, नैराश्य वाढते. त्यामुळे सामाजिक स्वीकृतीसाठी विघातक कृत्ये करण्याची वृत्ती वाढते आहे. या सर्वांचे अजून एक कारण म्हणजे विद्यार्थ्यांच्या अंगी असणाऱ्या प्रचंड ऊर्जेला विविध खेळांतून जो वाव व योग्य दिशा मिळते तिचा सध्या अभाव दिसतो आहे.

विविध शारीरिक हालचाली आणि खेळ यांमुळे मुलांचे ताणतणाव आपोआपच कमी होतात. खेळ ही मुलांची नैसर्गिक प्रवृत्ती आहे आणि आनंदी व तणावरहित मुले जास्त कार्यक्षम असतात. लहान मुलांमध्ये ऊर्जा जास्त असते. परंतु आज विद्यार्थ्यांच्या वास्तविक गरजा, त्यांची आवड यांकडे दुर्लक्ष होते आहे.

विद्यार्थ्यांची नैसर्गिक वाढ, विकास व अंगभूत क्षमता, त्यांच्या मानसिक, भावनिक व सामाजिक गरजा लक्षात न घेता त्यांची योग्यता पारखण्याचा एकमेव मापदंड म्हणजे त्यांना परीक्षेत मिळणारे गुण, अशी परिस्थिती आज बहुतांश घरांमध्ये आहे.

खरे म्हणजे शाळेतले, केवळ परीक्षेतले गुण म्हणजेच पुढच्या आयुष्यात यश आणि समाधान मिळविण्याच्या सर्वसमावेशक मोजपट्ट्या निश्चितच नाहीत. जीवनातील यशप्राप्तीसाठी वेळेचे नियोजन, समूहात काम करण्याची क्षमता, ताणतणाव हाताळता येणे व त्याचे व्यवस्थापन करता येणे, स्वतःच्या व इतरांच्या भावना ओळखता येणे, इतरांशी संवाद साधता येणे, नेतृत्व गुण असणे यांसारखी इतर अनेक जीवनकौशल्ये अंगी असावी

लागतात. ही कौशल्ये मैदानावर समूहात खेळताना सहज व नकळत अंगी बाणली जातात व विकसित होतात. तसेच जिद्द, चिकाटी, पराक्रम, महत्त्वाकांक्षा, मैत्री, विश्वबंधुत्वाची भावना, खिलाडू वृत्ती यांसारखे गुणदेखील मैदानावर खेळ खेळताना विकसित होतात. त्याचबरोबर व्यक्तिमत्त्व विकसित करणारे इतर अनेक सामाजिक गुणदेखील विद्यार्थी नकळत आत्मसात करतात.

नियमितपणे समूहात व्यायाम करणारी अथवा खेळ खेळणारी व्यक्ती शारीरिकदृष्ट्या तंदुरूस्त असतेच पण मानसिकदृष्ट्याही सक्षम असते. तसेच व्यायामामुळे शरीरयष्टीदेखील योग्य राहते. बालवयापासूनच नियमितपणे खेळ खेळण्याची गोडी लागल्यास, त्यातूनच उत्कृष्ट क्रीडापटू तयार होऊ शकतात. इतकेच नव्हे तर त्यामुळे आयुष्याकडे पाहण्याची निरोगी व सकारात्मक दृष्टीही मिळते. मनाला विरंगुळा व शरीराला व्यायाम देणारा खेळ उभ्या आयुष्याला संजीवनी देतो. जिंकण्यासाठी सर्वोच्च कोटीचे प्रयत्न केल्यावर जिंकले असता हा विजय नम्रतेने स्वीकारता येतो अथवा पराजय झाला तरीही तो पचविण्याची ताकद मनात असते. हे खिलाडू वृत्तीचे पायाभूत तत्त्वज्ञान जीवनात प्रत्येक क्षेत्रामध्ये उपयोगी पडते. नियमितपणे दीर्घकाळ खेळल्याने येणारी शारीरिक व मानसिक कणखरता ही आयुष्याच्या प्रत्येक वळणावर व्यक्तीची हक्काची संपत्ती असते. या दृष्टिकोनातून विचार करता शालेय शिक्षणाच्या प्राथमिक टप्प्यावर शारीरिक शिक्षण दररोज असणे ही विद्यमान व भविष्यकाळाची गरज आहे.

कोणत्याही क्षेत्रातील कार्यक्षमता व उत्पादन क्षमता वाढविण्यासाठी हालचालींची आजन्म आवश्यकता आहे. जगण्याची गुणवत्ता सुधारण्यासाठीसुद्धा शारीरिक हालचालींची आवश्यकता आहे. म्हणजेच पर्यायाने आपण 'किती जगतो यापेक्षा कसे जगतो' याला महत्त्व आहे.

निरामय जीवनासाठी विद्यार्थ्यांची शारीरिक सुदृढता व मानसिक आरोग्य विकसित करणे हा शारीरिक शिक्षण अभ्यासक्रमाचा मुख्य हेतू आहे. त्याचबरोबर आरोग्यकारक सवयी लावणे, आयुष्यभरासाठी एखाद्या उपक्रमात सहभागी होऊन शरीरप्रकृती सुदृढ ठेवणे, त्याद्वारे मनोरंजन करणे, समाजात मिळून-मिसळून राहता येणे, आनंदाने व उत्साहाने आपली नित्य कामे करता येणे आणि नीतिमूल्यांची जोपासना करून जीवनभर खिलाडू वृत्तीने राहणे यांसारख्या बाबीदेखील साध्य करायच्या आहेत.

सद्यःस्थितीत शाळेमध्ये विद्यार्थ्यांची गळती व स्थगिती या दोन महत्त्वाच्या समस्या दिसून येतात. या समस्यांवर सकारात्मक व प्रभावी उपाय म्हणजे शारीरिक शिक्षण होय. विद्यार्थ्यांना शाळेकडे आकर्षित करण्याची, आपल्या विद्यार्थ्यांना शाळेमध्ये टिकवून ठेवण्याची व रमविण्याची क्षमता शारीरिक शिक्षण या विषयामध्ये आहे.

विद्यार्थ्यांच्या परिस्थितीचा विचार करून, त्यांच्या आवडी-निवडी लक्षात घेऊन, शारीरिक शिक्षणाचा गुणवत्तापूर्ण अभ्यासक्रम देणे ही काळाची गरज आहे. या विषयाच्या

माध्यमातून सुदृढ समाज निर्माण करणे ही राज्याच्या व राष्ट्राच्या दृष्टीने जणू एक सुयोग्य गुंतवणूकच ठरणार आहे.

शारीरिक शिक्षण अभ्यासक्रमाची ध्येये व उद्दिष्टे : विशिष्ट उद्देशाने निवडलेल्या शारीरिक हालचालींच्या माध्यमातून शारीरिक, मानसिक व सामाजिकदृष्ट्या निरोगी, सुदृढ, सर्जनशील व कृतिशील जीवनशैलींचा अंगीकार करणारा नागरिक तयार करणे हे शारीरिक शिक्षण अभ्यासक्रमाचे प्रमुख ध्येय आहे.

शारीरिक शिक्षणाची सर्वसामान्य उद्दिष्टे :

1. शारीरिक सुदृढतेची जाणीव निर्माण करणे.
2. व्यायामाची आवड निर्माण करणे व जोपासणे.
3. शारीरिक हालचालीतून मनोरंजन, आनंद मिळविणे.
4. आंतरिक ऊर्जेस वाव देणे.
5. मूलभूत हालचाली विकसित करणे.
6. क्रीडाकौशल्ये व स्पर्धात्मक वृत्ती विकसित करणे.
7. आरोग्यविषयक सवयी व योग्य आहारविषयक सवयी अंगी बाणविणे.
8. ताणतणाव दूर करून एकाग्रता व मानसिक शांतता मिळविणे.
9. खिलाडू वृत्ती निर्माण करणे.
10. सांघिक भावना विकसित करून संघशक्तीची जाणीव करून देणे.
11. पारंपरिक खेळांची आवड टिकवून ठेवणे.
12. सामाजिक जाणीव निर्माण करणे.
13. संस्कृती व मूल्यांची जोपासना करणे.
14. राष्ट्रीय भावना निर्माण करणे व जोपासणे.
15. खेळाच्या माध्यमातून व्यक्तिमत्त्वाचा विकास करणे.
16. श्रमप्रतिष्ठा व पर्यावरणविषयक जागृती निर्माण करणे.

नवा दृष्टिकोन : विद्यार्थ्यांच्या शारीरिक क्षमतांचा विकास होण्यासाठी अभ्यासक्रमातून विविध मनोरंजक उपक्रम, व्यायाम प्रकार यांच्याद्वारे विद्यार्थ्यांना शारीरिक सुदृढतेचे महत्त्व पटवून दिले आहे व ही सुदृढता वाढविण्याची व टिकवून ठेवण्याची जाणीव निर्माण होण्यासाठी प्रयत्न केले आहेत.

मुख्य (Core) अभ्यासक्रम सर्वांसाठी समान आणि सक्तीचा असला तरी तो पूर्ण करून, आपल्या आवडीच्या क्रीडाकौशल्यांचा सराव करून अधिक प्रगती करण्यासाठीही या अभ्यासक्रमात संधी उपलब्ध करून दिली आहे. त्यामुळे शाळेतील वा बाहेरील क्रीडास्पर्धांसाठी काही विद्यार्थी तयार होऊ शकतील. शाळाबाह्य वेळेत विशेष प्रशिक्षण

घेऊन विद्यार्थ्यांना ॲथलेटिक्स, जिम्नॅस्टिक्स, पोहणे किंवा कबड्डी, व्हॉलिबॉल, हॉकी, फुटबॉल, क्रिकेट, बॅडमिंटन, टेबलटेनिस यांसारख्या सांघिक खेळांमध्ये तसेच द्वंद्वासारख्या वैयक्तिक उपक्रमांमध्ये सहभागी होऊन त्यांच्या क्षमतांनुसार प्रगती करता येईल.

शारीरिक शिक्षण म्हणजे फक्त खेळांच्या स्पर्धांमध्ये सहभागी होणे आणि बक्षिसे मिळविणे किंवा प्रात्यक्षिके सादर करणे नव्हे, तर प्रत्येक विद्यार्थ्याने किमान शारीरिक सुदृढता प्राप्त करणे व विकसित करणे महत्त्वाचे आहे. त्यासाठी एक पूर्वनियोजित असा शारीरिक शिक्षणाचा कार्यक्रम असणे आवश्यक आहे. त्यामुळेच त्यांचा भावी आयुष्यातील सुदृढतेचा दर्जा उंचावेल. या विषयाला एक विस्तृत पाया लाभेल, तसेच मुलांना सुप्त क्रीडागुण प्रकट करण्यास संधी मिळेल. या अभ्यासक्रमातून सर्व शाळांमधून एक क्रीडासंस्कृती तयार होणे अपेक्षित आहे. विद्यार्थ्यांच्या निरामय जीवनासाठी आरोग्याधिष्ठित शारीरिक सुदृढता महत्त्वाची मानून सदर अभ्यासक्रमाची मांडणी केली आहे. विद्यार्थ्यांची शारीरिक सुदृढता व मानसिक आरोग्य विकसित करणे हा मुख्य हेतू आहे. या अभ्यासक्रमात स्त्री-पुरुष समानता, पर्यावरण व शांततेसाठी शिक्षण या गोष्टींचाही विचार केला आहे.

शारीरिक शिक्षण अभ्यासक्रमाची वैशिष्ट्ये : सर्वसामान्य विद्यार्थ्यांचा आरोग्याचा स्तर दिवसेंदिवस खालावत चालला आहे. शारीरिक क्षमता विकसित होण्यासाठी योग्य ते महत्त्व दिले जात नाही. हे वास्तव डोळ्यांसमोर ठेवून अभ्यासक्रमाची वैशिष्ट्यपूर्ण मांडणी केली आहे. या अभ्यासक्रमाची वैशिष्ट्ये पुढीलप्रमाणे -

1. गरजाधिष्ठित दृष्टिकोन
2. सर्वंकष सुदृढतेचा विकास
3. आनंददायी व क्रियाशील मनोरंजनाची योजना
4. शारीरिक शिक्षणामधून संबोधांचे विकसन
5. आरोग्य शिक्षण
6. योगाभ्यास
7. अभ्यासक्रमातील लवचीकता
8. अनिवार्य कुलपद्धती
9. जीवनकौशल्ये आत्मसात करण्यास संधी
10. विशेष क्रीडा प्रशिक्षणाची सोय
11. क्रीडासंस्कृती निर्मितीचा विचार
12. कृतिशील जीवनशैली
13. स्व-संरक्षणात्मक कौशल्यांचे शिक्षण

14. अभ्यासक्रमाची मांडणी
15. पूरक उपक्रम
16. विशेष गरजा असलेल्या मुलांचा विचार

अभ्यासक्रमाच्या अपेक्षा-विद्यार्थी, शिक्षक, पालक :

विद्यार्थी :

1. शारीरिक हालचालींमधून आनंद घेणे.
2. शारीरिक सुदृढतेचे घटक, आरोग्य आणि निरामय जीवन या बाबी समजून घेणे.
3. शारीरिक कौशल्ये शिकणे.
4. जबाबदारीने शिकणे, प्रयत्न करणे व शिकलेल्या गोष्टींचे उपयोजन करणे, स्वतः शिकण्यावर भर देणे.
5. दररोज जोरकस हालचाली करण्याची सवय लावून घेणे.
6. शारीरिक विकार व स्थूलता यांपासून दूर राहण्यासाठी हालचालींची गरज समजणे.
7. आरोग्यकारक सवयींचे पालन करणे.
8. नियमित योगाभ्यास करून मानसिक स्वास्थ्य राखणे.
9. स्वतःमध्ये प्रगती करणे, सुदृढता/व्यायाम उपक्रम, नवनिर्मितीचा वापर करणे.
10. सूचनांचे पालन करणे.

पालक :

1. मुले काय व का शिकतात हे जाणून घेणे.
2. शिक्षकांशी संवाद साधणे.
3. पाल्याच्या आरोग्याचा दर्जा जाणून घेणे.
4. पाल्याच्या प्रगतीबाबत प्रश्न विचारणे.
5. पाल्यामध्ये असणारे गुण व कौशल्ये यांची माहिती घेणे.
6. पाल्याकडून काय अपेक्षा आहेत हे शिक्षकांकडून जाणून घेणे.
7. पाल्याशी सुसंवाद ठेवणे.
8. शारीरिक शिक्षणविषयक योजनांमध्ये सहभागी होणे व पाल्याच्या विकासास मदत करणे.
9. पाल्याला प्रेरणा व प्रोत्साहन देणे.
10. पाल्याच्या मनावर शारीरिक शिक्षण उपक्रम व्यक्तिमत्त्व विकासास महत्त्वपूर्ण आहेत हे बिंबवणे.

शिक्षक :

1. आपल्या विषयातील नवीन प्रवाह जाणून घेणे व आपल्या विषयाचे ज्ञान अद्ययावत ठेवणे.
2. अभ्यासक्रमाची संकल्पना समजून घेणे.
3. शारीरिक शिक्षणाचा इयत्तानिहाय संतुलित कार्यक्रम योजणे.
4. दररोज किमान 20 मिनिटे जोरकस हालचाली करून घेणे.
5. अभ्यासक्रमाला मदत करणारे कार्यक्रम आयोजित करणे.
6. सोई-सुविधा व साहित्याचा पूर्ण वापर करणे.
7. विद्यार्थ्यांशी सुसंवाद ठेवणे.
8. विद्यार्थ्यांना सक्रिय ठेवणे.
9. पालकांशी संपर्क व संवाद ठेवणे व त्यांच्या पाल्याचा दर्जा व संपादणूक सांगणे.
10. इतर विषयशिक्षकांशी सुसंवाद ठेवणे व त्यांचा सहभाग व सहकार्य घेणे.
11. विद्यार्थ्यांने स्वतःमध्ये केलेली प्रगती तपासणे.
12. साहाय्यभूत उपक्रमांची निर्मिती करणे.

शारीरिक शिक्षण अभ्यासक्रमाची क्षेत्रे :

(1) आरोग्याधिष्ठित शारीरिक सुदृढता : (अ) हृदयाचा दमदारपणा (ब) स्नायूंची ताकद (क) स्नायूंचा दमदारपणा (ड) लवचीकता (इ) शरीरधारणा.

(2) विविध हालचाली व योग्य शरीरस्थिती : (अ) जागेवर करायच्या हालचाली (ब) जागा बदलत करायच्या हालचाली (क) साहित्य व सहकाऱ्यांबरोबर करायच्या हालचाली (ड) शरीरनियोजन कौशल्य.

(3) कारक सुदृढता : (अ) वेग (ब) समन्वय (क) दिशाभिमुखता (ड) शक्ती (इ) तोल (ई) प्रतिक्रियाकाल.

(4) योगाभ्यास : (अ) यम (ब) नियम (क) आसन (ड) प्राणायाम (इ) शुद्धिक्रिया (ई) ध्यान.

(5) आरोग्य : वैयक्तिक आरोग्य : (अ) आहार (ब) शरीरावयव (क) वैयक्तिक स्वच्छता (ड) स्वच्छतागृहाचा वापर (इ) विश्रांती व झोप (ई) वाईट सवयींना प्रतिबंध.

मैदानावरील आरोग्य : (अ) पोशाख (ब) मैदान स्वच्छता व क्रीडांगण आखणी (क) साहित्याचा वापर व निगा (ड) व्यायाम व सुरक्षितता (इ) प्रथमोपचार.

अभ्यासक्रम निश्चित करताना विषयाची व्याप्ती व उपक्रमांची विविधता लक्षात घेऊन तसेच महाराष्ट्रातील सर्व शाळांकडे उपलब्ध असलेल्या सोई-सुविधांचा विचार करून अभ्यासक्रमाची दोन भागांमध्ये विभागणी केली आहे. (1) आवश्यक उपक्रम (2) पूरक उपक्रम.

पूरक उपक्रम : विद्यार्थ्यांना खेळ व व्यायामाची तसेच नियमित सरावाची आवड निर्माण व्हावी व सुदृढता टिकून राहावी म्हणून विद्यार्थ्यांना पुढील उपक्रमात सहभागी होण्यास प्रेरित करावे.

(1) मुख्य खेळ : उपलब्ध सोई व सुविधांनुसार शालेय तासिकांव्यतिरिक्तच्या वेळेत पुढीलपैकी खेळांसाठी प्रशिक्षण व सरावाची संधी उपलब्ध करून द्यावी. उदा., खो-खो, लंगडी, व्हॉलिबॉल, कबड्डी, बास्केट बॉल, हँडबॉल, फुटबॉल, हॉकी इत्यादी.

(2) क्रीडास्पर्धांमध्ये सहभाग : आंतरवर्गीय, आंतरकुल, आंतरशालेय संघटनांच्या स्पर्धा यांपैकी किमान एकात प्रत्येक विद्यार्थ्याने सहभागी व्हावे ही अपेक्षा आहे.

(3) शालाबाह्य उपक्रम : भ्रमंती, सहली, पदभ्रमण, शिबिरे, गिर्यारोहण इत्यादींपैकी काही उपक्रमांचा अनुभव वर्षातून किमान एकदा तरी घ्यावा ही अपेक्षा शिक्षकांकडून आहे.

शारीरिक शिक्षण अभ्यासक्रमाची उद्दिष्टे (इ. 1 ली व 2 री)

1. मुक्त हालचालींतून आनंद मिळवून देणे.
2. अनुकरणात्मक हालचालींतून क्रियाशीलता वाढविणे.
3. व्यायामाची आवड निर्माण करणे.
4. आंतरिक ऊर्जेस वाव देणे.
5. शारीरिक सुदृढतेची जाणीव निर्माण करणे.
6. मूलभूत हालचालींची ओळख करून देणे.
7. योग्य शरीरस्थितीबद्दल जाणीव निर्माण करणे.
8. आरोग्यविषयक सवयी अंगी बाणवणे.
9. योग्य आहाराची ओळख व जाणीव करून देणे.
10. मैदान/क्रीडांगण स्वच्छतेमधून परिसर स्वच्छतेची जाणीव निर्माण करणे.
11. मनोरंजनात्मक बाबींतून शारीरिक शिक्षणविषयक आवड टिकवणे व समूह सहभागाचा प्रयत्न करणे.
12. खिलाडू वृत्ती निर्माण करणे.

शारीरिक शिक्षण अभ्यासक्रमाची उद्दिष्टे (इ. 3 री ते 5 वी)

1. मुक्त हालचालींतून आनंद देणे.
2. अनुकरणात्मक हालचालींतून क्रियाशीलता वाढविणे.
3. व्यायामाची आवड निर्माण करणे व जोपासणे.
4. आंतरिक ऊर्जेस योग्य दिशा देणे.
5. शारीरिक सुदृढतेची जाणीव निर्माण करणे.

6. मूलभूत हालचाली व योग्य शरीरस्थितीचा विकास करणे.
7. स्वच्छता व आरोग्यविषयक सवयी विकसित करणे.
8. आहार व त्यातील घटकांचे शास्त्रीयदृष्ट्या महत्त्व सांगणे.
9. मैदान व क्रीडांगण स्वच्छतेमधून परिसर स्वच्छता व श्रमाचे मूल्य वृद्धिंगत करणे.
10. शारीरिक हालचाली विविध उपक्रम व खेळांमधून मनोरंजनास संधी देणे.
11. पारंपरिक खेळांची आवड निर्माण करणे.
12. कारक कौशल्ये व क्रीडा कौशल्ये विकसित करणे.
13. विविध उपक्रम व खेळांच्या माध्यमांतून ताणतणाव दूर करणे.
14. खिलाडू वृत्ती निर्माण करणे.

टीप : विशेष गरजा असलेल्या विद्यार्थ्यांना मुख्य प्रवाहात सामावून घेण्यासाठी विशेष लक्ष देणे गरजेचे आहे. हे लक्षात घेऊन त्यांना जमतील अशाच हालचाली, व्यायाम व खेळ यांचे आयोजन असावे.

मूल्यमापन निर्देश

शारीरिक शिक्षण या विषयाचे सातत्यपूर्ण सर्वंकष मूल्यमापन करण्यासाठी दि. 20 ऑगस्ट, 2012 च्या शासन निर्णयामध्ये स्वतंत्र सूचना दिल्या आहेत. भाषा, सामाजिक शास्त्र, विज्ञान, गणित इ. विषयांच्या तुलनेने या विषयांमध्ये अधिक मूर्त स्वरूपातील कृती/अभिव्यक्ती प्राथमिक स्तरावरील विद्यार्थ्यांकडून अपेक्षित आहेत. या विषयाबाबत लेखी काम नगण्य आहे. त्यामुळे या विषयांचे केवळ आकारिक मूल्यमापन करायचे असून संकलित मूल्यमापन अपेक्षित नाही. आकारिक मूल्यमापनासाठी विहित केलेल्या आठ साधनतंत्रांपैकी किमान तीन साधनतंत्रे वापरावयाची आहेत. त्यामध्ये निरीक्षण हे तंत्र वापरणे अनिवार्य आहे. परंतु गुणदानामध्ये त्यासाठी भारांश शून्य आहे. उरलेल्या साधनांमधून किमान दोन साधनतंत्रांची निवड करायची आहे. या विषयाचे कौशल्याधिष्ठित स्वरूप लक्षात घेता प्रात्यक्षिक प्रयोग व उपक्रम-कृती या तंत्रांची निवड प्राधान्याने करावी लागेल. आशयाच्या स्वरूपानुसार प्रकल्प व तोंडी काम याही तंत्रांना योग्य ते स्थान द्यावे लागेल. शासननिर्णयानुसार तीन तंत्रांपेक्षा अधिक तंत्रे वापरण्याची मुभा आहे.

गुणदानामध्ये निरीक्षण या तंत्राला शून्य भारांश आहे. इतर तंत्रांना आशय आणि व्याप्ती पाहून योग्य तो भारांश द्यायचा आहे.

विज्ञान-गणित इत्यादी विषयांचे मूल्यमापन जेवढ्या वस्तुनिष्ठतेने करता येते तसे या विषयातील कृती/कौशल्याचे मूल्यमापन करता येत नाही. त्यामुळे अगदी काटेकोर मूल्यमापनाची अपेक्षा करता येणार नाही, ही या विषयाची मर्यादा आहे. परंतु विद्यार्थ्यांची

कृती/आविष्कार कसे असावेत यांच्या निकषांची यादी करून त्यानुसार मूल्यमापन केले तर वस्तुनिष्ठता वाढण्यास मदत होईल. विद्यार्थ्यांचे व्यक्तिमत्त्व व त्यांचा विकास यांचा वेध घेण्याच्या दृष्टीने या विषयाचे आगळे स्थान आहे. या विषयासंदर्भातील कृती करताना, आविष्कार दाखविताना, वर्गाबाहेर/मैदानावर वावरताना विद्यार्थ्यांचे वर्तन इतर विषयांच्या तुलनेने अधिक नैसर्गिक असते. या अवस्थेत विद्यार्थ्यांच्या स्वभावाचे अनेक पैलू सहजपणे लक्षात येण्याची संधी असते. जाणीवपूर्वक निरीक्षण करून ही संधी घेता येईल. इतर विषयांमध्ये गती असल्याचे जाणवू शकेल. या विद्यार्थ्यांना हेरून या विषयात अधिक प्रगती करण्याचा दृष्टीने त्यांना मार्गदर्शन करता येईल. त्यांची या विषयातील रुची कायम राहावी, कौशल्य वाढावे या दृष्टीने त्यांना वर्गातील आणि वर्गाबाहेरील/शाळेबाहेरील कार्यक्रम उपक्रमात सहभाग देण्याचे नियोजन करता येईल.

या विषयाचे स्वरूप दृश्य/मूर्त असल्यामुळे या विषयातील संपादणूक व या विषयातून होणारा व्यक्तिमत्त्व विकास याविषयीचे मूल्यमापन दैनंदिन मासिकातील कृती-उपक्रम प्रात्यक्षिके तसेच प्रकल्पातून करणे सहजशक्य आहे. परंतु याचबरोबर इतर विषयांच्या तासिकांमध्येही या विषयांच्या मूल्यमापनाला वाव आहे. उदाहरणार्थ भाषा, भूगोल, विज्ञान इत्यादी विषय शिकविताना मैदानावर अनेक व्यक्तिगत सांघिक खेळ घेता येतात. त्यामुळे या इतर विषयांच्या अध्यापनातूनदेखील शारीरिक शिक्षण विषयासंबंधित मूल्यमापन करण्याची संधी घेतली पाहिजे. अशाच प्रकारे निरनिराळ्या सहशालेय उपक्रमांचा वापरदेखील या विषयाच्या मूल्यमापनासाठी करता येईल.

या विषयात प्राथमिक स्तरावर विद्यार्थांनी मुक्त आविष्कार करावा. त्यात त्यांच्या कल्पना, सर्जनशीलता, अनुभव यांचे प्रतिबिंब असावे अशी अपेक्षा आहे. स्वत:च्या प्रौढ अनुभवांच्या पार्श्वभूमीवर कृती, एखाद्या विशिष्ट प्रकारे असण्याविषयी आग्रह, सूचना, दुरुस्त्या करणे योग्य ठरणार नाही. मुलांचे अभिव्यक्ती स्वातंत्र्य आणि आनंद यांना धक्का लागणार नाही याची काळजी मूल्यमापन करताना घ्यायला हवी. असे वातावरण निर्माण करणे व कायम ठेवणे ही भूमिका शिक्षकांकडून अपेक्षित आहे.

महाराष्ट्र राज्य शैक्षणिक संशोधन व प्रशिक्षण परिषद (विद्या परिषद), पुणे यांनी सातत्यपूर्ण सर्वंकष मूल्यमापनाच्या अंमलबजावणीसंदर्भात शिक्षकांसाठी मार्गदर्शक हस्तपुस्तिका तयार केल्या आहेत. त्यांचा संदर्भ अध्यापनाचे नियोजन करताना अवश्य घ्यावा.

प्रश्न :
- **इ. 1 ली ते इ. 5 वी शालेय शारीरिक शिक्षण अभ्यासक्रम परिचय, क्षेत्र स्पष्ट करा.**
- **शारीरिक शिक्षण अभ्यासक्रमाची वैशिष्ट्ये लिहा.**
- **शारीरिक शिक्षण अभ्यासक्रमाची उद्दिष्टे लिहा.**

2.6 क्रीडास्पर्धा आयोजन : टप्पे

क्रीडास्पर्धा म्हणजे शारीरिक शिक्षणाच्या कार्यक्रमाची खरी अंमलबजावणी होय. शिक्षकास स्पर्धा आयोजनाचे सखोल ज्ञान हवे. स्पर्धा पूर्वतयारी, स्पर्धेदरम्यान व स्पर्धेनंतर करावयाच्या कामांची जबाबदारी समजल्यास व त्याप्रमाणे कृती केल्यास स्पर्धा यशस्वी होतात. या प्रकरणात स्पर्धा आयोजन, स्पर्धापद्धती, मैदान आखणी यांविषयी शिक्षकास उपयुक्त आशय दिला आहे.

क्रीडास्पर्धा आयोजन महत्त्व व टप्पे

क्रीडास्पर्धा पूर्वप्राथमिक व प्राथमिक स्तरावर आयोजित करणे आवश्यक आहे. कारण शिक्षकांना विद्यार्थ्यांच्या अंगी असणाऱ्या क्रीडागुणांची पारख यातूनच होते. क्रीडापटू म्हणून कोणते विद्यार्थी कोणत्या खेळासाठी सुयोग्य आहेत याची जाणीव स्पर्धांमधूनच होते.

क्रीडा आयोजनाने -

1. विद्यार्थ्यांच्या क्रीडागुणांना वाव मिळतो.
2. जिंकण्यासाठी प्रयत्न करण्याची जिद्द मुलांमध्ये विकसित होते.
3. स्पर्धात्मक वातावरणाची भीती कमी होते.
4. हार पचवून पुढे अधिक तयारी केली पाहिजे याची जाणीव होते.
5. जिंकणाऱ्यांमध्ये आत्मविश्वास वाढतो.
6. एकूण क्रीडासंस्कृती वृध्दिंगत होण्यासाठी स्पर्धांचे आयोजन फायदेशीर असते.
7. मनोरंजन हा मोठा लाभ होतो.
8. चांगल्या खेळाडूंचा शोध घेता येतो.
9. कौशल्यांचे प्रदर्शन करण्याची संधी विद्यार्थ्यांना प्राप्त होते.
10. खेळांच्या सोई-सुविधा निर्माण होतात.

स्पर्धा प्रकार

(1) अंतर्गत स्पर्धा : एकच शाळा किंवा महाविद्यालयाच्या अंतर्गत घेतल्या जाणाऱ्या स्पर्धा/सामने यांना 'अंतर्गत स्पर्धा' असे म्हणतात. Intramural स्पर्धेत Intra म्हणजे within व Mural म्हणजे Wall म्हणजे भिंतीच्या आत, घरातल्या घरात म्हणजे शाळेतल्या शाळेत किंवा महाविद्यालयातल्या महाविद्यालयात या स्पर्धा घेतात. वर्गा-वर्गांमध्ये किंवा कुलांमध्ये या स्पर्धा होतात. क्रीडा वातावरण तयार करणे, खेळाडूंना वाव देणे, शाळा-महाविद्यालयाचा संघ निवडणे किंवा मनोरंजनासाठी स्नेहसंमेलन, सामने हे या स्पर्धांचे फलित असते.

(2) बहिर्गत सामने : शाळा-शाळांमध्ये किंवा महाविद्यालयांमध्ये होणाऱ्या स्पर्धांना 'बहिर्गत सामने' असे म्हणतात. शाळा, महाविद्यालये, विद्यापीठे, क्रीडामंडळे, संस्था आपले क्रीडाप्रावीण्य दाखवून श्रेष्ठत्व सिद्ध करण्याचा या स्पर्धेद्वारे प्रयत्न करतात. या स्पर्धा गाव, तालुका, जिल्हा, राज्य, विद्यापीठ, आंतरराष्ट्रीय स्तरांवर घेतल्या जातात.

स्पर्धा आयोजनाचे टप्पे

(1) स्पर्धेची पूर्वतयारी (पूर्वीची कामे) : मैदानी शर्यती आणि चढाओढी आयोजित करीत असताना एक नियोजन समिती नेमावी, ज्या समितीच्या अनुरोधाने स्पर्धा यशस्वी रीतीने पार पाडणे शक्य होते त्या समितीच्या अंतर्गत इतरत्र विविध समित्या नेमणेही आवश्यक असते. ज्यात पुढील समित्यांचा अंतर्भाव असतो. (अ) प्रसिद्धी व निवेदक समिती, (ब) मैदान व खेळाच्या सामानाची समिती. (क) कार्यकारी अधिकारी समिती. (ड) राहण्याची व बसण्याची व्यवस्था करणारी समिती. (इ) सत्कार समिती. (ई) निर्णय मंडळ. (उ) पारितोषिक वितरण समिती. (ऊ) भोजन, अल्पोपहार आणि रंजन समिती इत्यादी.

शारीरिक शिक्षक जर स्पर्धेचा आयोजक असेल तर त्याने स्थानिक अडचणी आणि सोईनुसार योग्य ते फेरफार करावेत व खालीलप्रमाणे व्यवस्थापन अधिकारी व इतरत्र अधिकारी नेमावेत.

(अ) व्यवस्थापन अधिकारी : (i) एक व्यवस्थापक, (ii) एक चिटणीस, (iii) एक तांत्रिक व्यवस्थापक (iv) एक तांत्रिक सदस्य

(ब) स्पर्धांना लागणारे अधिकारी :

(i) निर्णय मंडळ,

(ii) एक (किंवा अधिक) सरपंच : धावण्याच्या शर्यतीसाठी,

(iii) एक (किंवा अधिक) सरपंच : उड्या व फेकीच्या बाबीकरिता.

(iv) एक सरपंच : स्टेडिअमच्या बाहेरील धावण्याच्या स्पर्धांसाठी.

(v) एक सरपंच : चालण्याच्या स्पर्धांसाठी.

(vi) पंच : प्रत्येकी चार किंवा जास्त. • धावण्याच्या शर्यतीसाठी, • फेकी व उड्यांच्या स्पर्धांसाठी, • चालण्याच्या शर्यतीसाठी.

(vii) निरीक्षक संघ : धावण्याच्या शर्यतीसाठी चार किंवा अधिक.

(viii) वेळाधिकारी : तीन किंवा त्याहून जास्त.

(ix) प्रारंभक : एक किंवा त्याहून जास्त.

(x) साहाय्यक स्टार्टर : एक किंवा त्याहून जास्त.

(xi) प्रारंभकाचा मदतनीस : एक किंवा त्याहून जास्त

(xii) फेरी नोंदक : एक किंवा त्याहून जास्त.

(xiii) लेखनिक : एक किंवा त्याहून जास्त.

(xiv) स्वयंसेवक अधिकारी : एक किंवा त्याहून जास्त.

(xv) वायू दिग्दर्शक अधिकारी : एक किंवा त्याहून जास्त.

(xvi) एक प्रमुख फोटोफिनिश पंच.

(xvii) मापन अधिकारी (मेझरमेंट) इलेक्ट्रॉनिक्स – एक किंवा अधिक.

(xviii) जादा अधिकारी : • निवेदक : एक किंवा त्याहून जास्त • एक अधिकृत क्षेत्रमापक • डॉक्टर्स • प्रसिद्ध अधिकारी.

(2) स्पर्धेच्या वेळेतील प्रत्यक्षात असणारे काम : शारीरिक शिक्षकाने शैक्षणिक संस्थेत स्पर्धा आयोजित केल्यानंतर खालील अनुक्रमाने कार्यक्रम पाहावेत.

(अ) उद्‌घाटन समारंभ : ज्या दिवशी स्पर्धा सुरू व्हावयाची असते त्या दिवशी शारीरिक शिक्षकाने उद्‌घाटन समारंभाच्या पूर्वी भाग घेणारे खेळाडू, संघ व्यवस्थापक, पंच इत्यादींनी क्रीडांगणात कोठे उभे राहावे; तद्वतच संचलन, मानवंदना, शपथविधी इत्यादींचा कार्यक्रम कोणत्या पद्धतीने करावयाचा याची पूर्वतयारी म्हणून सराव करून घ्यावा. म्हणजे प्रत्यक्ष समारंभाच्या वेळी कोणत्याही प्रकारची अडचण न निर्माण होता कार्यक्रम व्यवस्थितपणे पार पाडणे सोईचे जाईल.

(ब) समारंभाचा अनुक्रम : या भागात पुढीलप्रमाणे अनुक्रम राहतील –

(i) क्रीडांगणाच्या मध्यभागी अध्यक्षीय व्यासपीठ.

(ii) समोरच्या बाजूचे बँडचे पथक.

(iii) क्रीडांगणाच्या बाहेरील बाजूस सर्व खेळाडूंना एकत्रित तीन-तीनच्या ओळीत उभे करावे.

(iv) प्रमुख पाहुण्यांचे आगमन.

(v) शाळा प्रमुखांनी अध्यक्षांसमोर जाऊन त्यांचे स्वागत करावे आणि सर्व पदाधिकारी व सहकारी यांची ओळख करून द्यावी.

(vi) प्रमुख पाहुण्यास मानवंदनेसाठी व्यासपीठावर घ्यावे.

(vii) पाहुणे व्यासपीठावर उभे राहिल्यानंतर सर्व खेळाडूंना संचलन सुरू करण्यास्तव योग्य ती आज्ञा द्यावी. ज्यामुळे बँडच्या तालावर तीन-तीनच्या रांगेत एका-मागे-एक अशा पद्धतीने स्पर्धेत भाग घेणारी पथके क्रीडांगणात प्रवेश करतील. समजा, आंतरशालेय स्पर्धा असतील तर ज्या शाळेत हा कार्यक्रम घेतला असेल त्या शाळेतील खेळाडूंचे पथक शारीरिक शिक्षकाने सर्वांत शेवटी ठेवावे, तर गतवर्षीच्या विजेत्या संघाचे पथक प्रथम क्रमांकावर ठेवून संचलन सुरू करावे.

संचलन करीत असताना प्रत्येक संघाच्या संघनायकाजवळ त्या शाळेचा ध्वज व त्या ध्वजापुढे आपल्या संघाची नाव असलेली पाटी असणे आवश्यक असते. संचलनाच्या वेळी दोन पथकांच्या मध्ये वा दोन संघांच्या मध्ये अंदाजे 10 ते 12 पावले अंतर संचलन करीत असताना कायम राहणे आवश्यक आहे. मानवंदनेच्या व्यासपीठाच्या दोन बाजूस शक्यतो 15 मीटर्स अंतरावर दोन लहान ध्वज निशाणास्तव रोवावेत. कारण व्यासपीठातून पहिल्या निशाणापाशी संघ येताच अध्यक्षांच्या किंवा प्रमुख पाहुण्यांच्या डाव्या बाजूस संघाच्या पथक प्रमुखाने पथकाचे नाव घेऊन 'दाहिने देख' अशी आज्ञा द्यावी. अशा वेळी ध्वज हातात धरलेल्या संघनायकाने आपला ध्वज प्रमुख पाहुण्यांच्या दिशेने झुकवावा, तर इतरत्र भाग घेणाऱ्या खेळाडूंनी आपल्या माना ध्वजाच्याच बाजूला वळवून (उजवीकडे) संचलन चालू ठेवावे. अशा वेळी एका रेषेत पथकातील खेळाडू येण्यासाठी उजवीकडील पुढे असलेल्या खेळाडूने मात्र आपली मान व दृष्टी समोरच ठेवावी, ज्यायोगे उर्वरित खेळाडूंना त्याच दिशेने संचलन करणे सोईचे व सोपे जाते. जेव्हा व्यासपीठावरून पुढे संचलन करीत दुसऱ्या ध्वज असलेल्या निशाणाजवळ येताच 'सामने देख' असा हुकूम मिळताच पथकाच्या संघनायकाने उजवीकडे झुकविलेला आपला ध्वज सरळ धरावा व इतर खेळाडूंनी आपल्या माना सरळ कराव्यात व संचलन चालू ठेवावे.

(viii) अशा रीतीने प्रत्येक पथकाचे संचलन होईल व नंतर क्रीडांगणाच्या मध्यभागी आखून ठेवलेल्या ठिकाणी आपापल्या जागेत संघ येऊन उभे राहतील.

(ix) शाळेच्या मुख्याध्यापकांचे, प्रास्ताविक व स्वागतपर व प्रमुख पाहुण्यास उद्‌घाटन करण्याची विनंती मुख्याध्यापकांनीच करावी.

(x) मुख्याध्यापकांच्या विनंतीस अनुसरून प्रमुख पाहुण्यांनी 'मी क्रीडा महोत्सवाचे उद्‌घाटन झाल्याचे जाहीर करतो' असे घोषित करावे.

(xi) त्यानंतर पथकाच्या ध्वजधारी संघनायकास समारंभाचे चालक (शारीरिक शिक्षक) 'तेज चल' असा हुकूम देतील व ध्वजधारी संघनायक आपल्या संघासमोरून शपथविधीच्या सोपानाच्या जवळील चुन्याने आखलेल्या अर्धवर्तुळाकारात येऊन उभे राहतील. नंतर संघाच्या पथक प्रमुखाने ध्वजाचे टोक डाव्या हातात धरून सर्व खेळाडूंच्या वतीने खालील शपथ घ्यावी व सर्व खेळाडूंनी आपला उजवा हात 45 अंशांच्या कोनातून लंबायमान करावा.

घ्यावयाची शपथ : "आम्ही अशी शपथ घेतो की, या क्रीडा महोत्सवात आम्ही भाग घेऊन स्पर्धेच्या नियमांचे निष्ठेने पालन करू की, ज्यायोगे आमच्या शाळेचा/महाविद्यालयाचा सन्मान व खेळाचा गौरव होईल. आयोजित केलेली स्पर्धा योग्य रीतीने पार पाडण्यास सर्वतोपरी ईर्षेने स्पर्धेत भाग घेऊ."

शपथ विधीनंतर जो खेळाडू शपथ घेणार आहे त्याने सोपानावरून खाली उतरावे, ध्वजधारी नायकांनी आपले ध्वज पुन्हा वर घ्यावेत, तद्वतच इतर खेळाडूंनी आपले हात लंबायमान स्थितीतून सावधान स्थितीत घ्यावेत. त्यानंतर शारीरिक शिक्षक ध्वजधारी नायकास 'पीछे मूड' असा हुकूम देऊन संघनायकास आपल्या संघासमोर उभे राहावयास आज्ञा देतील. संघनायक आपल्या संघासमोर जाऊन संघ बँडच्या तालावर संचलन करीत त्यांच्या असलेल्या अनुक्रमानुसार बाहेर म्हणजेच ज्या ठिकाणाहून सुरुवात केली त्या ठिकाणी क्रमाने जातील.

जेव्हा ध्वज फडकविण्याचा कार्यक्रम प्रमुख पाहुण्यांच्या हस्ते करावयाचा असतो तेव्हा प्रामुख्याने शारीरिक शिक्षकाने लक्षात घ्यावयाची गोष्ट म्हणजे सामन्यांचे उद्‌घाटन झाल्याचे जाहीर करताच ध्वज फडकावा. जर बँड उपलब्ध असेल तर, बँडचा ताल वाजवावयास सांगावा.

(क) पदक प्रदान समारंभ : जेव्हा मैदानी खेळांच्या स्पर्धा सुरू होतील व जसजशा त्या संपतील तसतसे त्यातील विजयी खेळाडूंना प्रावीण्य पदके बहाल करावीत. प्रावीण्य पदके देत असताना विजयी खेळाडूंना विजयी सोपानावर येण्यास निवेदकास पुकारण्यास सांगावे व विजयी सोपानावर प्रथम क्रमांकाचा आलेला खेळाडू मध्यभागी नंतर एकवर, दुसरा प्रथम क्रमांकाच्या खेळाडूच्या डाव्या बाजूस व तिसरा प्रथम क्रमांक आलेल्या विजयी खेळाडूच्या उजव्या बाजूस खालच्या पायरीवर उभा करावा. पूर्वपरंपरेप्रमाणे शक्य झाल्यास उपलब्ध असलेल्या वेलींच्या व झाडांच्या फांदोऱ्या घेऊन त्याचे तीन मुकुट अगोदरच करून ठेवावेत व त्या मुकुटात फुले माळून पदक देते वेळी अगोदर पाहुण्यांच्या हस्ते वा पदक देणाऱ्याच्या हस्ते तिघांच्या डोक्यात मुकुट घालावेत व क्रमानुसार पदके गळ्यात घालावीत. अशा वेळी बँडचा ताल व टाळ्यांचा गजर करावा.

(ड) समारोप समारंभ : हा कार्यक्रम जर स्पर्धा एक दिवसाची असेल तर स्पर्धा संपल्यानंतर सायंकाळचे वेळी व एकापेक्षा जास्त दिवस असेल तर क्रीडास्पर्धेच्या शेवटच्या दिवशी कार्यक्रम आटोपल्यावर करावा. या कार्यक्रमाची मांडणी पुढीलप्रमाणे असावी :

(i) सर्व खेळाडूंना एकत्रित करणे.

(ii) प्रमुख पाहुण्यांना मानवंदनेस ध्वजासमोर उभे करणे.

(iii) उद्‌घाटनाप्रमाणेच प्रमुख पाहुण्यांना मानवंदना देणे.

(iv) शारीरिक शिक्षकाने आपल्या मुख्याध्यापकान्वये प्रमुख पाहुण्यांना व्यासपीठावर घेऊन जाणे.

(v) पाहुण्यांची ओळख व अहवाल वाचन.

(vi) पाहुण्यांचे उत्तरादाखल भाषण.

(vii) पारितोषिक वितरण समारंभ

(viii) ज्योत तेवत असल्यास ती मालविण्याच्या अगोदर म्हणजेच पारितोषिक वितरणानंतर पाहुण्यांनी स्पर्धा संपल्याचे घोषित करावे व ज्योत मालवावी.

जर ध्वज उतरविण्याचा कार्यक्रम असेल तर पाहुण्यांच्या हस्ते बँडच्या योग्य तालावर ध्वज उतरवावा किंवा बिगुलच्या विशिष्ट स्वरात ध्वज उतरवावा व नंतर तेवत असलेली ज्योत मालवावी (विझवावी) व समारंभ समाप्त करावा.

(3) स्पर्धा संपल्यानंतरची कामे : (अ) सर्व समित्यांना स्पर्धेनंतरच्या कामांची जाणीव करून देणे. (ब) स्पर्धकांना परत जाण्याची आरक्षणे, स्टेशनपर्यंतची प्रवासाची सोय, त्यांच्या अनामत रकमा व प्रमाणपत्रे देण्याची व्यवस्था. (क) साहित्याचे व्यवस्थापन पुन्हा जिथल्या तिथे किंवा ज्यांचे आहे त्यांना पोहोचविणे. (ड) आर्थिक हिशेब पूर्ण करणे. (इ) संपूर्ण स्पर्धेचे सिंहावलोकन, सहकारी व सहभागींच्या सूचना पुढील नियोजनासाठीच्या शिफारशी म्हणून स्वीकारणे. (ई) सर्व संबंधितांची आभारपत्रे ई-मेलद्वारे पाठविणे. (उ) संपूर्ण मैदान स्वच्छ, स्पर्धा झालीच नाही असे करणे.

प्रश्न : • स्पर्धांचे प्रकार सांगा.

• शारीरिक शिक्षण अभ्यासक्रमाची वैशिष्ट्ये लिहा.

2.7 मैदान आखणी : महत्त्व, मापे, नियम, पद्धती व निगा

खेळ म्हटला की ओघानेच मैदान आणि खेळाचे साहित्य या गोष्टी आल्याच. क्रीडाशिक्षकाला त्यांची माहिती असणे आवश्यक आहे. आपण प्रथम क्रीडांगणाचा विचार करू.

शाळा म्हटले की, शाळेत वर्गाच्या खोल्या, ग्रंथालय, प्रयोगशाळा, चित्रकला-वर्ग, शिक्षक खोली, कार्यालय, विद्यार्थ्यांना मोकळ्या वेळात वापरता येऊ शकतील अशा अभ्यासिका, फळे, स्वच्छतागृहे, पिण्याच्या पाण्याच्या टाक्या, नकाशे, तक्ते, पुस्तके इत्यादी गोष्टींचे संच या सर्व गोष्टी ज्याप्रमाणे अंतर्भूत आहेत त्याप्रमाणेच प्रत्येक शाळेला क्रीडांगण असणे हीदेखील एक महत्त्वाची बाब मानली जाते. महाराष्ट्रातील एका नगरपालिका शिक्षणमंडळाने तर 'मैदान नसेल तर नवीन निघणाऱ्या शाळेस मान्यता मिळणार नाही' असे जाहीर केल्याची बातमी वृत्तपत्रात येऊन गेली आहे. यावरून क्रीडांगणाचे महत्त्व समजू शकते.

क्रीडांगणे कशी असावीत ?

(1) क्रीडांगण शाळेच्या किंवा संस्थेच्या मालकीचे असावे. त्यावर अन्य कोणाचा अधिकार असू नये. तसेच ते शक्यतो शाळेच्या इमारतीजवळ हवे. म्हणजे जाण्या-येण्याचा वेळ वाचेल. साहित्याची ने-आण सोईची व्हावी यासाठी साहित्य-खोली, व्यायामशाळा, प्रसाधनगृहे, पाण्याची सोय या सर्व गोष्टी तेथे असाव्यात. प्रसंगी सावलीसाठी झाडे योग्य नियोजन करून लावली तर त्यांचाही उपयोग चतुर शिक्षकास करून घेता येईल.

(2) मैदान किती असावे याबाबतही शासनाने पूर्वी विचार केलेला आहेच. महाराष्ट्र राज्य सरकारने प्राथमिक शाळांसाठी 250 विद्यार्थ्यांपर्यंत दोन एकर; 500 व त्यापेक्षा अधिक विद्यार्थ्यांसाठी पाच एकर असे मैदान सुचविले आहे. इतकी जागा उपलब्ध नसेल तर 250 विद्यार्थ्यांपर्यंत अर्धा एकर व 500 विद्यार्थ्यांपर्यंत दीड एकर अशी जागा मैदानासाठी सुचविली आहे.

प्रत्यक्षात वरील मापांची क्रीडांगणे असलेल्या शाळा बोटांवर मोजण्याइतक्या आढळतील. कारण आज कित्येक शाळांना क्रीडांगणे अजिबात उपलब्ध नाहीत असे दिसते. तरीही हाताशी असेल ती जागा खेळ आणि शारीरिक शिक्षणासाठी वापरून, तिचा जास्तीत जास्त उपयोग करून घेणे हे कुशल शिक्षकांचे काम आहे.

(3) उपलब्ध क्रीडांगण हे -

(अ) सम पातळीत असणे आवश्यक आहे. त्यावर असणारे खड्डे बुजविणे आवश्यक आहे. विशेषतः पावसाळ्यात पावसाने भरलेल्या खड्ड्यांच्या खोलीचा अंदाज न लागल्याने अपघात संभवतात.

(ब) तसेच मैदानावर अणकुचीदार दगड, काचा यांसारख्या गोष्टी असल्यास त्यामुळेही दुखापती संभवतात. म्हणून सुरक्षिततेच्या दृष्टीने वरील गोष्टींची खबरदारी घ्यायला हवी.

(क) मैदानावर हिरवळ असणे काही दृष्टींनी काही ठिकाणी फायद्याचे ठरते. मात्र झुडपे नसावीत.

(ड) खेळासाठी मुद्दाम तयार केलेले मैदान पुष्कळदा अधिक खराब झालेले दिसते. त्याचे कारण या मैदानात वर टाकलेली माती खालच्या जमिनीशी एकरूप होत नाही. त्याची निगा राखली जात नाही.

(इ) मैदानास कुंपण किंवा भिंत आवश्यक आहे. जवळचा रस्ता म्हणून त्यावर पाउलवाटा तयार होणे व इतरांच्या रहदारीचा व्यत्यय खेळात येणे, गाई-गुरे यांच्या

चालण्याने जमीन खराब होणे, सायकली इत्यादी वाहने पावसाच्या दिवसात चालून मैदान खराब होणे याही गोष्टींकडे शिक्षकाचे लक्ष असावे लागते. टाकलेली माती पावसाने धुऊन जाऊ नये म्हणून मैदानाभोवती बांध घालून ती अडविणे, तसेच पावसाचे पाणी साचू नये म्हणून मैदानास किंचित उतार देऊन पाणी वाहून जाण्यासाठी ड्रेनेजची सोय करणे या गोष्टीदेखील 'निगा' या सदरातच येतात.

(ई) पुष्कळ ठिकाणी असे पाहावयास मिळते की, खूप गवत, झुडपे, सराटे वाढलेले आहेत आणि त्यामुळे खेळ बंद आहे - यालाही शिक्षकमंडळीच जबाबदार असतात. झुडपे, सराटे हे मुळांपासून काढणे आवश्यक आहे आणि त्याहीपेक्षा त्या मैदानाचा वापर करणे हे फार महत्त्वाचे. मैदान वापरात असले, तुडविले गेले म्हणजे झुडपे, गवत, सराटे वाढत नाहीत.

(उ) खेळाच्या, स्वास्थ्य विषयाच्या किंवा शाळेच्या अंदाजपत्रकात मैदानाची निगा हा खर्चाचा एक महत्त्वाचा घटक आहे याची जाणीव शिक्षकांनी ठेवून उत्तम मैदानासाठी प्रयत्नशील राहावे.

मैदानाची आखणी

निरनिराळ्या क्रीडांगणांची मापे असतील त्याप्रमाणे आखणी करता येणे व ती आखणी अचूक असणे यासाठी शिक्षकाचा मैदान आखणीचा स्वतंत्र अभ्यास असणे आवश्यक आहे.

1. आपणाकडे उपलब्ध असलेल्या मैदानाचा पुरेपूर वापर कसा करता येईल यासाठी मैदानाचे मोजमाप शिक्षकाने घेणे आवश्यक आहे.

या एकूण जागेत कोणकोणती क्रीडांगणे कशी-कशी बसवायची, मैदान कमी असल्यास त्यामध्ये पर्यायी आखणीची व्यवस्था कशी करायची याचा एक आराखडा काढून तो इमारती व मोकळी जागा यांच्या 'ब्ल्यू प्रिंट' प्रमाणे तयार करावा व सतत नजरेसमोर राहील असा लावून ठेवावा. उदाहरणार्थ, खो-खोच्या मैदानात कबड्डीची तीन मैदाने बसविणे शक्य आहे. फक्त त्यांची आखणी लगेच करता येण्याची योजना शिक्षकाजवळ तयार हवी.

उपलब्ध मैदान लहान असले तरी अधिकाधिक खेळांसाठी व त्यांच्या सरावासाठी ते कसे वापरता येईल याचा विचार व नियोजन शिक्षकाने केलेले असले पाहिजे व त्यासाठी त्याला आपले मैदान इंच-न्-इंच माहीत हवे.

2. मैदान आखण्यासाठी एक सोपी पद्धत पुढीलप्रमाणे आहे.

मैदान आखताना चुका होतात त्या कोपऱ्यांवर (प्रत्येक कोपरा काटकोनात हवा.) प्रत्येक कोपऱ्यास 3-4-5 ची पद्धती किंवा पायथागोरसचा सिद्धान्त वापरून मैदान आखले जाते. त्याहीपेक्षा सोपी पद्धत पुढीलप्रमाणे -

उदाहरणार्थ : व्हॉलिबॉलचे मैदान आखावयाचे आहे.

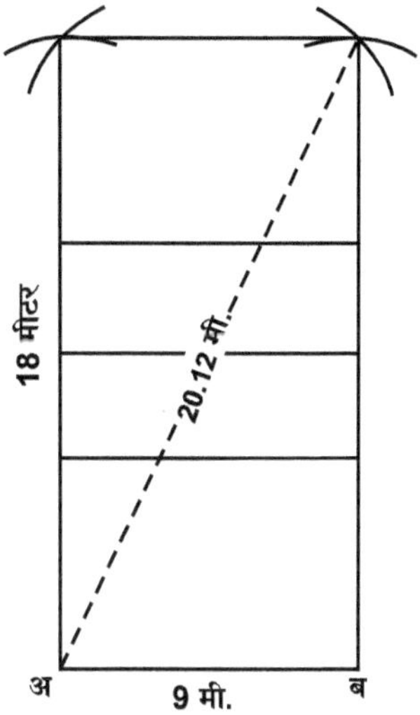

आकृती क्र. 2.5

या मैदानाची मापे आहेत. 9 × 18 मी. या मैदानाचा कर्ण आहे. 20.12 मीटर. प्रथम 'अब' ही 9 मीटर. लांबीची रेषा आखून घ्या. 'अ' आणि 'ब' या दोन्ही टोकांना खिळे ठोकलेलेच ठेवा. टेपची कडी 'अ' टोकाच्या खिळ्यात टाकून 'अ' च्या डोक्यावर मैदानाच्या लांबीइतके (18 मी.) अंतर घेऊन एक कंस काढा. टेपची कडी तेथेच 'अ' टोकाशी ठेवून 'ब' च्या डोक्यावर टेपमध्ये कर्णाइतके अंतर (20.12 मी.) घेऊन एक कंस करा. आता टेपची कडी उचलून 'ब' च्या खिळ्यात टाका. 'अ' च्या डोक्यावरील कंस 'ब' पासून 20.12 मीटर.

त्रिज्येच्या कंसाने छेदा. कडी तेथेच ठेवून 'ब' च्या डोक्यावर 18 मी. त्रिज्या घेऊन पहिला कंस छेदा. हे छेदनबिंदू अनुक्रमे 'क' आणि 'ड' होत. 'अक', 'बड' आणि 'कड' जोडले म्हणजे आपल्या मैदानाची बाहेरची चौकट तयार झाली.

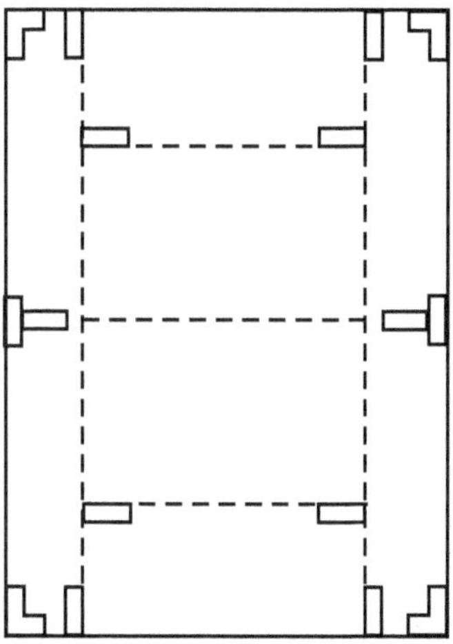

आकृती क्र. 2.6

आता आतील रेषा म्हणजे 'अक' चा मध्य आणि 'बड' चा मध्य काढा. तो जोडला म्हणजे मध्यरेषा आखून झाली. तसेच मध्यरेषेच्या दोन्ही अंगांना 3 मी. अंतरावर हल्लारेषा आखल्या आणि या मैदानाच्या रुंदीच्या कडांवर 'सर्व्हिस एरिया' दाखविली की मैदान पूर्ण झाले. या पद्धतीने अतिशय थोड्या वेळात मैदान आखणे शक्य होते. मात्र (1) 30 मी. पेक्षा अधिक लांबीचा कर्ण असलेली मैदाने (उदा., हॉकी, फुटबॉल) या पद्धतीने आखणे सोईचे नाही. (2) आखणीसाठी पोलादी टेप वापरावा. तो ताणला जात नसल्याने मापात फरक पडण्याची शक्यता कमी असते. (3) मैदानाचा पृष्ठभाग समपातळीत नसला तर मापामध्ये फरक पडतो, या गोष्टी लक्षात ठेवाव्यात.

साहित्याची निगा व देखभाल

साहित्याच्या खरेदीबरोबरच त्याचा वापर योग्य तऱ्हेने व्हावा व ते परत ठेवतानाही व्यवस्थित ठेवले जावे याकडे लक्ष दिले जाणे जरूरीचे आहे.

लोखंडी साहित्य : लेझीम ठेवण्यासाठी सोपी व योग्य पद्धत म्हणजे काठीत लेझिमी अडकवून ठेवणे. त्यामुळे एका काठीबरोबरच मोजक्या लेझिमी बाहेर नेल्या-आणल्या जातात. लेझिमींच्या चकत्यांना पावसाळ्यात गंज चढतो, खिळे बाहेर येतात. यासाठी त्या पुसून ठेवणे आणि खिळे व हूक वेळेवर ठोकणे आवश्यक असते. लेझिमींच्या दांड्यांना रंग लावून ठेवल्यास त्या अधिक काळ टिकतात व सुबक दिसतात. लोखंडी गोळे ठेवण्यासाठीही फळीला खाचा करून स्टॅन्ड तयार करता येतो.

लाकडी व अन्य साहित्य : हे साहित्य रंग लावून वाळवी लागणार नाही अशा तऱ्हेने ठेवावे. मैदानात खांब गाडावयाचे असल्यास जमिनीत जाणारा भाग डांबराने रंगवितात. वरचा खांब ऑइलपेंटने रंगविल्यास लवकर खराब होत नाही. जाळे (Net) काम झाल्यावर सोडून ठेवल्यास दीर्घकाळ टिकते. व्हॉलिबॉल, फुटबॉल, बास्केटबॉल इत्यादी चेंडू शिवणीचे असतील तर त्यांची निगा अधिक घेणे गरजेचे असते. पावसाळ्यात चेंडूच्या शिवणीत पाणी राहून शिवण तुटते आणि चेंडू खराब होतो. शिवणीत पावसाळ्याच्या आधी ग्रीस लावून ठेवणे व चेंडू ओला झाल्यास परत ठेवताना पुसून ठेवणे योग्य; त्यामुळे हे चेंडू अधिक काळ टिकतील. या चेंडूंमध्ये हवा भरण्याचे पंपही तेल वगैरे सोडून ठेवले, त्यांचा वॉशर योग्य वेळी बदलला आणि ते ठेवण्याची जागा योग्य असली तर दीर्घकाळ टिकतात. टेनिस व क्रिकेटचे चेंडूही वापरानंतर पुसून जागच्या जागी ठेवावेत. क्रिकेटच्या बॅट्स, हॉकी स्टिक्स असे साहित्यही वरीलप्रमाणे कोरडे करून, वॉर्निश लावून ठेवल्यास ते अधिक काळ टिकून बचत शक्य होते.

लांब उडीसाठी वापरली जाणारी फळी ही सुद्धा जमिनीत पुरताना खाली डांबर लावून पुरावी. वर पांढरा तेल-रंग (ऑइलपेंट) द्यावा. उंच उडीचे क्रॉस बार, बांबू तीन-चार ठिकाणी आधार मिळेल अशा रीतीने ठेवावेत. अन्यथा त्यांना बाक येऊन ते मध्ये वाकडे होतात.

जिम्नॅस्टिक्स, मल्लखांब, टंबलिंग यासाठी वापरायच्या गाद्या फाटल्यास वेळीच शिवणे, त्या ठेवताना ओल लागणार नाही अशा ठेवणे, नेताना-आणताना फरफटत नेल्या जात नाहीत हे पाहणे आवश्यक असते.

धावण्याच्या बाबी व निरनिराळ्या स्पर्धा यांच्यासाठी 'स्टॉप वॉच' वापरले जाते. हे कसे हाताळावे याचे शिक्षण घेतलेल्यांनाच ते हाताळावयास द्यावे. जेव्हा काम नसेल तेव्हा

किल्ली भरून चालू करून ठेवावे. त्याची संपूर्ण स्प्रिंग उलगडलेल्या स्थितीत असावी. मधून-मधून किल्ली भरून पुन्हा ती उलगडेपर्यंत ते चालूच ठेवावे. दुरुस्ती योग्य वेळी व खात्रीशीर दुकानातून करून घ्यावी.

आखण्याच्या साहित्यासाठी : टेप, खिळे, दोरी, हातोडा इत्यादी साहित्य लागते. टेप वापरताना तो ओढला जाणार नाही व सर्वांत आतले टोक सुटणार नाही याची काळजी घ्यावी लागते. टेप खरेदी करताना तो संपूर्ण उलगडून सर्व आकडे आहेत की नाही हे तपासून घेणे आवश्यक असते. टेप उलगडून पुन्हा गुंडाळताना डाव्या हाताची दोन बोटे, अंगठ्याशेजारचे व मधले बोट यामध्ये टेपचा भाग सैलसर धरून उजव्या हाताने त्याचे हँडल फिरवावे. म्हणजे टेप घडी होऊन आत जाणार नाही. तसेच बाहेरील माती, फक्की इत्यादी आत जाणार नाही. टेप ओला झाला तर पुसल्याशिवाय गुंडाळू नये. या गोष्टी केल्यास टेप अधिक टिकेल. कापडी टेप बाजूंना उसवतो. त्याचे धागे निघतात. वेळीच त्यास बारीक शिवण घालणे योग्य असते. स्टीलचा टेप असल्यास तो तुटणे, त्यास दुमड पडणे घडू शकते. म्हणून अशा साहित्याची काळजी घ्यावी.

आखण्याची दोरी ही गुंडाळी करून बंडल बांधून ठेवली जाते. त्याऐवजी पतंगाच्या दोऱ्यासाठी वापरली जाणारी मोठी असणारी किंवा चक्री वापरली तर दोरी गुंडाळणे व गुंता न होता, मध्ये न तोडता वापरणे शक्य होते. म्हणून आसारीवर दोरी गुंडाळून ठेवावी. खिळे ही नेहमीच हरविणारी गोष्ट आहे. हे खिळे मैदानावरून परत येतात की नाही हे आपण पाहणे म्हणजेच मोजून घेणे व मोजून आणणे आवश्यक असते. ध्वजस्तंभाची पुली, नेटच्या खांबाच्या पुलीज् किंवा खाच असलेली चाके ज्या आसाभोवती फिरतात तेथे तेल टाकणे आणि ती सहज फिरू शकतील अशी व्यवस्था ठेवणे गरजेचे आहे. राष्ट्रध्वज, शाळेचा ध्वज, निरनिराळ्या कुलांचे ध्वज हे व्यवस्थित इस्त्री करून घड्या घालून ठेवणे सहज शक्य असते. त्यामुळे त्यांचा वापर हवा तेव्हा हुकमीपणे करता येतो.

घोष विभागाचे (बँड) साहित्य हे योग्य तऱ्हेने ठेवले जावे. ढोल, हलगी, ढोलकी, ड्रम यांसारखे साहित्य काम नसेल तेव्हा त्यांचा ताण सैल करून ठेवावे. वापराच्या वेळी ताण देऊन कातडी ओढून घ्यावी व वापर करावा. वाद्य उतरलेल्या स्थितीत वापरल्याने आवाज तर येत नाहीच, शिवाय ते फुटण्याचा संभव असतो. हलगी जाळावर तापवून वापर केल्यास अधिक चांगला कडकडीत आवाज देते. ढोलकी, तबला यांसारखी वाद्ये वापरताना ताणून घ्यावीत. त्यांची शाई खराब झाली असल्यास वेळेवर चढवून घ्यावी.

वरील वाद्ये ओलसरपणा असणार नाही, उंदीर कुरतडणार नाहीत, अन्य साहित्याची टोके लागून ती फाटणार नाहीत अशा ठिकाणी ठेवावीत. फ्ल्यूट किंवा बासरी ठेवण्यासाठी फ्ल्यूटच्या मापाची अनेक कप्पे असलेली पिशवी शिवून घेतल्यास फ्ल्यूट झटकून, पुसून कप्प्यात ठेवता येतात.

साहित्याची नोंद : एकूण सर्वच साहित्य हे साहित्य-खोलीत केव्हाही सहज काढता येईल अशा तऱ्हेने ठेवावे. साहित्याची नोंद असलेला तक्ता या खोलीत लावावा. कोणत्या प्रकारच्या साहित्याचे किती नग आहेत हे त्या तक्त्यावरून स्पष्टपणे कळावे.

साहित्याचे रजिस्टर करून त्यात सर्व प्रकारची नोंद ठेवावी. साहित्य वापरास अयोग्य असेल किंवा खराब होईल तेव्हा तशी नोंद रजिस्टरमध्ये असावी. जे साहित्य दीर्घकाळ टिकणारे असेल त्याची नोंद स्वतंत्र करावी. तसेच जे साहित्य लवकर निकामी होणारे असेल त्याची नोंदही स्वतंत्र करावी.

साहित्य-खोलीतून कोणतेही साहित्य बाहेर नेले जात असताना त्याची नोंद अगदी नगानिशी व्हावी आणि साहित्य परत आल्यावर ते परत आल्याचीही नोंद व्हावी. यामुळे कोणते साहित्य बाहेर गेले आहे, ते परत आले की नाही याचा हिशेब बरोबर लागत जाईल. स्टॉप वॉचसारखे साहित्य तपासून परत जमा करावे. पुष्कळदा मोडलेले घड्याळ परत येते. वेळेवर तपासले जात नाही आणि पुन्हा वापरण्याच्या वेळी गोंधळ होतो.

साहित्य दुरुस्ती : साहित्याची दुरुस्ती वेळेवर केल्यास ती शाळेतल्या शाळेतच होणे शक्य आहे. यासाठी 'वेळीच एक टाका घाला आणि पुढील नऊ टाके वाचवा' हे सूत्र ध्यानात ठेवावे. दुरुस्तीचे जुजबी ज्ञान शिक्षकाला हवे. उदाहरणार्थ, बॉलचे पंक्चर काढणे, खिळे ठोकणे, लाकूड कापणे, जोडणे, रंधा मारणे इत्यादी गोष्टी शिक्षकास माहीत असाव्यात. पुष्कळदा या कला असलेले शाळेतील विद्यार्थीही आढळतात. त्यांचा व सेवकांचा वापर यासाठी करून घ्यावा. हल्ली लेस किंवा ज्याला आतली ब्लॅडर आपणास काढून बदलता येणार नाही असे हवेचे चेंडू बाजारात येतात. यातील ब्लॅडर दोन वेळा पंक्चर झाल्यावर तिसरे वेळी पंक्चर काढून आणणे परवडत नाही. (कारण ते दुकानातूनच काढून आणावे लागते.) अशा वेळी चेंडूचे कव्हर चांगल्या स्थितीत असते. जर वरती ब्लेडने रुपयाएवढे भोक पाडले तर आतील ब्लॅडर काढून टाकून काढती-घालती ब्लॅडर वापरता येतात आणि चेंडू वापरला जाऊ शकतो. याप्रमाणे दुरुस्ती वेळेवर झाल्यास सर्व साहित्य नादुरुस्त आहे, म्हणून वापरता येत नाही अशी वेळ येणार नाही.

मात्र आपणास माहीत नाही अशा साहित्याच्या दुरुस्तीच्या भरीस शिक्षकाने पडू नये. उदाहरणार्थ, स्टॉप वॉच. काही वेळा आपल्या उघडण्यामुळे आणखी नादुरुस्ती होण्याची शक्यता असते. दुरुस्तीची हत्यारे ही साहित्याच्या खोलीत हवीत. साहित्य दुरुस्तीचा खर्चही अनुदानास पात्र असतो.

साहित्याची तपासणी : पहिले सत्र संपताना आणि शाळेच्या वार्षिक परीक्षा झाल्यावर, साहित्य-खोलीतील सर्व साहित्याची तपासणी करावी. काय गेले, काय राहिले याचा हिशेब मांडून त्याचा अहवाल कार्बन घालून तयार करावा. या अहवालाची एक प्रत मुख्याध्यापकांकडे द्यावी व दुसरी प्रत साहित्य-खोलीतील फाईलला ठेवावी.

अशा अहवालाचा उपयोग पुढील वर्षीच्या साहित्य-खरेदीच्या अंदाजपत्रकाच्या वेळी व प्रत्यक्ष खरेदीच्या वेळी होतो.

अन्य सूचना :

1. साहित्य खोलीतील साहित्य बाहेर जाऊ देणे वगैरे काम एकाच व्यक्तीकडे सोपविल्यास व त्याने नोंद केल्याशिवाय साहित्य बाहेर नेण्यास बंदी केल्यास; त्या व्यक्तीस साहित्यासाठी जबाबदार धरता येते.
2. विद्यार्थ्यांना ओळखपत्रावर मधल्या सुट्ट्यांमध्ये साहित्य देणाऱ्याही शाळा आहेत. लगोरी सेट, चेंडू, क्रिकेट सेट इत्यादी गोष्टी मुले ओळखपत्र ठेवून खेळांसाठी नेऊ शकतात.
3. खराब निकामी साहित्याचा वेळेवर निकाल लावावा. त्याचे पैसे वेळेवर आल्यास जमा बाजू वाढेल. अशा साहित्याची खरेदी शाळेतील विद्यार्थीही करतात व डागडुजी करून ते साहित्य वापरतात असा अनुभव आहे.
4. प्रथमोपचाराचे साहित्यही या साहित्य-खोलीत असणे आवश्यक आहे.
5. पुष्कळदा विद्यार्थ्यांना काम झाल्यावर साहित्य फेकण्याची सवय असते. अशा विद्यार्थ्यांना शाळेच्या साहित्यावरही स्वतःच्या साहित्यासारखे प्रेम करावयास शिकविणे आवश्यक आहे.
6. किमान आपला अभ्यासक्रम राबविता येईल इतके पुरेसे साहित्य प्रत्येक शाळेजवळ असणे आवश्यक आहे. या दृष्टीने शारीरिक शिक्षणाच्या शिक्षकाने शाळेच्या अंदाजपत्रकाच्या कामात भाग घेऊन आपल्या साहित्याची वर्णी त्यात कशी लागेल हे पाहणे गरजेचे आहे.

प्रश्न :
- **क्रीडांगणे कशी असावीत ?**
- **क्रीडांगणाची निगा तुम्ही कशी राखाल ?**
- **क्रीडा साहित्याचे वर्गीकरण करा.**
- **क्रीडासाहित्याची निगा व देखभाल याविषयी लिहा.**

2.8 कुलपद्धती, बाद पद्धती व साखळी पद्धती : गुणपत्रके, पंचकार्य

खेळांचा प्रकार, हवामान, वेळ, उपलब्ध असणारी मैदाने, साहित्य, अधिकारी, वित्तव्यवस्था यांच्यावर सामना घेण्याच्या पद्धती अवलंबून आहेत. सामने घेण्याच्या विविध पद्धती आहेत त्यामधील महत्त्वाच्या व प्रचलित असणाऱ्या पद्धती पुढीलप्रमाणे -

(1) कुलपद्धती : कुलपद्धतीत मुलांना छोट्या गटात विभागून सर्व कार्यक्रम पार पाडण्याची योजना केलेली असते. एकदा आपल्या गटाचा अभिमान वाटू लागला की, पुढे

तोच व्यापक व्हावा व देशपातळीपर्यंत जावा या उद्देशाने शाळेमध्ये कुलपद्धतीतून बाळकडू दिले जाते. शाळेतील प्रत्येक विद्यार्थ्याला सहभागाची संधी कुलपद्धतीतून मिळते.

यातून व्यक्तिविकास, नेतृत्व, प्रशिक्षण, सहभागी होण्याची समान संधी, सहकार्य व स्पर्धात्मक वृत्तीचा विकास इ. गोष्टी साध्य केल्या जातात. कुलपद्धतीमुळे शाळेतील इतर वर्गातील मुलांशीही त्यांचा सहज परिचय होतो. अनेक वर्गांतील व तुकड्यांमधील विद्यार्थी एकत्र येतात त्यामुळे त्यांच्यात सर्वच वर्गांबद्दल आपुलकी निर्माण होते.

रचना : समानता असणाऱ्या विद्यार्थ्यांचे तुल्यबळ गट म्हणजे ‘कुल’ होय.

‘कुल म्हणजे घर’ या अर्थाने एक विचाराने, एकसंधपणे, एकत्रितपणे एखाद्या विशिष्ट ध्येयाकडे सर्वांनी वाटचाल करणे. विद्यार्थ्यांचे वर्गीकरण आपण पाहिले. या वर्गीकरणाच्या आधारे अथवा इतर पद्धतींनी कुल तयार करण्याच्या पद्धती आहेत. आंतरकुल स्पर्धा चुरशीच्या व्हाव्यात, म्हणून शाळा अथवा वर्गांच्या कुलांमध्ये समानता आणून त्यांची रचना केली जाते. कुलांना समर्पक नावे दिली जातात; त्यामुळे त्या कुलास त्या नावाने प्रेरणा मिळते. उदा., शिवाजी कुल, नेताजी सुभाषचंद्र बोस कुल, महाराणा प्रताप कुल इत्यादी.

कुलरचना करताना विचारात घ्यावयाच्या बाबी :

1. कुलास - कुलनायक असतो. त्याच्यामध्ये नेतृत्व गुण हवेत.
2. उपकुलनायक - नेतृत्व गुण असणारा व कुलनायकाला मदत करणारा.
3. कुलरचना करताना सर्व क्षमतांचे विद्यार्थी कुलामध्ये हवेत. उदा., शारीरिक तंदुरुस्ती उच्च क्षमतेचे, मध्यम क्षमतेचे, कमी क्षमतेचे - अशी कुलाची प्रसामान्य रचना हवी.
4. विविध कौशल्ये, छंद व क्षमतेचे विद्यार्थी विविध कुलांमध्ये विभागून रचना करावी. उदाहरणार्थ, सर्व कुलांमध्ये वाद्य वाजविणारे विभागून हवेत. एकाच कुलात नकोत. याप्रमाणे गायन, नाट्यगुण इत्यादींचाही विचार कुलरचना करताना व्हावा.
5. मुलांची व मुलींची प्राथमिक स्तरावर एकत्रित कुलरचना करावी; परंतु वरच्या वर्गांसाठी शारीरिक रचना व मुला-मुलींच्या क्रीडाप्रकारांमध्ये असणाऱ्या फरकामुळे वेगवेगळे कुल निर्माण करावेत.
6. कुलरचना वर्षाच्या सुरुवातीलाच करावी.
7. कुलरचना करताना शरीररचना, शरीरक्षमता, बुद्धिमत्ता, अभिरुची, अभिवृत्ती, वजन, उंची, वय, लिंग इत्यादी भेदांचा विचार करावा.

(2) बाद पद्धती : या पद्धतीचे दोन प्रकार आहेत.

(अ) एकेरी बाद पद्धती : या पद्धतीमध्ये एकदा पराभूत झालेल्या संघाला बाद केले जाते. त्या संघाला पुन्हा खेळण्यास संधी दिली जात नसते. विजयी झालेल्या संघाला पुढील सामने खेळण्याची संधी दिली जाते.

एकूण संघ किती, कोणता संघ कोणाशी, कोणत्या मैदानावर, कोणत्या तारखेस, किती वाजता खेळेल, एकूण किती वेळा खेळावे लागेल. बाय/सूट मिळेल का, यासंबंधीची माहिती एकत्रितपणे कागदावर लिहिणे, याला 'सामन्यांची कार्यक्रमपत्रिका' असे म्हणतात.

कार्यक्रमपत्रिका तयार करण्याची पद्धती

कार्यक्रमपत्रिका तयार करण्याच्या पद्धती पुढीलप्रमाणे -

(1) संघांना क्रमांक देणे : कार्यक्रमपत्रिका तयार करण्यापूर्वी जेवढे संघ आले असतील तेवढे एका कागदावर एका-खाली-एक असे सलग नंबर (अंक) लिहिणे, त्यानंतर प्रत्येक संघाच्या नावाची चिठ्ठी तयार करावी. त्या सर्व चिठ्ठ्या एकत्र करून कोणत्याही संघनायकास अथवा व्यक्तीस एक-एक चिठ्ठी उचलावयास लावावी व त्याप्रमाणे कागदावर लिहिलेल्या नंबरच्या (अंकाच्या) समोर संघाची नावे लिहावीत.

दुसऱ्या पद्धतीनेही क्रमांक देता येतात. एकूण किती संघांनी भाग घेतला असेल तेवढ्या क्रमांकाच्या सलग चिठ्ठ्या तयार करणे. नंतर त्या चिठ्ठ्या प्रत्येक संघनायकास उचलण्यास सांगणे व त्यानुसार क्रमांक देणे व त्या क्रमांकाच्या पुढे त्यांच्या संघाचे नाव लिहिणे.

(2) एकूण संघाची संख्या असेल त्यापेक्षा एक कमी इतके एकूण सामने होतात.

सूत्र : N – 1 (N = एकूण संघ)

एकूण सहा संघांनी सामन्यामध्ये भाग घेतलेला असल्यास,

N – 1 = 6 – 1 = 5. एकूण पाच सामने होतील.

(3) बाय/सूट देण्यासंबंधी : सामन्यामध्ये सहभागी होणाऱ्या एकूण संघांच्या संख्येच्या पुढील दोनच्या घातांकाची जवळील (पहिली) संख्या कोणती, त्या संख्येतून एकूण संघांची संख्या वजा करावी व आलेल्या संख्येइतके प्रथम खालून, नंतर वरून अशा प्रकारे एकेक बाय द्यावा. दोनच्या घातांकाच्या संख्या 2, 4, 6, 8, 16, 32 इत्यादी सामन्यांमध्ये (स्पर्धेमध्ये) सहा संघांनी भाग घेतलेला आहे. त्याची कार्यक्रमपत्रिका खालीलप्रमाणे तयार करावी.

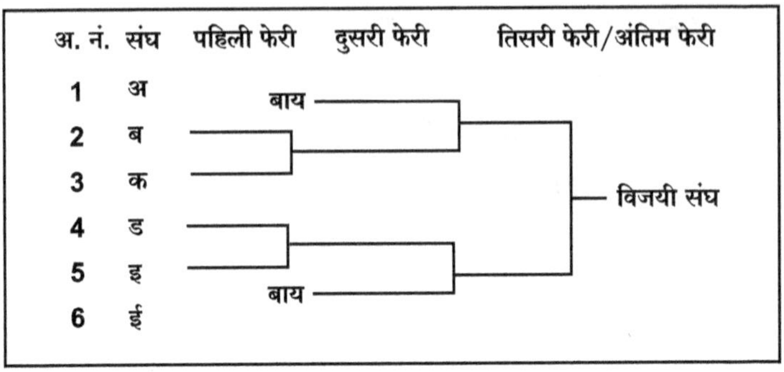

आकृती क्र. 2.7

$N - 1 = 6 - 1 = 5$ एकूण पाच सामने होतील.

सहाच्या जवळील घातांकाची संख्या = 8.

संघांची संख्या 6 = 2 संघांना बाय देणे.

सामन्यामध्ये भाग घेणाऱ्या संघांची संख्या अधिक असल्यास संघांची दोन विभागात विभागणी करावी लागते. वरचा अर्ध-विभाग व खालील अर्ध-विभाग.

दोन विभाग पाडण्याचे सूत्र : संघांची संख्या सम असल्यास, $N \div 2$.

(उदा., 16 संघांनी भाग घेतलेला आहे. $16 \div 2 = 8$. आठ संघांचे दोन भाग).

संघांची संख्या विषम असल्यास,

वरच्या अर्ध-विभागासाठी : $\frac{N+1}{2}$

खालच्या अर्ध-विभागासाठी : $\frac{N-1}{2}$

उदा., 11 संघांनी भाग घेतलेला आहे.

$\frac{11+1}{2}$ = 6 (सहा) संघ वरच्या अर्ध-विभागात येतील.

$\frac{11-1}{2}$ = 5 (पाच) संघ खालच्या अर्ध-विभागात येतील.

बाय देण्याची संख्याही अधिक व ती विषम असल्यास वरच्या व खालच्या विभागात किती बाय द्यावयाचे, त्याचे सूत्र पुढीलप्रमाणे -

वरच्या अर्ध-विभागासाठी : $\frac{\text{एकूण बाय} - 1}{2}$

खालच्या अर्ध-विभागासाठी एकूण $\frac{\text{एकूण बाय} + 1}{2}$

उदा., 11 संघांनी सामन्यामध्ये भाग घेतलेला असल्यास 5 संघांना बाय द्यावा लागेल.

वरच्या अर्ध-विभागासाठी $\frac{5-1}{2} = 2$

दोन संघांना अर्ध-विभागात बाय द्यावा लागेल.

खालच्या अर्ध-विभागासाठी : $\frac{5+1}{2} = 3$

तीन संघांना खालच्या अर्ध-विभागात बाय द्यावा लागेल.

एकूण 11 संघांनी सामन्यामध्ये भाग घेतलेला आहे. त्याची कार्यक्रमपत्रिका वरील सूत्राचा उपयोग पुढीलप्रमाणे तयार करता येईल.

(4) सीडिंग देण्याची पद्धत : सामन्यामध्ये पूर्वीचे विजेते, उपविजेते, नामांकित संघ भाग घेत असतील, ते एकमेकांविरुद्ध पहिल्या अथवा दुसऱ्याच फेरीत खेळून बाद होऊ नयेत, सामने चुरशीचे व्हावेत व त्यातून सर्वोत्कृष्ट विजेता संघ निवडला जावा यासाठी सामन्यांची कार्यक्रमपत्रिका तयार करताना त्यांना योग्य तो क्रम देणे, याला 'सीडिंग देणे' असे म्हणतात. सीडिंग देऊन व वरील सूत्रांचा उपयोग करून पुढील पद्धतीने कार्यक्रमपत्रिका तयार करतात. भाग घेतलेले एकूण संघ 12.

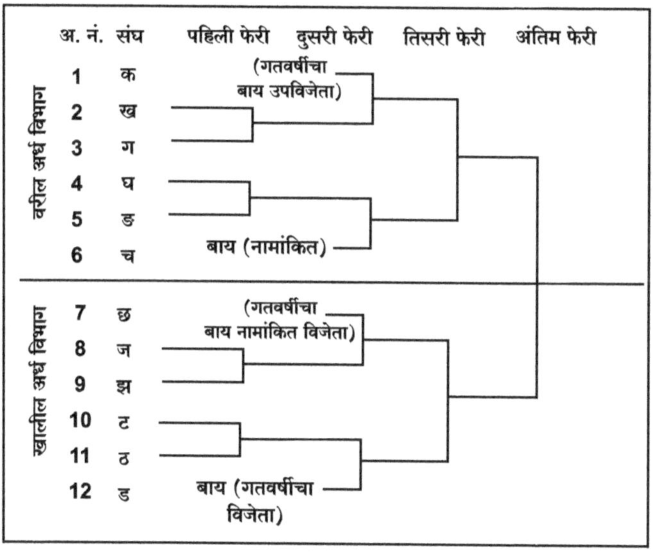

आकृती क्र. 2.8

(ब) दुहेरी बाद पद्धती : सामन्यात एकदा पराभूत झाल्यानंतर पुन्हा एकदा पराभूत होईपर्यंत खेळण्यास संधी दिली जाते. दोन वेळा पराभूत झालेला संघ सामन्यातून बाद केला जातो. बाद पद्धतीने खेळविल्या गेलेल्या सामन्यात पराभूत झालेल्या संघास

सांत्वनपर बाद पद्धतीने घेतलेल्या सामन्यातून विजयी झालेल्या संघाबरोबर खेळावे लागते. त्यामध्ये विजयी झालेला संघ खरा विजेता होय व त्याचा प्रथम क्रमांक. पराभूत झालेला संघ हा उपविजेता (द्वितीय क्रमांक) होय. सहा संघांनी भाग घेतल्यास खालीलप्रमाणे दुहेरी बाद पद्धतीने कार्यक्रमपत्रिका तयार करता येईल.

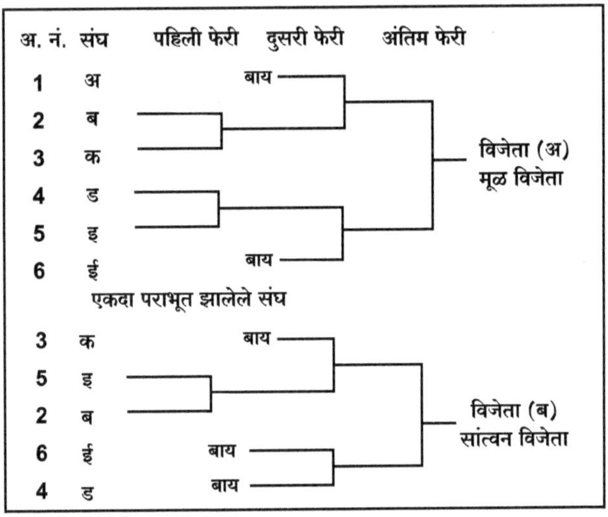

आकृती क्र. 2.9

मूळ विजेता 'अ' विरूद्ध सांत्वन विजेता 'ब' या दोन संघांत सामना होईल व त्यातून विजेता व उपविजेता ठरविता येईल.

बाद पद्धतीचे गुण :

1. विजेता (उत्कृष्ट) संघ कोणता त्याचा निर्णय लवकर मिळतो.
2. वेळ व पैसा कमी खर्च होतो.
3. एकदा पराभूत झाल्यानंतर स्पर्धेतून बाद व्हावे लागते; त्यामुळे प्रत्येक संघ सावधानतेने (काळजीपूर्वक), चुरशीने व आपल्याकडील असणाऱ्या कौशल्याचा पूर्ण उपयोग करून खेळतो.
4. सामन्यांचे नियोजन करणे सोपे जाते.
5. उत्कृष्ट संघाबरोबरच उत्कृष्ट खेळाडूंच्या निवडीबद्दलही त्वरित निर्णय घेता येतो.

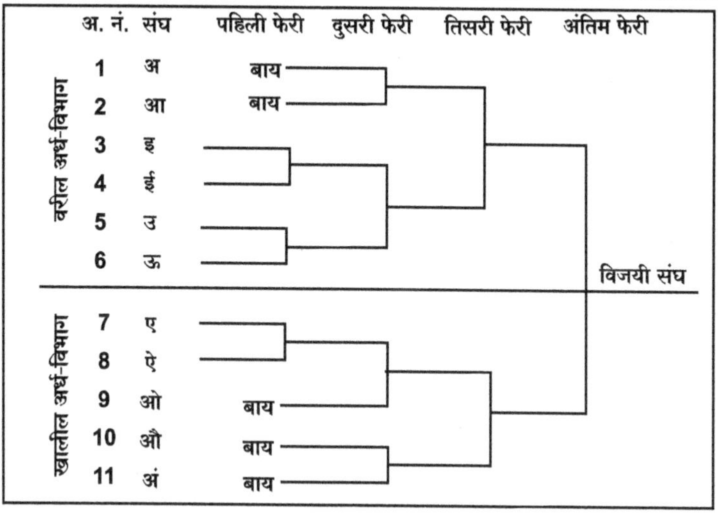

आकृती क्र. 2.10

बाद पद्धतीचे दोष :

1. सर्वोत्कृष्ट असणारा संघही पहिल्याच फेरीत पराभूत होऊ शकतो. अशा संघांना पुन्हा खेळण्याची संधी न मिळाल्यामुळे त्यांच्यावर अन्याय होतो.
2. बलाढ्य संघाबरोबर कमकुवत संघाचा पहिल्याच फेरीत सामना होऊ शकतो. त्यामुळे कमकुवत संघावर मानसिकदृष्ट्या दडपण येते. काही वेळेस पहिल्याच फेरीत दोन बलाढ्य संघांचा सामना होतो. त्यामुळे एकाला पराभूत व्हावे लागते व शेवटी सर्वोत्कृष्ट असणारा संघच निवडला जाईल याची खात्री नसते.
3. विजयी संघास पुढील फेऱ्यांमध्ये खेळण्यासाठी प्रतीक्षा करावी लागते.
4. प्रत्येक संघ आपल्या संघातील चांगल्या खेळाडूसच खेळण्याची संधी देत असतात. नवीन खेळाडूंना तसेच चांगल्याही खेळाडूंना आपले कौशल्य दाखविण्याची संधी उपलब्ध होत नाही.
5. संघ बाद होत असल्यामुळे सामने लवकर संपतात. त्यामुळे निरनिराळ्या खेळाडूंची खेळातील कौशल्ये पाहण्याची संधी मिळत नाही.

(3) साखळी पद्धती : या पद्धतीचे दोन प्रकार आहेत.

(अ) एकेरी साखळी पद्धती : या पद्धतीमध्ये प्रत्येक संघ प्रत्येक संघाबरोबर एकदा खेळतो.

सूत्र : $N(N-1)/2$ N = संघांची संख्या.

उदा., 8 संघांनी सामन्यात भाग घेतला असेल त्या वेळी वरील सूत्रान्वये पुढीलप्रमाणे मांडणी करता येईल.

$$N = 8$$
$$= 8\,(8 - 1)/2$$
$$= 8\,(7)/2$$
$$= 56/2$$
= 28 एकूण सामने होतील.

एकूण फेऱ्या किती होतील ?

N – 1 = 8 – 1 = 7 फेऱ्या होतील.

एकेरी साखळी पद्धतीने सामन्यांच्या नियोजनाची कार्यक्रमपत्रिका दोन पद्धतीने तयार करता येते.

1. चक्राकार पद्धती
2. रकाना/तक्ता पद्धती.

आठ संघांनी भाग घेतलेल्या सामन्याची कार्यक्रमपत्रिका चक्राकार पद्धतीने पुढीलप्रमाणे तयार करता येते – • एकूण सामने 28 होतील. • एकूण फेऱ्या 7 होतील.

वरील माहितीचे अवलोकन करावे.

क्रीडांगण क्रमांक, वेळ यांचा तपशील	**पहिली फेरी**	**दुसरी फेरी**	**तिसरी फेरी**	**चौथी फेरी**	**पाचवी फेरी**	**सहावी फेरी**	**सातवी फेरी**
क्रीडांगण क्रमांक, वेळ	8 × 1	7 ×1	6 × 1	5 × 1	4 × 1	3 × 1	2 × 1
क्रीडांगण क्रमांक, वेळ	7 × 2	6 × 8	5 × 7	4 × 6	3 × 5	2 × 4	8 × 3
क्रीडांगण क्रमांक, वेळ	6 × 3	5 × 2	4 × 8	3 × 7	2 × 6	8 × 5	7 × 4
क्रीडांगण क्रमांक, वेळ	5 × 4	4 × 3	3 × 2	2 × 8	8 × 7	7 × 6	6 × 5
	दिनांक	दिनांक	दिनांक	दिनांक	दिनांक	दिनांक	दिनांक

x = एका संघाविरुद्ध दुसऱ्या संघाचा सामना.

वरील कार्यक्रमपत्रिकेत एका क्रमांकाचा संघ एका जागेवर स्थिर ठेवून दुसऱ्या फेरीपासून घड्याळाच्या काट्याप्रमाणे गोलाकार फिरविले आहेत. त्यामुळे प्रत्येक संघ प्रत्येक संघाशी खेळतो. सामन्यामध्ये भाग घेणाऱ्या संघांची संख्या विषम असल्यास खालीलप्रमाणे कार्यक्रमपत्रिका तयार करतात. उदा., एकूण संघ 5.

सूत्र : = N(N – 1)/2

= 5 (5 – 1)/2

= 5 (4)/2

= 20/2

= 10 एकूण सामने होतील.

एकूण फेऱ्यांची विषम संख्या असल्यामुळे संघाइतक्याच फेऱ्या = 5

कार्यक्रमपत्रिका :

क्रीडांगण क्रमांक व वेळ	पहिली फेरी	दुसरी फेरी	तिसरी फेरी	चौथी फेरी	पाचवी फेरी
क्रीडांगण क्रमांक, वेळ	5 × बाय	4 × बाय	3 × बाय	2 × बाय	1 × बाय
क्रीडांगण क्रमांक, वेळ	4 × 1	3 × 5	2 × 4	1 × 3	5 × 2
क्रीडांगण क्रमांक, वेळ	3 × 2	2 × 1	1 × 5	5 × 4	4 × 3
	दिनांक	दिनांक	दिनांक	दिनांक	दिनांक

वरील कार्यक्रमपत्रिकेत 'बाय' हा एका ठिकाणी स्थिर ठेवून संघांचे क्रमांक घड्याळाच्या काट्याप्रमाणे फिरविले आहेत. त्यामुळे प्रत्येकाला बाय मिळालेला असून प्रत्येक संघ प्रत्येक संघाशी एकदा खेळलेला आहे.

रकाना/तक्ता पद्धतीने कार्यक्रमपत्रिका पुढीलप्रमाणे तयार करता येते.

8 संघांनी सामन्यात भाग घेतलेला आहे. (संघांची संख्या सम आहे.)

N – 1 = 8 – 1 = 7 फेऱ्या होतील.

N + 1 = 8 + 1 = 9 रकाने उभे, आडवे करणे.

सूत्र : N (N – 1)/2 = संघ संख्या

8 (8 – 1)/2 = 28 सामने होतील.

1. 'अ' आणि 'ब' बिंदू जोडणे.
2. आडव्या आणि उभ्या पहिल्या रकान्यांच्या मध्ये संघांची नावे लिहावीत.
3. आडव्या दुसऱ्या रकान्यांमध्ये फेऱ्यांचे क्रमांक सलग लिहावेत. (1 ते 7)
4. तिसऱ्या रकान्यामध्ये वरील रकान्यापेक्षा 1 ने अधिक असे लिहावे.

अ

	ग	म	भ	न	र	स	त	ळ
ग		1	2	3	4	5	6	7
म			3	4	5	6	7	2
भ				5	6	7	1	4
न					7	1	2	6
र						2	3	1
स							4	3
त								5
ळ								

ब

आकृती क्र. 2.11

सात फेऱ्या होणार असल्यामुळे पुन्हा 1-2-3-4 असे शेवटचा रकाना सोडून लिहावे.

5. शेवटचे रकाने शेवटी लिहावे. सातनंतर दोन हा फेरी क्रमांक लिहावा.

(सामना-फलक तयार करताना प्रत्येक वेळी याच पद्धतीने लिहावे.) त्या खाली दोनचा फरक ठेवून अंक लिहावेत. यामध्ये सात फेऱ्या होणार आहेत. म्हणून सहा फेऱ्यांनंतर एक फेरीचा क्रमांक लिहावा व त्यापुढे पुन्हा दोनचा फरक ठेवून लिहावे.

आकृती क्र. 2.11 वरून कोणकोणते सामने होतील हे पुढीलप्रमाणे पाहता येईल.

दिनांक व वेळ	फेरी क्रमांक	सामने	सामने	सामने	सामने	क्रीडांगण क्रमांक
	1	ग × म	भ × त	न × स	र × ळ	
	2	ग × भ	म × ळ	न × त	र × स	
	3	ग × न	म × भ	र × त	स × ळ	
	4	ग × र	म × न	भ × ळ	स × त	
	5	ग × स	म × र	भ × न	त × ळ	
	6	ग × त	म × त	भ × र	न × ळ	
	7	ग × ळ	म × त	भ × स	न × र	

9 संघांनी सामन्यामध्ये भाग घेतलेला आहे. (विषम संख्या)

N – 1

9 – 1 = 8 फेऱ्या होतील.

N + 2

9 + 2 = 11 आडवे-उभे रकाने.

सूत्र : N(N – 1)/2

9 (9 – 1)/2 = 36 सामने होतील.

N = संघांची संख्या

अ

	ग	म	भ	न	र	स	त	ळ	च	बाय
ग		1	2	3	4	5	6	7	8	9
म			3	4	5	6	7	8	9	2
भ				5	6	7	8	9	1	4
न					7	8	9	1	2	6
र						9	1	2	3	8
स							2	3	4	5
त								4	5	3
ळ									6	5
च										7
बाय										

ब

आकृती क्र. 2.12

आकृती क्र. 2.12 चे स्पष्टीकरण पुढीलप्रमाणे :

दिनांक व वेळ	फेरी क्रमांक	सामने	सामने	सामने	सामने	सामने	क्रीडांगण क्रमांक
	1	ग × म	भ × च	न × ळ	र × त	स – बाय	
	2	ग × भ	म – बाय	न × च	र × ळ	स × त	
	3	ग × न	म × भ	र × च	स × ळ	त – बाय	
	4	ग × र	म × न	भ – बाय	स × च	त × ळ	
	5	ग × स	म × र	भ × न	त × च	ळ – बाय	
	6	ग × त	म × स	भ × र	न – बाय	ळ × च	
	7	ग × ळ	म × त	भ × स	न × र	च – बाय	
	8	ग × च	म × ळ	भ × त	न × स	र – बाय	
	9	ग –बाय	म × च	भ × ळ	न × त	र – बाय	

साखळी पद्धतीमधील संघांचे गुणदान व क्रमांक.

- संघाने सामना जिंकला : 2 गुण
- संघ पराभूत झाला : 0 गुण.
- दोन संघांतील सामना बरोबरीत संपला : प्रत्येक संघास 1 गुण.

सर्व सामन्यांमध्ये सर्वाधिक गुण मिळविणारा संघ विजयी होतो. मिळविलेल्या गुणांची संख्या समान होऊन प्रथम क्रमांकासाठी बरोबरी/पेच (Tie) निर्माण होत असल्यास खालील पद्धतीने बरोबरी सोडवावी. अन्य क्रमांकासाठी बरोबरी झाल्यास सोडवू नये. त्या सर्वांना समान क्रमांक द्यावा.

1. बरोबरी झालेल्या संघात त्या दोघांमध्ये झालेल्या सामन्यात जो संघ विजयी झाला असेल त्या संघाला प्रथम क्रमांक द्यावा.
2. त्या दोन्ही संघांमधील सामना बरोबर झाला असल्यास अथवा वरीलप्रमाणेही बरोबर शिल्लक राहत असल्यास सर्व सामन्यांच्या मालिकेत जास्तीत जास्त सामने जिंकणाऱ्या संघाला प्रथम क्रमांक द्यावा.
3. 'बॉल गेम' असल्यास ज्या संघाने अधिक गोल केलेले आहेत त्या संघाला प्रथम क्रमांक द्यावा.
4. वरीलप्रमाणे बरोबरी न सुटल्यास त्या दोन्ही संघांत पुन्हा पूर्ण सामना घ्यावा व त्यामध्ये विजयी होणाऱ्या संघाला प्रथम क्रमांक द्यावा.

(ब) दुहेरी साखळी पद्धती : या पद्धतीमध्ये प्रत्येक संघ दुसऱ्या संघाशी दोन वेळा खेळतो. दुहेरी साखळी सामन्याच्या दुप्पट सामने या पद्धतीत होतात. एकेरी साखळी पद्धतीप्रमाणेच कार्यक्रमपत्रिका तयार करतात.

साखळी पद्धतीमधील गुण :

1. प्रत्येक संघाला प्रत्येकाशी खेळावे लागते. त्यामुळे खरा विजयी उत्कृष्ट संघ कोणता हे समजते.
2. खेळाडूंना आपले कौशल्य दाखविण्यास संधी मिळते.
3. सर्वोत्कृष्ट खेळाडूंची निवड करता येते.
4. सामन्यातील सर्व संघांचा गुणानुसार क्रमांक ठरविता येतो.
5. बाद पद्धतीप्रमाणे पुढील सामने खेळण्यासाठी प्रतीक्षा करावी लागत नाही. दिलेली तारीख, वेळ, क्रीडांगण यानुसार सामने खेळता येतात.

6. प्रेक्षकांनाही चांगले सामने पाहण्याची संधी प्राप्त होऊन खेळाची लोकप्रियता वाढण्यास मदत होते.

साखळी पद्धतीमधील दोष :

1. वेळ व पैसा अधिक खर्च होतो.
2. स्पर्धा दीर्घकाळ चालतात, त्यामुळे अशा प्रकारच्या सामन्यांमध्ये अधिक संघ सहभागी होत नाहीत.
3. एकदा पराभूत झालेला संघ पुन्हा खेळण्यास नाउमेद होतो.
4. प्रथम क्रमांकाचा (विजयी) संघ शोधण्यास बराच वेळ लागतो.

(3) एकत्रीकरण/संयुक्त पद्धती : सामन्यामध्ये भाग घेणाऱ्या संघांची संख्या अधिक असेल त्या वेळेस त्या संघाचे निरनिराळे गट पाडून त्यांच्यामध्ये निरनिराळ्या पद्धतीने सामने घेऊन त्यातून विजेता व उपविजेता संघ निवडला जातो. राष्ट्रीय स्तरावरील स्पर्धांचे आयोजन करताना या पद्धतीचा उपयोग केला जातो.

(अ) बाद व बाद पद्धती : सामन्यामध्ये भाग घेणाऱ्या संघांचे गट/विभाग केले जातात. त्यांच्यामध्ये प्रथम बाद पद्धतीने सामने घेतले जातात. गट/विभाग विजेते पद मिळविलेल्या संघाचे पुन्हा बाद पद्धतीने सामने घेतले जातात.

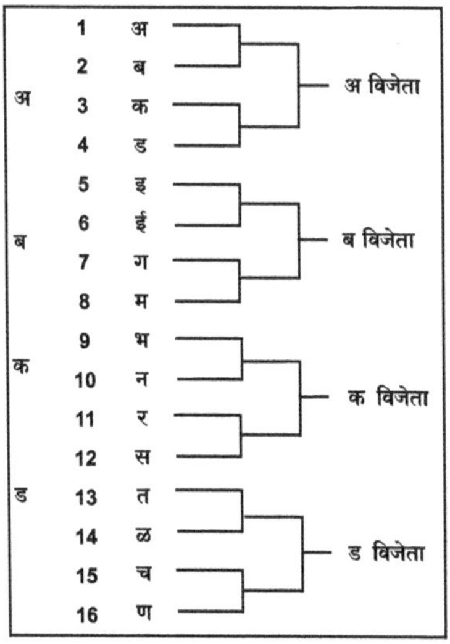

आकृती क्र. 2.13

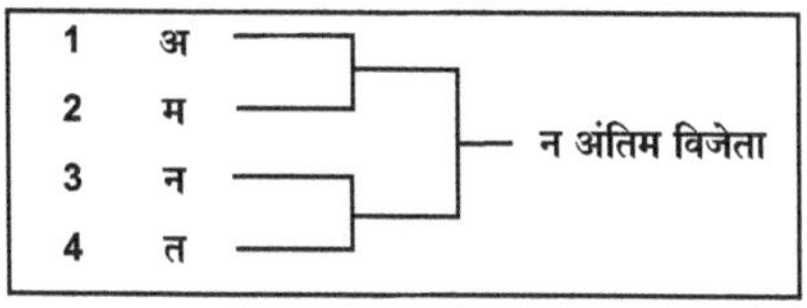

आकृती क्र. 2.14

(ब) बाद व साखळी : सामन्यात भाग घेणाऱ्या संघांचे गट/विभाग केले जातात. त्यांच्यामध्ये प्रथम बाद पद्धतीने सामने घेतले जातात. गट/विभागीय विजेते पद मिळविलेल्या संघाचे पुन्हा साखळी सामने घेतले जातात.

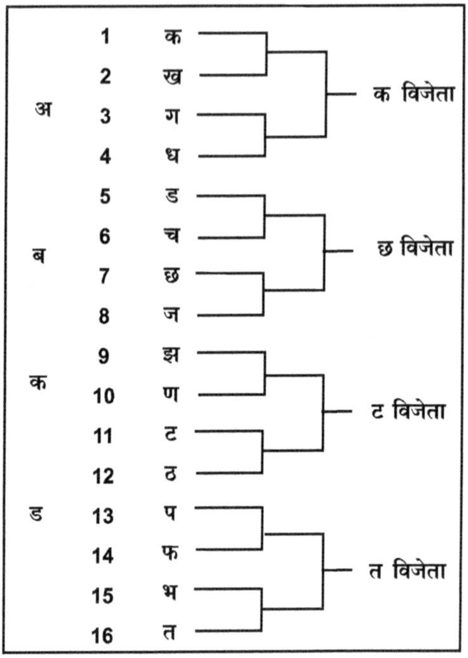

आकृती क्र. 2.15

विभागीय विजेते संघ :

क, छ, ट, त.

त × क ट × क छ × क

ट × छ छ × त त × ट

साखळी सामन्यात अधिक गुण मिळविणाऱ्या संघाचा प्रथम क्रमांक (विजयी म्हणून) घोषित जातो.

(क) साखळी व साखळी पद्धती : सामन्यात भाग घेणाऱ्या संघांचे गट/विभाग केले जातात. त्यांच्यामध्ये प्रथम साखळी पद्धतीने सामने घेतले जातात. त्यातून विजयी संघ निवडला जातो.

(ड) साखळी आणि बाद पद्धती : सामन्यात भाग घेणाऱ्या संघांचे गट/विभाग केले जातात. त्यांच्यामध्ये प्रथम साखळी पद्धतीने सामने घेतले जातात. गट/विभागीय विजेते पद मिळविलेल्या संघांचे पुन्हा बाद पद्धतीने सामने घेऊन त्यातून अंतिम विजेता निवडला जातो. वरील पद्धतींचा अभ्यास करून या दोन पद्धतींची कार्यक्रमपत्रिका तयार करता येईल.

पंचकार्य व पंचांचे गुण

पाश्र्वभूमी : स्पर्धा व सामने यांचा संबंध सामनापत्रके पंचकार्य यांच्याशी येतो. शारीरिक शिक्षण कार्यक्रमांना गती मिळाल्यापासून शालेय-आंतरशालेय, महाविद्यालयीन-आंतर-महाविद्यालयीन त्याचप्रमाणे आंतर युनिव्हर्सिटी स्पर्धा चुरशीच्या होऊ लागल्या आहेत. या स्पर्धांना प्रेक्षक वर्गही वाढू लागला आहे. शालाबाह्य युवकांसाठी तालुका स्पर्धा, जिल्हा स्पर्धा, राज्य स्पर्धा होऊ लागल्या आहेत. त्याचप्रमाणे अनेक युवक मंडळेही क्रीडास्पर्धा नियमितपणे आयोजित करून विजयी संघांना व खेळाडूंना ढाली-करंडक व विजयी खेळाडूंना वैयक्तिक बक्षिसे ठेवत आहेत. अशा या चुरशीच्या सामन्यांची अधिकृत साखळी राज्यस्तरापासून राष्ट्रीय व आंतरराष्ट्रीय स्तरांपर्यंत तयार झालेली आहे. खेळाडूंची प्रत्येक हालचाल आधुनिक यांत्रिक कामे यांच्या साहाय्याने टिपता येते. अशा वेळी या सामन्यांसाठी काम करणाऱ्या प्रत्येक अधिकाऱ्याचे व पंचांचे काम जबाबदारीचे पण जटिल झाले आहे. जलद हालचाली पुन्हा अगदी सावकाश पद्धतीने दाखविता येतात; त्यामुळे पंचांचे निर्णय चुकीचे असण्याची शक्यता निर्माण झालेली आहे. अशा या ॲटोमॅटिक यांत्रिक युगात पंचांइतकेच कॅमेरामनचेही महत्त्व वाढलेले आहे. प्रत्येक प्रकारच्या सामन्यासाठी व खेळासाठी सरपंचांपासून स्वयंसेवकांपर्यंत जे अधिकारी लागतात त्या सर्वांमध्ये सांघिक ऐक्याची भावना मोठ्या प्रमाणावर भासत आहे.

सामने व स्पर्धा यात भाग घेणारे खेळाडू जिद्दीने खेळत असतात. कारण त्यांच्या कष्टाची व अन्य गुणांची परीक्षा या सामन्यांमध्ये होत असते. विशेष प्रावीण्य प्रकट करण्यासाठी खेळाडू भाग घेत असतात. त्याचबरोबर क्रीडानीती, क्रीडावृत्ती, स्वयंपूर्ण शिस्त, संघ प्रवृत्ती, आज्ञाधारकपणा, बंधुभाव, प्रामाणिकपणा यांसारख्या गुणांचा परिपोष खेळाडूंमध्ये कितपत आहे याची कल्पना अशा सामन्यांमुळे प्रगट होत असते.

युवकांच्या लढाऊ, चुरस, आत्मप्रकटीकरण यांसारख्या प्रवृत्तीस वाव मिळून त्यांचे उदात्तीकरण या सामन्यांतून होते. सामान्यतः चुरस असली तरी एकता व बंधुभाव वाढीस लागावा ही या सामन्यांमागील तात्त्विक बैठक आहे. आंतरराष्ट्रीय स्तरावरील सामने ग्रीसमध्ये अडीच हजार वर्षांपूर्वी सुरू झाले. यूनोचे आजचे जे तत्त्वज्ञान आहे ते पूर्वीपासून खेळाद्वारे आणण्याचा हा प्रयत्न आहे. राष्ट्रीय व आंतरराष्ट्रीय स्तरांवरील सामने म्हणजे प्रेक्षकांचीही फार मोठी करमणूक आहे. काही प्रेक्षक तर जिद्दीच्या सामन्यांमध्ये खेळाडूंइतकेच भारावून गेलेले असतात. अशा वेळी सामनापत्रके लिहिणाऱ्यांपासून पंच व

सरपंच या नात्याने कार्य करणाऱ्या अधिकाऱ्यांपर्यंत सर्वांची सामुदायिक जबाबदारी फार मोलाची ठरते.

साधारण सर्व खेळ हे प्रतिकार, हुलकावणी, संघकार्य, कल्पकता, संरक्षण व आक्रमण यांसारख्या कौशल्याने भरलेले असतात. वैयक्तिक बाबतीतही चिवटपणा, दमदारपणा, आक्रमकता ही कौशल्ये पणाला लागतात. सामने पाहणारे प्रेक्षक ज्या बाजूचे असतात त्या बाजूस प्रोत्साहन देत असतात. इतकेच नव्हे तर भावनात्मकदृष्ट्या त्या खेळाशी किंवा वैयक्तिक शर्यतीशी एकरूप झालेले असतात. आंतरराष्ट्रीय स्वरूपाच्या सामन्यात तर राष्ट्रीय अस्मिता जागी झालेली असते. खेळाडू हा त्या राष्ट्राचा प्रतिनिधी म्हणून चिवटपणाने जिद्दीने व आक्रमक स्वरूपात झुंज देत असतो. अशा वेळी पंच म्हणून काम करणाऱ्या सर्वांचे कार्य जबाबदारीचे असते. त्यांचे निर्णय अचूक पाहिजेत, निश्चित पाहिजेत, आत्मविश्वासाचे पाहिजेत, निष्पक्षपाती पाहिजेत व त्वरित पाहिजेत.

या सर्व कसोट्यांमध्ये उतरण्यासाठी पंचांना ज्या सामन्यांची किंवा खेळांची जबाबदारी स्वीकारावयाची आहे त्या सामन्यांच्या अद्ययावत नियमांची माहिती पाहिजे. माजी क्रीडापटूंना पंच कार्य करावयास सांगतात ते याच गुणांमुळे व अनुभवामुळे. सध्यातर पंचकार्य हे एक शास्त्र झालेले आहे. ते शिकण्यासाठी कोर्सेस तयार केलेले आहेत. कोर्सेस पूर्ण केल्याखेरीज पंच म्हणून नेमणूक करीत नाहीत. त्यातही छोट्या खेळापासून मोठ्या म्हणजे अधिकृत खेळापर्यंत काम करण्यासाठी एक साखळी तयार झालेली आहे. अशा सामन्यांना 'अनधिकृत सामने' व 'मान्यताप्राप्त' सामने असे समजण्यात येते. निरनिराळ्या क्रीडा संघटनांनी जे सामने मान्य केलेले आहेत ते प्रथम श्रेणीचे सामने मानले जातात. पंचांना असा अनुभव मिळवित महत्त्वाच्या सामन्यात काम करण्याचा अधिकार प्राप्त होतो.

पंचांच्या अंगी असणारे आवश्यक गुण

स्पर्धा समाधानाच्या वातावरणात पार पडाव्यात यासाठी पंचांच्या अंगी पुढील गुण असणे आवश्यक आहेत.

(1) शैक्षणिक पात्रता : पंचकार्य करण्यासाठी आवश्यक असणाऱ्या पात्रता परीक्षा पास असणे आवश्यक असते. या परीक्षा त्या-त्या खेळांच्या संघटना तालुका, जिल्हा, राज्य, राष्ट्रीय आणि आंतरराष्ट्रीय पातळीवर आयोजित केल्या जातात.

(2) व्यावसायिक गुण : यशस्वी पंचकार्यासाठी वक्तशीरपणा, अभ्यास, पूर्वतयारी, सुसंवाद कौशल्य इत्यादी व्यावसायिक गुणांची अत्यंत आवश्यकता असते.

(3) नियमांचे सखोल अद्ययावत ज्ञान : नियम समितीने तयार केलेल्या नियमांचा व उपनियमांचा अभ्यास पंचाने करावयास हवा. हे बदल कधी व का झाले याची माहिती पंचास हवी.

(4) माजी खेळाडूंच्या अद्ययावत ज्ञानाचा व अनुभवाचा फायदा : माजी निष्णात खेळाडूंना पंच म्हणून नेमतात किंवा त्यांना पंचकार्य करण्यास आमंत्रण दिले जाते ते याच कारणांमुळे.

(5) पंचांचा निर्णय खेळाडू व प्रेक्षक या दोघांनीही तक्रार न करता मान्य करावा असा क्रीडानीतीचा आदेश आहे : पंचांनी दिलेला निर्णय पक्षपाती आहे अशा तऱ्हेची आरडाओरड करून खेळाडू व प्रेक्षक पंचांना सतावत असतात. राष्ट्रीय व आंतरराष्ट्रीय सामन्यांमध्ये पंचांचा निर्णय हा 'अधिकृत' मानला जातो. फारतर काही सामन्यांमध्ये तिथेच बसलेल्या निर्णय मंडळाकडे अपील करता येते. हे मंडळ ताबडतोब निकाल देते, तो निकाल मान्य करावा लागतो. आरडाओरड करून पंचांवर दडपण आणणाऱ्या खेळाडूंना सामन्यातून बाद करण्याचा अधिकार 'निर्णायक मंडळास' आहे. काही प्रेक्षक मुद्दामहून सामन्यात व्यत्यय आणीत असतील तर त्यांना पोलिसांचे साहाय्य घेऊन हाकलून काढता येते. अपवादात्मक घडणारे हे प्रकार आहेत. खेळ किंवा स्पर्धा ही आनंदाची, भातृभाव वाढीस लावण्याची, खेळातील कौशल्य प्रेक्षकांना दाखवून त्यांची सहानुभूती आपल्याकडे घेण्याची फार मोठी संधी असते व आपल्यातील गुणांचे उन्नयन करता येते. प्रेक्षकांच्या सहानुभूतीने व टाळ्यांनी स्पर्धक आपला परफॉर्मन्स (क्षमता) वाढवित असतो. अशा वेळी पंचांचा निर्णय ठाम असावा, निष्पक्षपाती असावा. स्वतः पंचांनी कोणत्याही वासनेस बळी न पडता दिलेला असावा. आत्मविश्वासपूर्वक दिलेले निर्णय पंचांना जीवनात यशस्वी ठरवितात.

(6) शारीरिक व मानसिक गुण : हॉकी, फुटबॉल, बास्केट बॉल यांसारख्या खेळात, खेळांचे योग्य निरीक्षण व परीक्षण करण्यासाठी आणि खेळावर नियंत्रण ठेवण्यासाठी पंचांना क्रीडांगणावर सर्वत्र पळावे लागते. बॉलची हालचाल व तो ताब्यात घेण्यासाठी खेळाडूंच्या हालचाली जवळून, पण खेळात व्यत्यय येणार नाही व खेळाडूस अडथळा होणार नाही या कौशल्याने पळावे लागते. या सर्व कामांसाठी शारीरिक सुदृढता असणे आवश्यक आहे व त्याचबरोबर सूक्ष्म निरीक्षणही आवश्यक आहे. याचबरोबर मनाचा खंबीरपणा, न्यायनिष्ठुरपणा, ताबडतोब निर्णय घेण्याची शक्ती या मानसिक गुणांची आवश्यकता समजेल आणि खेळ बरोबर वेळेत पूर्ण होतो किंवा नाही याची माहिती मिळेल. यासाठी बुद्धिमत्ता व शारीरिक चापल्य या दोन गुणांची आवश्यकता पंचांना असावयास पाहिजे.

निष्णात पंच होण्यासाठी अत्यावश्यक गुण

1. खेळात सहभागी होऊन पोटनियमांसह सर्व नियमांची माहिती स्वतः मिळवून त्यावर स्वतःचा ताबा असावा.
2. पंच परीक्षा उत्तम गुणांनी उत्तीर्ण व्हावी.
3. प्राथमिक स्वरूपाच्या सामन्यापासून काम करावे व आपल्या चुका श्रेष्ठ दर्जाच्या पंचांकडून पारखून घ्याव्यात.
4. श्रेष्ठ दर्जाचे पंच, निर्णय कसे देतात याची पाहणी प्रत्यक्ष करावी व संबंधित दर्जाच्या चर्चासत्रात नेहमी भाग घेऊन शंकांचे निरसन करून घ्यावे.

महत्त्वाच्या सूचना

1. सामना सुरू होण्यापूर्वी महत्त्वाचे नियम वाचावेत. नियमांचे पुस्तक जवळ असावे.
2. खेळ सुरू होण्यापूर्वी क्रीडांगणावर जाऊन कार्यक्रमपत्रिका, खेळांची आखणी साधनसामग्री पाहून घ्यावी. त्रुटी त्वरित दुरुस्त कराव्यात. पंचांचा गणवेश घालूनच क्रीडांगणावर जावे.
3. सहकारी पंचांची भेट घेऊन कामाची वाटणी व्यवस्थित करून घ्यावी.
4. दोन्ही संघ क्रीडांगणावर उतरल्यानंतर त्यांना एकत्र करावे, विविध नियमांची माहिती द्यावी. नियम उल्लंघनानंतर गय केली जाणार नाही याची कल्पना द्यावी.
5. खेळात व्यत्यय येणार नाही पण खेळ दिसेल अशा जागी उभे राहावे आणि शिट्टीचा कमीत कमी उपयोग करावा.
6. निर्णय निश्चितपणे द्यावा. कोणाशीही चर्चा करू नये.
7. फाउल्स योग्य खुणांद्वारा अगर शिट्टीद्वारा सांगावेत. वृत्ती शांत व समतोल असावी.

पंचांची कर्तव्ये आणि जबाबदाऱ्या

(1) सामनापूर्व : (अ) आवश्यक पोशाख, साधने व साहित्य तयार ठेवणे (पेन, शिट्टी, कार्ड इत्यादी) (ब) आवश्यक प्रमाणित साधनसामग्रीची पाहणी करणे. उदा., चेंडू, गुणपत्रक, स्टॉपवॉच इत्यादी. (क) सामन्यासाठी संघांना एकत्र करून बदललेले नियम व आवश्यक सूचना देणे.

(2) सामनादरम्यान : (अ) क्रीडांगणात योग्य जागी उभे राहावे. (ब) वृत्ती शांत ठेवून योग्य समतोल व ठामपणे निर्णय देणे. (क) योग्य इशाऱ्यांचा वापर, (ड) खेळावर

नियंत्रण ठेवावे. (इ) खेळाडू व प्रेक्षकांशी विनाकारण चर्चा करू नये. (ई) खेळाच्या अवधीवर लक्ष ठेवणे.

सामनापत्रके : सर्व अधिकृत सामन्यांची सामनापत्रके छापील स्वरूपात तयार ठेवावी लागतात व ही सामनापत्रके कोणी लिहावीत याबाबतचे अधिकारीही नेमून दिलेले असतात. त्यांना 'गुणलेखक' (Recorder) असे म्हणतात. या गुणलेखकांनी जी मॅच होणार आहे किंवा जी शर्यत होणार आहे त्या शर्यतीचेच ते सामनापत्रक आहे, याची खात्री करून घ्यावी. त्यानंतर जे पंच गुण देणार आहेत किंवा हाताच्या खुणांनी गुण सांगणार आहेत त्यांच्याकडे सतत लक्ष केंद्रित करणे आवश्यक आहे. जो खेळ किंवा जो सामना होणार आहे त्या सामन्याच्या गुणदान योजनेची संपूर्ण माहिती सामनापत्रक भरणाऱ्या अधिकाऱ्यास माहीत असली पाहिजे. यासाठी सामना खेळलेल्या माजी खेळाडूस हे काम देणे योग्य ठरणार आहे. त्या खेळामध्ये होणाऱ्या फाउल्सची माहिती गुणलेखकास पाहिजे.

काही मॅचेसमध्ये पंच व गुणलेखक जवळजवळ असतात. पण काही मॅचेसमध्ये वैयक्तिक संपर्क साधणे अवघड असते. अशा वेळी खेळांचे वर्णन करणारे अनाउन्सर (Anouncer) असतात. हे अनाउन्सर गुण व फाउल्स यांची माहिती देत असतात. हे 'अनाउन्सर' खेळातील तज्ज्ञ अधिकारी असतात. त्यांनी वर्णन केलेल्या माहितीच्या आधारे 'सामनापत्रक' तयार होत असते. कोणत्याही सामन्याचे 'सामनापत्रक' ताबडतोब भरावयाचे असते. मध्येच विश्रांती घेऊन आठवणीच्या आधारे ते भरता येत नाही. उलट, सामनापत्रकाच्या आधारे कोणत्या बाजूचे किती गुण झाले हे जाहीर होत असते. त्याला अधिकृत आधार 'सामनापत्रक' हे असते.

सामनापत्रक हे एक अधिकृत कायम रेकॉर्ड मानतात. यावर संबंधित अधिकाऱ्यांच्या म्हणजे गुणलेखक, पंच, सरपंच ऑर्गनायझिंग कमिटीचे सदस्य व अध्यक्ष यांच्या स्वाक्षऱ्या असतात. हे सर्व अधिकारी सामनापत्रक पडताळून पाहून मगच स्वाक्षरी करतात. विरुद्ध बाजूचे सामनापत्रकही नीट पडताळून पाहावे लागते. कारण दोन्ही सामनापत्रके एकमेकांस जुळावी लागतात. अशा वेळी दोन्ही बाजूंच्या संबंधित अधिकाऱ्यांच्या स्वाक्षऱ्या झाल्या तरच त्या सामनापत्रकास खरेपणा येतो. हे शिफारस पत्र चालू शकते.

प्रश्न :
- **क्रीडास्पर्धा आयोजनाचे महत्त्व लिहा.**
- **स्पर्धांचे प्रकार लिहा.**
- **स्पर्धा आयोजनाचे टप्पे स्पष्ट करा.**
- **स्पर्धा उद्‌घाटन समारंभ व समारोप समारंभ कार्यक्रमाचा क्रम लिहा.**
- **पंचांचे गुण लिहा.**
- **पंचांची कर्तव्ये, जबाबदाऱ्या स्पष्ट करा.**

☞ आपण काय शिकलो ?

- क्रीडास्पर्धा आयोजनाचे महत्त्व व टप्पे, स्पर्धा प्रकार, स्पर्धा उद्‌घाटन व समारोप समारंभ, पंचांचे गुण, कर्तव्य व जबाबदाऱ्या, मैदान आखणी व क्रीडासाहित्य निगा, सामनापत्रक, साखळी व बाद पद्धत, पंचकार्य आणि कुलपद्धतीचे महत्त्व व रचना, शारीरिक शिक्षण अध्यापकाची गुणवैशिष्ट्ये, कर्तव्य व जबाबदाऱ्या.

स्वाध्याय

❖ गाळलेल्या जागा भरा.

1. एकच शाळा किंवा महाविद्यालयाच्या अंतर्गत घेतल्या जाणाऱ्या स्पर्धांना .... म्हणतात.
2. शाळा-शाळांमध्ये किंवा महाविद्यालयांमध्ये होणाऱ्या सामन्यांना .... म्हणतात.
3. समानता असणाऱ्या विद्यार्थ्यांचे तुल्यबळ गट म्हणजे ....
4. नऊ कबड्डी संघांची एकेरी बाद पद्धतीने स्पर्धा घेतल्यास एकूण .... सामने होतील.
5. सहा खो-खो संघांचे एकेरी बाद पद्धतीने सामने घ्यायचे असल्यास एकूण .... बाईज द्यावे लागतील.
6. फुटबॉल स्पर्धेसाठी 5 संघांनी सहभाग घेतला आहे, एकेरी साखळी पद्धतीने स्पर्धेच्या एकूण .... फेऱ्या (राऊंडस) होतील.
7. हॉकी सामन्यांसाठी 4 संघ सहभागी झाल्यास एकेरी साखळी पद्धतीने एकूण .... सामने होतील.
8. सामना पत्रके (स्कोअरशिट) लिहिणाऱ्यास .... म्हणतात.
9. बाद आणि .... या सामने घेण्याच्या पद्धती आहेत.

❖ **जोड्या लावा.**

	'अ' गट (संघ संख्या)		'ब' गट (एकेरी बाद किंवा साखळी पद्धतीने होणारे एकूण सामने)
1.	9	(अ)	10
2.	7	(ब)	15
3.	12	(क)	8
4.	16	(ड)	11
5.	5	(इ)	21

❖ **एका वाक्यात उत्तरे लिहा.**

1. अध्यापन पद्धती म्हणजे काय ?
2. कोणत्याही दोन अध्यापन पद्धतींची नावे लिहा.
3. पाठांचे प्रकार लिहा.
4. वर्गरचना म्हणजे काय ?
5. शारीरिक सुदृढतेचे प्रकार लिहा.
6. स्पर्धेचे प्रकार कोणते ?
7. कुलपद्धती म्हणजे काय ?
8. सामने घेण्याच्या विविध पद्धतींची नावे लिहा.
9. पंचांचे दोन गुण लिहा.

❖ **लघुत्तरी प्रश्न**

1. पूर्ण भाग अध्यापन पद्धती थोडक्यात स्पष्ट करा.
2. प्रथमोपचारक म्हणून शारीरिक शिक्षण शिक्षकाची भूमिका लिहा.
3. शारीरिक शिक्षण शिक्षकाकडे कोणते गुण असावेत ?
4. शारीरिक शिक्षण शिक्षकास कोणकोणती कर्तव्ये पार पाडावी लागतात.
5. आरोग्याधिष्ठित शारीरिक सुदृढतेचे घटक लिहा.
6. कौशल्याधिष्ठित/कारक शारीरिक सुदृढतेत कोणत्या घटकांचा समावेश होतो ?
7. स्पर्धा आयोजनाचे टप्पे लिहा.

8. स्पर्धेसाठी 18 संघ असताना एकेरी बाद पद्धतीने एकूण किती सामने होतील आणि एकूण बाइज किती मिळतील ?
9. पंचकार्याचे महत्त्व लिहा.

✤ दीर्घोत्तरी प्रश्न

1. अध्यापन पद्धतींची यादी करून दोन पद्धती सविस्तर स्पष्ट करा.
2. शारीरिक शिक्षण शिक्षकाच्या विविध भूमिका सोदाहरण स्पष्ट करा.
3. शारीरिक शिक्षण शिक्षकाची कर्तव्ये व जबाबदाऱ्या याविषयी चर्चा करा.
4. साखळी आणि बाद पद्धतींचे गुण-दोषांसह स्पष्टीकरण करा.
5. क्रीडांगण आखणीच्या पद्धती स्पष्ट करा.
6. क्रीडासाहित्याची निगा आणि देखभाल याविषयी लिहा.
7. पंचांची कर्तव्ये व जबाबदाऱ्या स्पष्ट करा.
8. सहा संघांसाठी एकेरी बाद व एकेरी साखळी पद्धती सामना आराखडा तयार करा.

3

योगाभ्यास

➲ **प्रकरणाची मांडणी** ➲

3.1 अध्ययन निष्पत्ती

3.2 प्रस्तावना

3.3 योगाची ऐतिहासिक पार्श्वभूमी

3.4 योगाची व्याख्या

3.5 यम, नियम, आसन, प्राणायाम, शुद्धिक्रिया, ॐकार व ध्यान

3.6 दैनंदिन जीवनात योगाचे महत्त्व

➡ स्वाध्याय

3.1 अध्ययन निष्पत्ती

छात्राध्यापक

- योगाचे प्राचीन, मध्ययुगीन व आधुनिक कालखंड स्पष्ट करतात.
- महर्षी पतंजलींनी योगसूक्तात वर्णन केलेली योगाची व्याख्या स्पष्ट करतात.
- यमाचे प्रकार व सामाजिक दृष्टिकोनातून यमाचे महत्त्व स्पष्ट केले जाते.
- नियमाचे प्रकार व वैयक्तिक दृष्टिकोनातून महत्त्व सांगितले जाते.
- आसनाची व्याख्या, त्याचे प्रकार, आसने करण्याची पद्धती - उपयोग, शारीरिक व मानसिक दृष्टिकोनातून महत्त्व स्पष्ट करतात.
- प्राणायामाची व्याख्या - प्रकार, पद्धती, शारीरिक व मानसिक दृष्टिकोनातून महत्त्व स्पष्ट करतात.
- शुद्धिक्रियांचे प्रकार व आरोग्याच्या दृष्टिकोनातून महत्त्व स्पष्ट करतात.
- ॐकाराचे महत्त्व स्पष्ट करतात.
- ध्यान, त्याच्या पद्धती व प्रकार स्पष्ट करतात.
- शारीरिक, मानसिक, सामाजिक दृष्टिकोनातून योगाचे महत्त्व स्पष्ट करतात.

3.2 प्रस्तावना

योगा हे भारताचे परंपरागत शास्त्र आहे. भारताने जगाला वेदांखेरीज व्याकरण, गणित व योगा ही दिव्य शास्त्रेही दिली. योगा तर भारतीय तत्त्वज्ञान व संस्कृतीचा गाभा आहे. आयुर्वेदाने आपल्या 'स्वस्थवृत्त' भागात योगाचा समावेश केला आहे.

'यूज' या धातूपासून 'योगा' हा शब्द बनतो. याचा अर्थ जोडणे, एकत्र आणणे, जुळवून आणणे, मिळविणे असा आहे. हटयोग, अष्टांग योग, मंत्रयोग, भक्तियोग, ज्ञानयोग, कर्मयोग, राजयोग असे अनेक प्रकार असले तरी सर्वांचा उद्देश एकच आहे. मानवी जीवनाचा उत्कर्ष बिंदू अर्थात मोक्षप्राप्ती, कैवल्यप्राप्ती, ईश्वरप्राप्तीचा साक्षात्कार, आत्मा व परमात्मा यांचा मिलाफ/समाधी.

नित्य योगाभ्यासाने सर्वांगीण विकास साधता येतो. मानसिक सुख, अपार शांती, समाधान, प्रसन्नता व उत्तम आरोग्य यांचा तो जणू खजिनाच असतो. शारीरिक व मानसिक क्षमता वृद्धिंगत होतात. योगाभ्यास करणाऱ्या व्यक्तीचा सर्व दृष्टीने भाग्योदय होतो.

3.3 योगाची ऐतिहासिक पार्श्वभूमी

संस्कृतीच्या प्रारंभापासून योगाचा सराव केला जातो असे मानले जाते. योग विज्ञानाचे मूळ हे हजारो वर्षांपूर्वीचे आहे, जेव्हा धर्म किंवा श्रद्धाप्रणालीचा जन्म झाला तेव्हापासून पहिला योगी, योगिक गुरू, आदियोगी, आदिगुरू म्हणून शिवाकडे (भगवान शंकराकडे) पाहिले जाते.

योगाच्या अस्तित्वाचे ऐतिहासिक पुरावे पूर्व वैदिक काळात (इ.स. पू. 2700 B.C.) आणि त्यानंतर पतंजलीच्या काळापर्यंत सापडतात.

इ.स. 500 ते इ.स. 800 दरम्यानचा कालावधी योगाचा शास्त्रीय कालावधी मानला जातो तसेच योगाच्या इतिहासात आणि विकासात अत्यंत सुपीक व प्रमुख काल मानला जातो.

इ.स. 800 ते इ.स. 1700 दरम्यानचा कालावधी योगाचा उत्तर शास्त्रीय कालावधी मानला जातो. ज्यात आदी शंकराचार्य, रामानुजाचार्य, महादेवाचार्य यांसारखे महान आचार्य होऊन गेले.

इ.स. 1700 ते इ.स. 1900 दरम्यानचा कालावधी योगाचा आधुनिक काळ म्हणून संबोधला जातो. रमण महर्षी, रामकृष्ण परमहंस, परमहंस योगानंद, विवेकानंद यांसारखे महान आचार्य या काळात होऊन गेले. यांनी 'राजयोगा'च्या विकासास योगदान दिले. याच काळात वेदांत, भक्तियोग, नाथयोग किंवा हटयोग वाढीस लागला.

सरावाची पद्धत म्हणून आरंभापासूनच योग हिंदू संस्कृतीचे एक अत्यंत प्रभावी वैशिष्ट्य ठरले आहे. बौद्ध धर्मावरसुद्धा योगाचा प्रचंड प्रभाव दिसून येतो. सध्याच्या काळात शारीरिक सुदृढता तज्ज्ञ शरीरातील वाईट बाबी बाहेर टाकण्यासाठी, वजन कमी करण्यासाठी, मज्जा आणि स्नायू सुस्थितीसाठी आणि सामान्यपणे आरोग्य सुधारण्यासाठी व जीवनमान वाढण्यासाठी योगा करण्याची शिफारस करतात.

स्वामी शिवानंद, श्री. टी. कृष्णमाचार्य, स्वामी कुक्याल्यानंद, श्री. योगेंद्र, स्वामी रामा, योगी अरबिंदो, आयार्च रजनिश, बी. के. एस. अय्यंगार या महान व्यक्तींनी शिकवणी देऊन योगाचा जगभर प्रचार, प्रसार केला आहे.

प्रश्न : • योगाची ऐतिहासिक पार्श्वभूमी स्पष्ट करा.

3.4 योगाची व्याख्या

अर्थ

'योगा' हा शब्द संस्कृत भाषेतील 'यूज' या धातूपासून बनलेला आहे. 'बांधणे, एकत्र जुळविणे, संयोग पावणे किंवा जुंपणे' तसेच 'आपले लक्ष एखाद्या गोष्टीकडे वळविणे व केंद्रित करणे, योजणे आणि उपयोग करणे' असे या धातूचे विविध अर्थ आहेत. 'संयोग' किंवा 'एकत्व' असाही त्याचा अर्थ आहे.

- ''आपली इच्छा आणि ईश्वरेच्छा यांचे खरेखुरे ऐक्य म्हणजे योगा.''
- ''योगा म्हणजे शरीर, मन आणि आत्मा यांच्या सर्व शक्ती ईश्वराशी जोडणे.''

– श्री. महादेव देसाई

- ''योगा म्हणजे बुद्धी, मन, भावना आणि संकल्प यांचे नियमन होय.''
- ''योगा म्हणजे आत्म्याचे स्थिरत्व होय.''

योग हे प्राचीन भारतातील सहा दर्शनांपैकी म्हणजे तत्त्वज्ञानापैकी एक दर्शन होय. जीवात्मा व परमात्मा यांचा संयोग किंवा एकात्म्य घडवून मोक्ष कसा मिळवावा हे या दर्शनाने सांगितले. म्हणून त्याला 'योगा' हे नाव मिळाले आहे.

या योगमार्गाचा अवलंब जो करतो त्याला 'योगी' असे म्हणतात. 'सुख आणि दुःख यांच्या संपर्कापासून मुक्त होण्याचा उपाय' म्हणून श्रीकृष्णाने अर्जुनाला योगा समजावून दिला आहे.

आंतरिक मनःशांती व संतुष्टता मिळविण्याचा मनुष्याचा जो महान प्रयत्न चाललेला असतो त्याची सर्व अंगे 'योगा' या शब्दाच्या विविध पैलूंमधून स्पष्ट होतात.

'कर्म करण्यातील कौशल्य किंवा विविध कर्मे करताना चातुर्याने जीवन व्यतीत करणे किंवा समतोलपणा आणि संयम' अशा शब्दांनीही योगाचा अर्थ सांगितला जातो.

- ''अति खाणारा किंवा स्वतःला उपाशी ठेवणारा यांपैकी कोणालाच योगा साध्य होत नाही; अति झोपणारा किंवा सतत जागा राहणारा यांनाही साधत नाही. आहार आणि विश्रांती यांमध्ये संयम ठेवला, काम करण्याची परिमितता ठेवली, जागृती व निद्रा यांमध्ये समतोल राखला तर योगा सर्व दुःखे व यातना यांचा नाश करतो.''
- ''मनाचा आणि इंद्रियांचा अखंड निरोध म्हणजेच योगा.''

पतंजलीने योगाविषयीचे ज्ञान 195 सूत्रे असलेल्या आपल्या 'योगसूत्रे' या ग्रंथामध्ये एकत्र आणले आणि त्याला एकसूत्री व व्यवस्थित स्वरूप दिले.

योगसूत्रांच्या प्रथम पदाच्या दुसऱ्या सूत्रामध्ये पतंजलीने योगाचे वर्णन 'चित्तवृत्तीचा निरोध' असे केले आहे. याचा अर्थ, 'मनाच्या विविध वृत्तींचे नियमन' किंवा 'चित्ताच्या चंचलतेचे दमन' असा करता येईल. 'चित्त' या शब्दामध्ये मनाची तीनही अंगे एकत्रितपणे व्यक्त होतात. 'वृत्ती' या शब्दाचा अर्थ क्रिया, वर्तन, जीवनपद्धती, परिस्थिती किंवा मनःस्थिती असा होतो.

- ''योगा म्हणजे चंचल मनाला स्थिर करण्याची आणि आपली शक्ती विधायक दिशेला वळविणारी पद्धती.''
- ''ज्या माणसाला मनाचा संयम करता येत नाही त्याला योग साध्य होणे कठीणच; परंतु संयमी माणसाला खूप प्रयत्न केल्यास आणि योग्य उपायांनी आपल्या शक्तीला वळण लावल्यास योगावस्था प्राप्त होऊ शकते.''

योगाविषयीचे गैरसमज

योगाविषयी पूर्वी अनेक गैरसमज होते व थोड्याशा प्रमाणात अजूनही आहेत. हे गैरसमज मुख्यत्वेकरून अपुरी माहिती, अंधविश्वास, स्वार्थी व ढोंगी लोकांनी निर्माण केलेले योगाबद्दलचे गूढ वलय यामुळे तसेच विज्ञान विषयाच्या जिज्ञासेच्या अभावामुळे होते. जमिनीखाली गाडून घेऊन कित्येक दिवस आत होतो असे सांगणे, खिळ्यांवर झोपणे, आगीवरून चालणे, हातांनी मोटार रोखून धरणे या गोष्टी योगाच्या नावावर खपविल्या जातात. स्वामी विवेकानंद, स्वामी कैवल्यानंद आदी प्रभृतींनी जाणीवपूर्वक व प्रात्यक्षिकांसह योगाचे स्वरूप लोकांपुढे ठेवले व पटवून दिले की, फक्त साधू वैरागी यांच्यासाठी योगा नाही; सर्वसामान्य माणूसदेखील योगा करू शकतो. आता तर सिद्ध झाले आहे की योगा हे नुसतेच तत्त्वज्ञान नसून ते एक प्रत्यक्ष करून अनुभव घेण्याचे शास्त्रशुद्ध विज्ञान आहे. उत्तम आरोग्यपूर्ण जीवन जगण्याचे साधन आहे. मनोकायिक रोगांवर अद्वितीय असा प्रतिबंधात्मक उपाय आहे. नुसतीच कल्पित सिद्धी नाही.

योगाविषयीचे काही गैरसमज पुढीलप्रमाणे सांगता येतील :

1. योगा सामान्य लोकांसाठी नाही.
2. योगा म्हणजे चमत्कार, अद्‌भुत व विलक्षण विद्या.
3. योगा म्हणजे चिंतन व पठण.
4. योगा म्हणजे हिंदू धर्माचा विषय.
5. योगा धार्मिक लोकांसाठीच आहे.
6. योगा स्त्रियांसाठी नाही.
7. योगा ही एक गूढ विद्या आहे.
8. योगा म्हणजे शारीरिक व्यायाम आहे/नाही.
9. योगा म्हणजे आसने व प्राणायाम.
10. योगा म्हणजे तत्त्वज्ञान.
11. योगा वेद द्वैतमतवादी आहे.
12. योगा हा रोगी माणसांसाठी आहे.
13. जितके कठीण आसन तेवढे अधिक फायद्याचे.
14. योगा म्हणजे फॅशन.
15. योगा म्हणजे चिकित्सा.
16. सूर्यनमस्कार म्हणजे योगा.

अशा प्रकारे योगाविषयी विविध गैरसमज पसरविले गेले आहेत.

प्रश्न : • योगाचा अर्थ स्पष्ट करा.

• योगाविषयीचे गैरसमज स्पष्ट करा.

3.5 यम, नियम, आसन, प्राणायाम, शुद्धिक्रिया, ॐकार व ध्यान

पतंजलीने परमात्म्याच्या प्राप्तीसाठी असलेल्या साधनांचा उल्लेख योगाच्या आठ अंगांच्या स्वरूपात केला आहे. ही आठ अंगे पुढीलप्रमाणे आहेत :

1. यम (सार्वभौमिक वा वैश्विक नैतिक आचरणाचे नियम).
2. नियम (नियमामधून आत्मशुद्धी करणे).
3. आसने (स्थिती)
4. प्राणायाम (श्वास आणि उच्छ्वास यांचे लयबद्ध नियंत्रण)
5. प्रत्याहार (इंद्रियांच्या व बाह्य विषयांच्या प्रभावापासून मनाला मुक्त करणे.)
6. धारणा (चित्त एकाग्र करणे).
7. ध्यान (इतर सर्व गोष्टी पूर्णपणे विसरून एकाच विषयाचे सतत चिंतन)
8. समाधी (तलस्पर्शी ध्यानाच्या साहाय्याने ध्यान विषय म्हणजेच परमात्मा आणि साधक यांची एकरूपता अनुभवण्याची स्थिती).

पतंजलीच्या योगसूत्रांचे चार पाद म्हणजे विभाग आहेत. पहिला समाधीविषयी आहे. दुसरा योग उपलब्धीसाठी करावयाच्या साधनांविषयी आहे. तिसऱ्यामध्ये योगसाधनेच्या काळात प्राप्त होणाऱ्या शक्तीविषयी असून चौथ्यामध्ये कैवल्यप्राप्तीबद्दलचे विवेचन आहे.

यम

योगाच्या आठ अंगांचे वर्णन दुसऱ्या पादामध्ये केले आहे. त्यांपैकी पहिले अंग म्हणजे 'यम'. नैतिक आचरणाचे सिद्धान्त, धर्म, देश, युग व काल यांच्या मर्यादांच्या पलीकडचे असे हे सिद्धान्त आहेत. यम पुढीलप्रमाणे आहेत : अहिंसा, सत्य, अस्तेय (चौर्य न करणे), ब्रह्मचर्य आणि अपरिग्रह (लोभाचा अभाव). हे विधिनिषेध म्हणजे व्यक्ती आणि समाज यांच्यासाठी नैतिक नियम असून ते पाळले नाहीत तर अराजक, हिंसा, असत्य, चौर्य, व्यसनासक्ती आणि लोभीपणा यांना आमंत्रण केल्यासारखे होते. या दुष्प्रवृत्तींचा उगम लोभ, वासना व आसक्ती यांच्यामध्ये आहे. माणसाचे लक्ष पाच यमांकडे वळवून पतंजलीने या दुःख प्रवृत्तींच्या मुळावरच घाव घातला आहे.

- **अहिंसा :** या शब्दातील 'अ' म्हणजे नाही आणि 'हिंसा' म्हणजे हत्या किंवा शरीर-पीडा. 'मारू नये' अशा तऱ्हेचा हा केवळ निषेधात्मक नियम नसून त्याला विविध पैलू आहेत.

- **सत्य :** हा आचरणाचा किंवा नीतीचा सर्वांत श्रेष्ठ नियम आहे. 'सत्य हाच ईश्वर आणि ईश्वर हेच सत्य' असे गांधीजी म्हणत. मनात सत्य विचार येत असले, वाणी सत्य बोलत असली आणि सर्व जीवन सत्याच्या पायावर उभारलेले असले म्हणजे व्यक्ती अनंताशी ऐक्य साधण्यास पात्र ठरते. मूलभूत स्वरूपातील वास्तव म्हणजे प्रेम आणि सत्य.

प्रेमावर आधारलेली अहिंसा ही आवश्यक आचार मानली गेली आहे. सत्य म्हणजे विचार, वाणी व आचार यांमध्ये पूर्ण प्रामाणिकता. कोणत्याही स्वरूपातील अप्रामाणिकतेमुळे साधकाचे जीवन सत्याच्या मूलभूत नियमांशी विसंवादी बनते.

- **अस्तेय :** दुसऱ्याजवळ जे असेल ते आपल्याला मिळावे आणि त्याचा उपभोग घ्यावा या इच्छेमधून माणसांना दुष्कृत्ये करावीशी वाटतात. या इच्छेमधून चोरी आणि हाव या गोष्टी निर्माण होतात. अस्तेय (अ - नाही, स्तेय - चोरी) म्हणजे चोरी न करणे. स्तेयामध्ये दुसऱ्याच्या परवानगीशिवाय त्याची वस्तू घेणे एवढ्याचाच अंतर्भाव नाही. ठरलेल्या उद्दिष्टाखेरीज इतर उद्दिष्टांसाठी किंवा मालकाने ठरविलेल्या वेळेपेक्षा अधिक वेळ एखाद्या गोष्टीचा वापर करणे हे सुद्धा अस्तेयात मोडते. 'चोरी करू नकोस' ही आज्ञा जो पाळतो तो सर्व तऱ्हेच्या संपत्तीचे विश्वासू आश्रयस्थान बनतो.

- **ब्रह्मचर्य :** अविवाहितपणा, धर्माचे अध्ययन आणि आत्मसंयमन हे ब्रह्मचर्याचे कोशातले अर्थ आहेत. ब्रह्मचर्याची कल्पना केवळ निषेधात्मक, सक्तीवर आधारलेली व वैराग्यपर नाही. शंकराचार्यांच्या मते ब्रह्मचारी म्हणजे वेदांच्या अध्ययनात गढून गेलेला, ब्रह्मामध्ये संचार करणारा आणि सर्व काही ब्रह्मामध्येच वसत आहे असे मानणारा पुरुष. थोडक्यात, सर्वांमध्ये जो ईशत्व पाहतो तो ब्रह्मचारी. पतंजली मात्र शरीर, वाणी व मन यांच्या संयमावर भर देतात.

- **अपरिग्रह :** परिग्रह म्हणजे संयम करणे, गोळा करणे. संचय करण्यापासून परावृत्त असणे म्हणजे अपरिग्रह. अपरिग्रहाचा यम पाळल्यामुळे योगी आपले जीवन जास्तीत जास्त साधे बनवितो.

नियम

यमाचे उपयोजन सार्वत्रिक आहे तर नियम वैयक्तिक नियमनासाठी असलेले आचारविषयक विधिनिषेध होत. पतंजलींनी सांगितलेले पाच नियम पुढीलप्रमाणे आहेत : शौच (स्वच्छता), संतोष, तपस्, स्वाध्याय आणि ईश्वर प्रणिधान (भक्ती).

- **शौच :** शरीराची निर्मलता ही स्वास्थ्यासाठी अत्यावश्यक असते. स्नानासारख्या चांगल्या सवयी बाह्य शरीर स्वच्छ ठेवतात तर आसन व प्राणायाम अंतःशरीराला शुद्धता देतात. शरीराच्या बाह्य शुद्धीपेक्षा मनाला अस्वस्थता देणाऱ्या द्वेष, वासना, राग, काम, लोभ, भ्रांती व मद यांसारख्या भावनांचा निचरा मनातून होणे हे अधिक महत्त्वाचे आहे.

- **संतोष :** संतोष हा मनात रुजवावा लागतो. संतुष्ट नसलेले मन एकाग्र होऊ शकत नाही. योग्याला कशाचीही गरज भासत नाही; म्हणून तो सहजपणे संतुष्ट असतो. संतोषामुळे योग्याला अतुल्य असे सुख प्राप्त होत असते. संतुष्ट मनुष्य हा पूर्ण असतो. सत्य व आनंद या गोष्टी त्याला माहीत असतात. त्यामुळे त्याला ईश्वरी प्रसाद लाभतो.

• **तपस्** : प्रज्वलित होणे, जळणे, प्रकाशणे, दुःख पावणे, भाजणे इत्यादी अर्थ असलेल्या 'तप्' या धातूपासून 'तपस्' हा शब्द बनला आहे. म्हणून जीवनातील एखादे निश्चित उद्दिष्ट साध्य करण्यासाठी कोणत्याही परिस्थितीत ज्वलंत प्रयत्न करणे असा तपाचा अर्थ आहे. तपामध्ये आत्मशुद्धी, आत्मसंयमन आणि इंद्रिय नियमन यांचाही अंतर्भाव होतो. शीलसंवर्धनाच्या संपूर्ण शास्त्राला तपःसाधना असे म्हणता येईल.

तप हे तीन प्रकारचे असते : कायिक, वाचिक आणि मानसिक. तपामुळे शरीर, मन आणि शील यांचे सामर्थ्य योगी वाढवितो.

• **स्वाध्याय** : 'स्व' म्हणजे स्वतः, 'अध्याय' म्हणजे अभ्यास किंवा शिक्षण. स्वाध्याय म्हणजे आत्मशिक्षण. स्वाध्यायामधून निर्माण होणारे उदात्त विचार हे जणू काही आपल्या रक्तात मिसळतात आणि त्यामुळे आपल्या जीवनाचा व अस्तित्वाचा अविभाज्य भाग बनून राहतात. आचार्य विनोबा भावे यांच्या मते जो स्वतः कशावरही आधारलेला नाही, स्वयंभू आहे, इतर सर्व विषयांचे आणि कर्माचे मूळ किंवा पाया असलेला आणि ज्यावर इतर विषय आधारलेले आहेत अशा एकाच विषयाचा अभ्यास म्हणजे स्वाध्याय.

• **ईश्वर प्रणिधान** : स्वतःची कर्मे व इच्छाशक्ती ईश्वराला अर्पण करणे म्हणजे ईश्वर प्रणिधान. ज्याची ईश्वरावर निष्ठा असते तो हताश होत नाही. तो तेजोयुक्त असतो. भक्तीत किंवा खऱ्या प्रेमात 'मी' आणि 'माझे' यांना स्थान नसते. 'मी' आणि 'माझे' ही भावना नाहीशी होते तेव्हा जीवात्म्याचा पूर्ण विकास झालेला असतो.

आसन

आसन हे योगाचे तिसरे अंग होय. आसनामुळे स्थिरत्व, आरोग्य आणि अवयवांचा सुटसुटीतपणा प्राप्त होतो. स्थिर व सुखमय अशा आसनाने मनाला समत्व येते आणि मनाच्या चंचलपणाला प्रतिबंध होतो. आसन म्हणजे केवळ व्यायामाचे प्रकार नाहीत. त्या विविध प्रकारच्या शरीरस्थिती असतात. आसने करण्यासाठी स्वच्छ हवेशीर जागा, एक सतरंजी आणि निश्चय यांचीच आवश्यकता असते. आपल्याच शरीराचे अवयव एकमेकांना समतोल देत असल्यामुळे आसने एकट्याने करता येतात. आसने केल्यामुळे चपळपणा, तोल, काटकपणा आणि प्रचंड जीवनशक्ती यांची प्राप्ती होते. आसने ज्या तऱ्हेने मनाला वळण व शिस्त लावतात तिच्यातच आसनांचे खरे महत्त्व दडलेले आहे. योगी आपल्या शरीराला तुच्छ लेखत नसला तरी तो केवळ शरीराच्या आदर्शत्वाचा विचार न करता आपली इंद्रिये, मन, बुद्धी व आत्मा यांचाही विचार करतो.

शरीरातील प्रत्येक स्नायू, प्रत्येक शीर, प्रत्येक ग्रंथी यांना व्यायाम घडावा अशा तऱ्हेने कित्येक शतके आसने उत्क्रांत होत आली आहेत. आसनांमुळे शरीर भक्कम, डौलदार व लवचीक बनते; त्यांच्यामुळे रोगाला प्रतिबंध होतो.

आसनांच्या अभ्यासाने योगी शरीरावर प्रभुत्व मिळवितो आणि त्याला आत्म्याचे योग्य वाहन करतो. आसनांच्या अभ्यासामुळे योगी स्वतःची शारीरिक दुर्बलता आणि मानसिक व्यग्रता यांच्यापासून आपली मुक्तता करून घेतो. जगाच्या सेवेसाठी तो आपली कर्मे आणि त्यांची फळे ईश्वरार्पण करतो.

आसनांची नावे अर्थपूर्ण असून त्यांच्यामुळे उत्क्रांतीचे तत्त्व स्पष्ट होते. वृक्ष, पद्म इत्यादी नावे वनस्पतींची; शलय (टोळ), वृश्चिक (विंचू) इत्यादी नावे कीटकांची असून मत्स्य, कूर्म, भेक (बेडूक), नक्र (सुसर) इत्यादी नावे जलचर आहेत. काही आसनांना कुक्कुट, बक, मयूर आणि हंस इत्यादी पक्ष्यांची नावे आहेत. श्वान, वातायन (घोडा), उष्ट्र (उंट), सिंह इत्यादी चतुष्पादांचीही नावे आसनांना दिली आहेत. भुजंगासारख्या सरपटणाऱ्या प्राण्यांची तसेच मानवी गर्भपिंडाचीही आठवण आसनांना नावे देताना ठेवली गेली आहेत. पुराणांमधील वीरभद्र, हनुमान यांच्यासारख्या वीरपुरुषांचीही नावे आसनांना दिली गेली आहेत. आसनांना नाव देऊन भारद्वाज, कपिल, वशिष्ठ आणि विश्वामित्र यांची स्मृती जागृत ठेवली आहे. हिंदू धर्मातील देव आणि अवतार यांचीही नावे आसनांना दिली आहेत. साधकाच्या मनातून ब्रह्माचा विचार सहजपणे आणि अखंडपणे ज्यात संचरत राहील त्यालाच खऱ्या अर्थाने आसन म्हणता येईल.

लाभ व हानी, जय व पराजय, कीर्ती व अपकीर्ती, देह व मन, मन व आत्मा ही द्वंद्वे आसनावर प्रभुत्व मिळविल्यामुळे अंतर्धान पावतात आणि साधक योगाच्या चौथ्या अंगाकडे म्हणजे प्राणायामाकडे वळतो.

◗ प्राणायाम

प्राण म्हणजे श्वास, श्वसन, जीवन, जीवनशक्ती, वायुशक्ती किंवा बळ. आयाम म्हणजे लांबी, विस्तार, ताणणे किंवा नियमन. अशा तऱ्हेने प्राणायाम म्हणजे श्वास लांबवणे व नियंत्रित करणे. हे नियंत्रण श्वसनाच्या सर्व प्रक्रियांवर असते. त्या पुढीलप्रमाणे : श्वास घेणे याला 'पूरक' असे म्हणतात. श्वास सोडणे याला 'रेचक' असे म्हणतात आणि श्वास रोखून धरणे या स्थितीत पूरक किंवा रेचकही नसतो, या स्थितीला 'कुंभक' असे म्हणतात.

हठयोगावरील ग्रंथामध्ये 'कुंभक' या संज्ञेचा उपयोग पूरक, रेचक व कुंभक या तिन्ही क्रिया दर्शविण्यासाठी समावेशक रीतीने केला जातो. कुंभकाच्या दोन अवस्था असतात : (अ) श्वास आत घेतल्यावर म्हणजे पूरक केल्यावर श्वास रोखून धरणे आणि (ब) श्वास बाहेर सोडल्यावर म्हणजे रेचक केल्यावर श्वास रोखून धरणे. श्वास आत घेतल्यावर तो रोखून धरण्याच्या पण रेचक सुरू होण्याच्या आधीच्या अवस्थेला 'आंतर-कुंभक' असे म्हणतात. श्वास पूर्णपणे सोडल्यावर तो रोखून धरण्याच्या पण पूरक सुरू होण्यापूर्वीच्या अवस्थेला 'बाह्य-कुंभक' असे म्हणतात. अशा तऱ्हेने कुंभक म्हणजे पूर्ण पूरक आणि रेचक

यांच्या मधला काळ (आंतर-कुंभक) किंवा पूर्ण रेचक आणि पूरक यांच्या मधला काळ (बाह्य-कुंभक). या दोन्ही प्रकारांमध्ये श्वसन थांबवून श्वास रोखला जातो.

तेव्हा प्राणायाम हे श्वसनाचे शास्त्र आहे. जीवनचक्र ज्याच्याभोवती फिरते असा तो आस आहे. प्राणाला अतिशय संथपणे, आपली क्षमता व शारीरिक आवाका यांना अनुसरून टप्प्याटप्प्याने आपल्या अधीन केले पाहिजे.

श्वसन जाणीवपूर्वक नियमित केले तर भावनांच्या उत्तेजनाला आळा बसतो. त्यामुळे योगी प्रथम श्वसनाचे नियमन करण्यासाठी प्राणायाम शिकतो. यामुळे त्याला इंद्रियांचे नियमन शक्य होईल आणि तो प्रत्याहाराच्या टप्प्यापर्यंत पोहोचू शकेल.

प्रत्याहार

श्वसनाचे लयबद्ध नियमन केले तर इंद्रिये वासना विषयांच्या मागून धावण्याऐवजी अंतरंगाकडे वळतात आणि त्यांच्या जुलमातून मनुष्य मुक्त होतो. यालाच योगाचे पाचवे अंग म्हणजे 'प्रत्याहार' असे म्हणतात. त्यात इंद्रियांवर विजय प्रस्थापित केला जातो. हा टप्पा गाठल्यावर साधक/योगी बारकाईने कठोर आत्मपरीक्षण करू लागतो. आपण जे आहोत त्यातच योग्याला आनंद सापडतो. थांबावे कसे ते त्याला समजते आणि त्यामुळे तो शांततेने जगतो.

योगी हा मनुष्यच असल्यामुळे या तिन्ही गुणांचा प्रभाव त्याच्यावर असतोच; पण आपण व विषयांच्या मागे धावणारी आपली इंद्रिये यांचा सतत व नियमित केलेल्या अभ्यासाने कोणते विचार, शब्द व कर्मे तमोगुणसंपन्न आहेत आणि कोणती रजोगुणोत्पन्न आहेत हे त्याला कळू लागते. विश्वात्म्याच्या परिपूर्णतेचा अनुभव घेत तो जगत असल्यामुळे त्याला वेगळे व्यक्तित्व राहिलेले नसते. असा मनुष्य कसलाच तिरस्कार न करता सर्व वस्तू परिपूर्णतेकडे घेऊन जातो.

धारणा

आसनांची शरीरशुद्धी झाली, प्राणायामाच्या अग्नीत मनाचे दोष जळून गेले आणि प्रत्याहाराच्या साहाय्याने इंद्रिये अधीन झाली म्हणजे साधक 'धारणा' या सहाव्या टप्प्यापाशी येऊन पोहोचतो. कोणत्या तरी एका बिंदूवर किंवा उद्दिष्टावर त्याचे लक्ष एकाग्र झालेले असून त्यातच तो पूर्णपणे गढून गेलेला असतो. ही पूर्णपणे तल्लीनतेची अवस्था प्राप्त करून घेण्यासाठी चित्त स्थिर करावे लागते.

एकाग्र व्यक्तीलाही मनाचा समतोल टिकविण्यासाठी आणि योग्य दिशा राहण्यासाठी भक्ती व दैवी धारणा आवश्यक असते. आतले संस्कार आणि बाह्य विश्वाचे संस्कार यांचे वर्गीकरण, परीक्षण व एकसूत्रीकरण करण्याचे साधन 'मन' हे असते. मन हे चिंतनाचे साधन आहे व त्यामुळे ते कसे कार्य करते याचा विचार करणे आवश्यक आहे. मनाच्या

अवस्थांचे पाच प्रकार केले जातात. पहिली अवस्था क्षिप्त, दुसरी विक्षिप्त, तिसरी मूढ, चौथी एकाग्र आणि निरुद्धा ही पाचवी अवस्था होय.

ध्यान

एकाग्र चिंतनाचा प्रवाह अखंडित चालू राहिला म्हणजे प्राप्त होणाऱ्या स्थितीला 'ध्यान' असे म्हणतात. ध्यानाने साधकाचे (योग्याचे) मन प्रकाशित होते. त्याचे शरीर, प्राण, इंद्रिय, मन, बुद्धी व अहंकार ही सर्व एकवटून 'ध्यान' विषयावर केंद्रित होतात.

आरोग्य, शरीराचा तरलपणा, स्थिरता, चेहऱ्यावरील प्रसन्नता, मधुर कंठ, शरीराला सुगंध येणे आणि निर्लोभ वृत्ती या योगामार्गावरील प्रगतीच्या खुणा आहेत. त्याचे चित्त समतोल, प्रसन्न आणि शांत असते.

ध्यानाचे प्रकार/पद्धती : ध्यानास सुरुवात करण्यापूर्वी हात, पाय आणि चेहरा स्वच्छ करा. यामुळे तुमचे शरीर स्वच्छ होऊन ते अधिक सकारात्मक ऊर्जा घेऊ शकेल. ध्यानासाठी कोणतीही वेळ चांगलीच आहे, परंतु शक्यतो सकाळी 5 ते 7 आणि सायंकाळी 6 ते 8 ही वेळ अधिक उत्तम ठरेल. ध्यानाचे विविध प्रकार/पद्धती पुढीलप्रमाणे –

(1) ॐमंत्र ध्यान : पाठ सरळ आणि खांदे आरामदायी ठेवून डोळे बंद करून ध्यानाच्या सहज स्थितीत बसा. ॐ मंत्रोच्चार हळुवारपणे, संपूर्ण लक्ष केंद्रित करून, लय सांभाळून करा. प्रत्येकी दिवशी किमान 10 मिनिटे हा सराव करा आणि जेव्हा तुम्हाला अधिक सहजता येईल तेव्हा हळुवारपणे वेळ वाढवा.

(2) ज्योतीध्यान : यासाठी डोळे उघडे ठेवून ध्यान स्थितीत बसा. थोडा वेळ डोळे बाजूला करून नंतर ज्योतीवर संपूर्ण लक्ष केंद्रित करावे, डोळ्यांची उघड-झाप न करता शक्य तेवढा जास्त वेळ ज्योतीवर लक्ष केंद्रित करून ठेवावे. काही वेळाने डोळे बंद करून मानसिकदृष्ट्या ज्योत पाहावी. ज्योतीच्या मानसिक प्रतिमेवर शक्य तेवढा जास्त वेळ लक्ष केंद्रित ठेवावे. ही कृती दररोज 10 ते 15 मिनिटे करावी.

(3) प्रतिमा ध्यान : शांत वाटेल असे चित्र डोळ्यांसमोर ठेवा. हे चित्र देवाचे किंवा तुमचे आवडते कोणतेही निवडू शकता. ध्यानमुद्रेत बसा आणि डोळ्यात पाणी येईपर्यंत एकटक त्या चित्राकडे संपूर्ण लक्ष केंद्रित करा. त्यानंतर डोळे बंद करून त्या चित्राची प्रतिमा डोळ्यांसमोर आणा. यात तुम्हाला सहजता आल्यानंतर या कृतीची पुनरावृत्ती करा.

(4) स्मृतिध्यान : पुस्तकातील 2 ते 3 पाने वाचा. नंतर डोळे बंद करून तुम्ही नुकतेच वाचलेले पाहण्याचा किंवा आठवण्याचा प्रयत्न करा. पृष्ठावरील शब्दांवर लक्ष केंद्रित करा आणि मनास संबंध, वर्गीकरण, गट, एकत्रीकरण आणि तुलना करण्यास वाव द्या. या प्रकारच्या ध्यानामुळे स्मृतीत सुधारणा होते आणि आठवण्याची क्षमता वाढते.

(5) विचारध्यान : ध्यान स्थितीत बसा. डोळे बंद करा. तुमच्या मनात येणाऱ्या विचारांवर लक्ष एकाग्र करा. कोणत्याही बंधनाशिवाय विचारांना येऊ द्या आणि जाऊ द्या.

काही वेळानंतर तुमच्या लक्षात येईल की सर्व विचार निघून गेलेत आणि तुमचे मन संपूर्ण शांत आणि निश्चल झाले आहे. तुम्हाला शक्य होईल तेवढा वेळ या स्थितीत राहा. वेळ हळुवार वाढवत जाऊन रोज 15-20 मिनिटे हे ध्यान करा.

(6) **नादध्यान :** तुमच्या आवडत्या आसनात बसा. तुमच्या बोटांनी डोळे तर अंगठ्याने कान बंद करा आणि तुमच्या शरीराच्या आतील ध्वनी ऐकण्याचा प्रयत्न करा.

(7) **चक्रध्यान :** हा ध्यानाचा प्रगत प्रकार/पद्धती आहे. यात तुम्ही विविध ऊर्जाकेंद्रांवर (चक्रे) संपूर्ण लक्ष एकाग्र/केंद्रित करता. आपल्या शरीरात एकूण 7 चक्रे आहेत आणि ती शरीरातील विविध ग्रंथींशी संबंधित आहेत. हा प्रकार रोज 10 ते 15 मिनिटे करावा.

समाधी

हा साधकाच्या शोधाच्या प्रवासाचा अखेरचा टप्पा असतो. ध्यानाची स्थिती पूर्णतेला पोहोचली की तो समाधी अवस्थेत प्रवेश करतो. समाधीत असलेला मनुष्य पूर्णपणे जाणीवयुक्त व जागृत असतो.

अशा प्रकारे योगाची आठ अंगे स्पष्ट करता येतील.

थोडक्यात, यम व नियम यामुळे साधकाच्या भावना आणि वासना नियंत्रणात राहतात आणि आपल्या बांधवांशी त्याचे संबंध जिव्हाळ्याचे असतात. आसनांमुळे शरीर निरोगी, बलवान व निसर्गाशी संवादी राहते. शेवटी साधकाची शरीराबद्दलची जाणीव नाहीशी होऊ लागते. तो देहावर ताबा मिळवितो. ही पहिली तीन अंगे म्हणजे योगाची बाह्य किंवा बहिरंग साधना.

पुढील दोन अंगे म्हणजे प्राणायाम आणि प्रत्याहार. ही अंगे साधकाला श्वसनावर नियंत्रण ठेवण्यास आणि त्याद्वारे मनाचे नियमन करण्यास शिकवितात. त्यामुळे विषयांच्या दास्यामधून सुटका करणे शक्य होते. योगाच्या या अंगाला 'अंतरंग साधना' असे म्हणतात.

धारणा, ध्यान व समाधी ही अंगे साधकाला आत्म्याच्या केंद्रापर्यंत नेऊन पोहोचवितात. योगाच्या अखेरच्या तीन अंगांमुळे आपण आणि परमात्मा यांच्यात एकरूपता निर्माण होते व टिकून राहते. या तीन अंगांना आत्म्याचा शोध घेणारी या अर्थाने 'अंतरात्मा साधना' असे म्हणतात.

ॐकार महत्त्व/फायदे : ॐकार मंत्राचा उच्चार केल्यामुळे पुढीलप्रमाणे विविध फायदे होतात म्हणून या मंत्रोच्चाराचे खूप महत्त्व आहे.

1. तुमच्या सभोवतालच्या पर्यावरणाची शुद्धी होते आणि सकारात्मक कंपांची निर्मिती होते.
2. एकाग्रता वाढते.

3. विषारी द्रव्य/घटक शरीराबाहेर टाकले जातात.
4. आवाजात सुधारणा होते. वृद्धावस्थेत खूपच मदत होते.
5. श्वसनमार्ग मोकळा होतो.
6. शरीर व मन शांत होते.
7. रक्तदाब कमी होतो.
8. हृदयाच्या ठोक्यांची लय व्यवस्थित राहते.
9. भावनांवर नियंत्रण राहते.
10. भरपूर आनंद व सकारात्मकता मिळते.
11. समूहाने मंत्रोच्चार केल्यास संपूर्ण परिसरात सकारात्मक कंपने निर्माण होतात.
12. चयापचयात सुधारणा होऊन वजन कमी करण्यास मदत होते.
13. त्वचा तजेलदार होते.
14. पाठीच्या मणक्याची ताकद वाढते.
15. थायरॉईड ग्रंथी व घशाला लाभ होतो.
16. दृष्टीत सुधारणा होते.
17. शरीर व मन ताजेतवाने होते.
18. आत्मविश्वास वाढतो.
19. आवाजात व उच्चारांमध्ये स्पष्टता येते.
20. संपूर्ण शरीर, अवयव सक्रिय होतात.
21. ताणतणाव कमी होतात.

योगाचे प्रकार

आपल्या उत्पत्तिकर्त्यापर्यंत पोहोचण्याचे अनेक मार्ग मनुष्याला उपलब्ध असतात. ध्यानशील मनुष्य योगमार्गाने जातो आणि मनोनिग्रहातून त्याला आत्मतत्त्व सापडते. योगमार्गाने जाण्याचे विविध प्रकार आहेत. यांपैकी मुख्य चार प्रकार पुढीलप्रमाणे सांगता येतील : (1) कर्मयोग (2) भक्तियोग (3) ज्ञानयोग (4) राजयोग (हठयोग).

(1) कर्मयोग : कृतिशील मनुष्य कर्ममार्गाद्वारे आत्मज्ञान मिळवितो. कर्तव्य व धर्माचरण यांच्याद्वारे त्याला स्वतःमधील दिव्यांशाचे ज्ञान होते. श्रीकृष्णाने अर्जुनास रणभूमीवर कर्मयोग सांगितला.

कर्मयोगाच्या प्राथमिक अवस्थेत व्यक्तीने त्याची सर्व इंद्रिये श्रीकृष्ण सेवेत लावण्याचा सल्ला दिला आहे. कोणत्याही प्रकारच्या क्रियेत सदैव उद्योगी राहण्याचा व त्यामध्ये आनंदी राहण्याचा मार्ग दाखविला आहे.

कर्म व श्रम करताना फळाची अपेक्षा धरणे हे क्रमप्राप्त असते. त्याशिवाय कर्म करणे अशक्य आहे ही सत्य वस्तुस्थिती कोणीही नाकारू शकत नाही. म्हणूनच फलप्राप्तीसाठी कर्म करा, परंतु ते करीत असताना सदैव फलाचा विचार करू नका. सदैव फलाचा विचार केल्याने कार्यातील खऱ्या सुखाचा व आनंदाचा लाभ मिळणार नाही. फलप्राप्ती झाली तर अत्यानंद आणि प्राप्ती झाली नाही तर अतिदु:ख होऊ देऊ नका असे कर्मयोग सांगतो. कर्म करा आणि त्याचे फळही घ्या; मात्र कर्मफलाची आसक्ती धरू नका. कोणतेही कार्य (कर्म) एकाग्रतेने, समरस होऊन, मन लावून करा. त्यामुळे कर्म कष्टदायक न वाटता आनंददायी वाटेल. वैदिक संस्कृतीच्या ब्रह्मचर्याश्रम, गृहस्थाश्रम, वानप्रस्थाश्रम व संन्यासाश्रम या प्रत्येक अवस्थेत कर्तव्य करीत राहावे.

'कर्म' हा शब्द मूळ 'कृ' धातूपासून बनला आहे. 'कृ' म्हणजे करणे, कार्य, व्यापार, हालचाल. कार्यातील कुशलता, युक्ती, शैली म्हणजे योग व कर्मयोग होय. चातुर्वर्ण्य भेदानुसारसुद्धा कार्य करण्याचे बंधन घातले आहे. सर्व कायिक, वाचिक आणि मानसिक क्रिया या कर्मच आहेत. कर्मयोगात खऱ्या ज्ञानाची प्राप्ती झाल्यानंतरही कर्म करत राहावे असे सुचविले आहे. योगी पुरुष सतत कर्म करणारा असतो. कर्म हे कर्म न करणाऱ्यांपेक्षा म्हणजेच निष्क्रियतेपेक्षा श्रेष्ठ समजावे.

(2) **भक्तियोग :** भावशील पुरुष भक्तिमार्गाद्वारे ज्ञान मिळवितो. सगुण, साकार, देवाची भक्ती आणि प्रेमभाव यांमधून त्याला आत्मज्ञान होते.

'भक्ती' हा शब्द 'भज्' या संस्कृत धातूपासून बनला आहे. याचा अर्थ सेवा करणे. प्राचीन काळापासून मानव कोणत्या ना कोणत्या अतिमानवी शक्तीची भक्ती करत आला आहे. भक्तिमार्गात भावना, श्रद्धा व निष्ठा यांना आत्यंतिक महत्त्व आहे. ईश्वराविषयी प्रेम, श्रद्धा म्हणजे ईश्वरभक्ती होय. कोणत्याही इष्ट दैवताची मन:पूर्वक भक्ती करून परमानंद प्राप्ती करून घेण्याचा एक मार्ग म्हणजे भक्तियोग होय. भक्तीमध्ये कोणताच भेदभाव राहत नाही.

भक्ती हे ज्ञान व कर्म यांचे अंग आहे. म्हणूनच भक्तियोग परिपूर्ण असून त्याचे परिणाम प्रत्यक्ष अनुभवाला येत असतात. भक्तिमार्गी आचार्य रामानुज, मध्वाचार्य व नीलकंठ इत्यादींनी भक्ती हीच अंतिम मोक्षास कारण असल्याचे सांगितले आहे.

(3) **ज्ञानयोग :** बुद्धिशील पुरुष ज्ञानमार्गाचा अवलंब करतो. चिंतनातून त्याला ज्ञान लाभते. परमात्म्याचा साक्षात्कार प्राप्त करून घेण्याच्या मार्गास 'ज्ञानयोग' असे म्हणतात. जीव, जगत्, परब्रह्म यांविषयीचे यथार्थ ज्ञान गुरूच्या किंवा शास्त्राच्या साहाय्याने करून घेणे आणि ब्रह्मैक्य साधून अनुभव घेणे म्हणजे ज्ञानयोग होय. तो अमर, नित्य, सर्वव्यापी व निर्विकार आहे. याचा अनुभव चित्तशुद्धीनंतर व ज्ञानप्राप्तीनंतर येतो. अज्ञान, अविद्या यामुळे

दुःख भोगावे लागते. त्यापासून मुक्त होण्यासाठी ज्ञान आवश्यक आहे. अहंकारी व्यक्तीस ज्ञान प्राप्त होत नाही तर त्यासाठी नम्रता आवश्यक आहे.

सम्यक् ज्ञान तत्त्वदर्शी गुरूच्या मदतीने प्राप्त करून स्वतःच त्या ज्ञानाचा अनुभव घ्यावयाचा असतो. इंद्रियांवर संयम ठेवून श्रद्धापूर्वक ज्ञानसाधना केली की खरे ज्ञान प्राप्त होते. अशा ज्ञानाने परमशांती मिळते. ज्ञानयोग प्राप्तीसाठी श्रद्धा, इंद्रिय संयम, तळमळ व तत्परतेची आवश्यकता असते. गीतेत ज्ञानयोगाला 'बुद्धियोग' असेही म्हटले आहे.

शरीर व मन शुद्ध करून या दोहोंच्या विकासातून बुद्धीचा विकास करणे, ज्ञानप्राप्ती करणे, निष्काम कर्मे करीत आत्मसाक्षात्कार करून घेणे म्हणजे ज्ञानयोग होय.

(4) राजयोग (हठयोग) : मन हा इंद्रियांचा राजा. ज्याने आपले मन, इंद्रिये, वासना, विचार व तर्कशक्ती यांना जिंकले, तो माणसांमध्ये राजासारखा श्रेष्ठ ठरतो. तो राजयोगाला पात्र होतो. त्याला आंतरज्योतीचा शोध लागलेला असतो.

ज्याने मनावर विजय मिळविला तो 'राजयोगी'. राजयोग म्हणजे 'स्व' वर संपूर्ण स्वामित्व. पतंजलींनी मनावर ताबा मिळविण्याच्या उपायांचे विवरण केले असले तरी आपल्या सूत्रांमध्ये हे शास्त्र म्हणजे राजयोग असल्याचे स्पष्ट सांगितलेले नाही. पतंजलींनी त्याला 'अष्टांग योग' म्हणजे आठ टप्प्यांचा किंवा अंगांचा योग म्हटले आहे. पण 'स्व' वरील निःशेष प्रभुत्वच त्यातून सूचित होत असल्यामुळे त्याला राजयोगशास्त्र म्हणायला प्रत्यवाय नाही.

हठयोग प्रदीपिकेचा (हठ म्हणजे जोर किंवा निर्धाराने केलेला प्रयत्न) कर्ता 'स्वात्माराम' याने याच मार्गाला 'हठयोग' म्हटले आहे. कारण त्यात कडक शिस्तीची जरुरी असते.

सर्वसाधारणपणे समजूत अशी आहे की, राजयोग आणि हठयोग हे पूर्णपणे वेगळे, स्वतंत्र व परस्परविरोधी आहेत असे मानले जाते. पण वस्तुस्थिती तशी नाही. कारण हठयोग आणि राजयोग हे परस्परपूरक असून मोक्षाकडे नेणारा एकच पंथ त्या दोहोंमधून सिद्ध होतो.

योगसाधकाला पतंजलीने सांगितलेल्या राजयोगाची शिखरे गाठण्यासाठी स्वात्मारामाच्या हठयोगातील ज्ञान व इंद्रिय नियमन यांची गरज असते. योगाच्या या पंथातून बाकीचे तीन पंथ उगम पावतात. त्याच्यामुळे मनाला स्थिरता आणि शांती प्राप्त होते व ईश्वरामध्ये स्वतःचा पूर्ण व शुद्ध लय करण्याचा अभ्यास मनाला शिकविला जातो. या टप्प्यावर चारही पंथ किंवा मार्ग एकवटतात.

अशा प्रकारे ध्यानशील पुरुष योगमार्गाने जातो आणि मनोनिग्रहातून त्याला आत्मतत्त्व सापडते.

प्रश्न : • योगाची अंगे स्पष्ट करा.

• योगाचे प्रकार सांगा.

3.6 दैनंदिन जीवनात योगाचे महत्त्व

आसन-प्राणायाम यांचा आयाम व आवाका विस्तृत व व्यापक आहे. शरीर, मन व आत्मा यांना सांधणारा हा सेतू शरीरारोग्य, मानसिक संतुलन व आत्मिक समाधान मिळवून देणारा आहे. आसने व प्राणायाम ही दोन्ही अंगे वेगवेगळी असली तरी ती परस्परपूरक, परस्पराधिष्ठित - परस्परावलंबी आणि परस्पर परिणामकारक आहेत. त्यांच्यातील भेद सूक्ष्म आहे. आसन व प्राणायाम हे आपल्याला जाणीव प्रदेशातून अ-जाणीव किंवा अ-संवेदनशील प्रदेशात नेऊन संवेदनशील बनवितात.

योगासने, प्राणायाम यांनी आजार कमी करता येतात. गंभीर आजारांवर उपायही करता येतो. नवीन आजार उद्भवण्याची शक्यता योगासनांनी फारच कमी होते. तसा उद्भवल्यास त्यावर पुन्हा योगोपचारच करणे योग्य ठरते.

1. **योगासनाचे महत्त्व** :

- आसने केल्यामुळे मन स्थिर होते, भावना संतुलित होतात.
- व्यक्तिमत्त्वात समग्रता येते.
- मनात समभाव निर्माण होतात.
- मनोलयाची व एकाग्रतेची तयारी होते.
- मेरुदंड लवचीक व कार्यक्षम बनतो.
- जठर, यकृत, स्वादुपिंड इत्यादी गात्रे प्रोत्साहित होतात, कृतिशील बनतात.
- रक्ताभिसरण सुधारते.
- मज्जासंस्थेला उत्तेजित करतात.
- अंतःस्रावी ग्रंथींना कार्यान्वित करतात.
- विकृती, दोष वा तक्रारी यांचे निवारण.
- चपळपणा, तोल, काटकपणा आणि प्रचंड जीवनशक्ती यांची प्राप्ती होते.
- शरीर भक्कम, डौलदार व लवचीक बनते.
- रोगाला प्रतिबंध होतो.
- थकवा जातो आणि शिरांना सौम्यता येते.
- मनाला वळण व शिस्त लागते.
- शरीरावर प्रभुत्व मिळते.
- आरोग्य लाभते.
- शारीरिक दुर्बलता आणि व्यग्रता दूर होते.
- मणक्यांची लवचीकता वाढते.

- सांध्यांची हालचाल सुलभ, सहज व मोकळी होते.
- मेद (चरबी) कमी होऊन वजन प्रमाणशीर राहते.
- अंतर्गत संस्था कार्यक्षम बनून त्यांच्यात सहकार्य निर्माण होते.
- वृद्ध होण्याच्या प्रक्रियेस अटकाव.
- रक्तवाहिन्यांचा व मज्जातंतूचा लवचीकपणा वाढतो.
- दुखापतींना प्रतिबंध.
- फुप्फुसांच्या कार्यक्षमतेत वाढ होते.

2. **प्राणायामाचे महत्त्व** :

- फुप्फुसांमध्ये हवा खेळते.
- कफ नाहीसा होतो.
- कणखरपणा येतो.
- मज्जासंस्था शांत होतात आणि सर्व यंत्रणा सुधारते.
- रक्तदाब व हृदयविषयक विकारांना फायदा होतो.
- मन स्वस्थ व नितळ बनते.
- यकृत, प्लीहा, स्वादुपिंड व पोटाचे स्नायू यांचे चलनवलन होऊन त्यांना जोम लाभतो.
- पचन सुधारते.
- नासिका मार्ग कोरडा होतो.
- डोळ्यांना थंडावा व एकूण आल्हाद वाटतो.
- पित्तविकारांवर उपयुक्त.
- भावनांचा प्रकोप वा ताण नाहीसा होतो.
- संप्रेरकांचे कार्य सुधारते व संतुलित होते.
- झोप योग्य तेवढी व्यवस्थित होते.
- आकलनशक्ती वाढते.
- विचारात प्रगल्भता येते.
- विवेक उत्पन्न होतो.
- चिकाटी व दृढता वाढते.
- स्मरणशक्ती वाढते.
- कंठाचे स्वास्थ्य सुधारते.
- रक्तदाब संतुलित राहतो.

- नाडीदोष, धातुदोष, जलोदर व कफाचे रोग बरे होतात व जठराग्नी प्रदीप्त होतो.
- चेहरा तजेलदार व तेजस्वी होतो. सौंदर्य वाढते.
- आकर्षक व्यक्तिमत्त्व प्राप्त होते.
- भूक व तहान यावर विजय प्राप्त होतो.
- मेंदू व सर्व मज्जासंस्थेस शांतता प्राप्त होते.
- वार्धक्य लवकर येत नाही.
- कुंडलिनी शक्ती जागृत होते.
- कपाल प्रदेशातील पोकळ्या स्वच्छ राहतात.
- कृमी होत नाहीत.
- तारूण्यावस्था, जोम, उत्साह, टवटवीतपणा टिकून राहतो.
- देहाग्नीस अधिक चालना, शरीराचे पोषण व पंचप्राणांचे संवर्धन होते.
- वजन कमी होते.

3. **शुद्धिक्रियांचे महत्त्व** :

- पोटातील अवयव सुधारतात.
- जठराग्नी प्रदीप्त होतो.
- पचनमार्गातील विषद्रव्ये नाहीशी होतात.
- पोटातील मलाशय मजबूत बनतात.
- मनाची शांतता वाढते.
- कफ विकार होत नाहीत.
- कफ दोष नियंत्रित होतो.
- वृद्धत्व लवकर येत नाही.
- तारुण्य, जोम, उत्साह टिकून राहतो.
- डोळे तेजस्वी होतात, दृष्टी सुधारते, डोळ्यांचे विकार दूर होतात.
- श्रवणेंद्रिये व घ्राणेंद्रियांची क्षमता वाढते.
- झोप शांत लागते.
- स्वरांचे नैसर्गिक कार्य व नियमन सुरळीतपणे चालते.
- प्रतिकारशक्ती वाढते.
- संधिवातावर उपयुक्त.
- भूक व्यवस्थित लागते.
- पचनक्रिया सुधारते.

- चित्ताची शुद्धता होते.
- हर्निया विकार प्रतिबंध.
- आंत्रिक लहरी उत्तम काम करू शकतात.
- रक्ताभिसरण व्यवस्थित होते.
- स्वायत्त मज्जासंस्थेस संतुलित होण्यास मदत होते.

अशा प्रकारे योगासने, प्राणायाम व शुद्धिक्रियांचे अनेक फायदे दिसून येतात म्हणून यांचे महत्त्व अनन्यसाधारण आहे.

योगासने, प्राणायाम शुद्धिक्रिया आणि सूर्यनमस्कार

योगासने

आसने करण्याबाबत सूचना आणि सावधगिरीचे इशारे :

- आसन क्रियेला यम आणि नियम या अंगांचा आधार असावा.
- आसनांचा अभ्यास नियमितपणे करण्यासाठी शिस्त, श्रद्धा, चिवटपणा आणि चिकाटी हे गुण अत्यावश्यक आहेत.
- आसन प्रारंभ करण्यापूर्वी मूत्राशय व आतडी रिकामी असावीत. आसन क्रिया सुरू करण्यापूर्वी आतडी शुद्ध करणे शक्य नसेल तर आसनांच्या प्रारंभी शीर्षासन आणि सर्वांगासन व त्यांचे प्रकार करावेत.
- कठीण आसने आतड्यांची शुद्धी केल्याशिवाय कधीही करू नयेत.
- आसने करण्यापूर्वी आणि नंतर दोन्ही वेळा स्नान करावे.
- आसने शक्यतो रिकाम्या पोटी करणे चांगले. आसने करून झाल्यावर अर्ध्या तासाने काही खाल्ले तरी हरकत नाही.
- आसने करण्यासाठी सर्वांत उत्तम वेळ म्हणजे एक तर पहाट किंवा सूर्यास्ताची वेळ.
- बराच वेळ कडक उन्हात फिरल्यानंतर आसने करू नयेत.
- आसने हवेशीर आणि स्वच्छ अशा जागेत करावीत.
- आसने सपाट जमिनीवर कांबळ्याची घडी अंथरून करावीत.
- आसने करीत असताना चेहऱ्याचे स्नायू, कान व डोळे किंवा श्वसनक्रिया यांमध्ये गैरवाजवी ताण जाणवता कामा नये.
- प्रारंभी डोळे उघडे ठेवावेत. त्यामुळे चुका कळू शकतील.
- आसने करताना फक्त शरीर क्रियाशील असले पाहिजे.
- कोणतेही आसन करत असताना श्वासोच्छ्वास नाकपुड्यांमधूनच करावा, तोंडातून करू नये.

- आसन करताना किंवा आसनात स्थिर असताना श्वास रोखू नये.
- आसनांचा सराव पूर्ण झाल्यावर कमीत कमी दहा ते पंधरा मिनिटे शवासनाच्या स्थितीत पडून राहा. त्यामुळे थकवा नाहीसा होईल.
- शरीर पूर्णपणे सैल सोडा आणि श्वास संथपणे सोडा.
- भोवळ येणे किंवा तीव्र रक्तदाब हा विकार तुम्हाला असेल तर शीर्षासन आणि सर्वांगासन या आसनांनी प्रारंभ करू नये.
- तीव्र किंवा मंद रक्तदाबाचा विकार असलेल्या व्यक्तींना शरीर पुढे वाकवून करण्याची सर्व आसने हितकारक असतात.
- कानात पू किंवा विस्थापित दृष्टिपटल असलेल्या व्यक्तींनी उरफाटी आसने करू नयेत.
- मासिक पाळीच्या काळात आसने करू नका.
- गरोदरपणाच्या पहिल्या तीन महिन्यांमध्ये सगळी आसने करण्यास हरकत नाही.
- प्रसूतीनंतरच्या पहिल्या तीन महिन्यांत आसने अजिबात करू नयेत.
- आसने चुकीच्या पद्धतीने केल्यास थोड्याच दिवसात त्रास होऊ लागतो व अस्वस्थता वाटू लागते.
- आसने योग्य पद्धतीने केली म्हणजे शरीर व मन यांना तरलता आणि उल्हासितता जाणवू लागते.
- आसने सातत्याने करत राहिले तर अभ्यासकाचा दृष्टिकोन बदलून जातो.
- एखाद्या आसन क्रियेवर प्रभुत्व मिळाले म्हणजे ते आसन अतिशय सहजपणे आणि कसल्याही त्रासाशिवाय होऊ लागते.

(1) **सर्वांगासन (सालंब) :** सालंब म्हणजे आधारासह. सर्वांग म्हणजे सर्व शरीर किंवा सर्व अवयव. या आसनामध्ये सर्व शरीराला व्यायाम घडतो. त्यामुळे हे नाव दिले गेले आहे.

पद्धती/कृती :

- सतरंजीवर पाय लांब करून उताणे निजा. पाय गुडघ्याशी ताठ असू द्या. तळहात जमिनीकडे करून ते पायाच्या शेजारी ठेवा. थोडा वेळ दीर्घ श्वसन करा.
- श्वास सोडा. गुडघे वाकवा आणि मांड्यांचा पोटावर दाब येईपर्यंत पाय पोटाकडे आणा. दोनदा श्वास घ्या.
- श्वास सोडून पुट्ठा जमिनीवरून आणा आणि कोपरांशी वाकवून हातांचे पंजे पुठ्ठ्यावर ठेवा. दोनदा श्वास घ्या.

आकृती क्र. 3.1 : सर्वांगासन

- श्वास सोडा. हाताचा आधार देऊन धड उचलून काटकोनात वर आणा. छाती हनुवटीला स्पर्शू द्या.
- डोक्याच्या मागची बाजू, मान, खांदे, दंड एवढेच भाग जमिनीवर टेकलेले असावेत. तळहात पाठीच्या कणाच्या मध्यभागी ठेवावेत. दोनदा श्वास घ्या.
- श्वास सोडा. पायाचे अंगठे वर रोखलेले ठेवून पाय सरळ लांब करा.
- समतोल श्वसन करीत या स्थितीत पाच मिनिटे राहा.
- श्वास सोडा. हळूहळू शरीर खाली आणा. हात मोकळे करा. उताणे पडा आणि विसावा घ्या.
- कसला तरी आधार घेतल्याखेरीज हे आसन करता येत नसेल तर एखाद्या छोट्या स्टुलाचा वापर करा आणि वरील पद्धतीप्रमाणे आसनकृती करा.

लाभ :

- रक्ताभिसरणास गती प्राप्त होते.
- कंठस्थ ग्रंथीचे स्राव नियमित होतात.
- जननेंद्रियांची वाढ चांगली होते. वीर्यदोष व रजोदोष नाहीसे होतात.
- अंतर्गळ (हर्निया) प्रतिबंधक म्हणून याचा अभ्यास उपयोगी पडतो.
- पचनसंस्था कार्यक्षम बनते.
- प्रतिकारक्षमता व स्मरणशक्ती वाढते.

सूचना :

- स्लिप डिस्क, मानेचे विकार, पाठीचे व कमरेचे जुनाट दुखणे तसेच उच्च रक्तदाब, कान वाहणे असे विकार असणाऱ्यांनी शक्यतो सर्वांगासन करू नये किंवा ज्येष्ठ योगतज्ज्ञाच्या सल्ल्यानुसार निर्णय घ्यावा.
- एकदम पहिल्याच दिवशी पूर्ण आसन जमविण्याचा अट्टाहास धरू नये.
- आसनात असताना गिळण्याचा प्रयत्न करू नये.
- तोंड बंद ठेवावे. श्वासावर लक्ष केंद्रित करावे.
- आसन करताना जडपणा, आवाज व डोळ्यांमध्ये लाली असे घडल्यास आसन तत्काळ सोडावे व विश्रांती घ्यावी.

(2) तोलुंगासन/तुलासन : तोल म्हणजे तराजू. हे आसन तराजूच्या एका पारड्यासारखे दिसते. म्हणून तोलुंगासन/तुलासन हे नाव दिले आहे.

आकृती क्र. 3.2 : तुलासन

पद्धती/कृती :

- पद्मासनामध्ये बसा.
- तळहात पुठ्ठ्याशेजारी जमिनीवर ठेवा. श्वास सोडा. धड वर उचला आणि हात ताठ करून सर्व शरीर हातावर तोला.
- जमिनीवर बसा. मांडी बदला आणि पुन्हा हातावर शरीर तोलून धरा. शक्य तितका अधिक वेळ या स्थितीत राहा.

लाभ : • मनगटे, हात व पोटाचे स्नायू सशक्त बनतात.

सूचना : • मनगटे व हातात पुरेशी शक्ती असावी.

(3) हंसासन : आधुनिक व्यायाम पद्धतीतील 'प्लॅन्ट बॅलन्स' या प्रकाराशी या आसनाचे साम्य आहे.

पद्धती/कृती :

- जमिनीवर गुडघे टेका. गुडघ्यांमध्ये किंचित अंतर असू द्या.
- पुढे वाका आणि तळहात जमिनीवर टेका. अंगठे एकमेकांशी जुळलेले असू द्या. बोटे पुढे रोखलेली.
- कोपरे वाकवा आणि कोपरांपुढील हात जुळवून ठेवा. छाती व पोट यांमधील पडदा कोपरावर टेका. तसेच छाती दंडाच्या मागच्या बाजूवर टेका.
- पाय आधी एक आणि नंतर एक याप्रमाणे लांबवा आणि ते जुळलेले ठेवा.

आकृती क्र. 3.3 : हंसासन

- श्वास सोडा. धड पुढच्या बाजूला झुकवा. शरीराचा भार मनगटे आणि हाताचे पंजे यावर ठेवा. पाय जमिनीवरून उचला आणि ते सरळ वर ताणलेले ठेवा. पावले जुळलेली असू द्या आणि पाय जमिनीशी समांतर राहू द्या.
- श्वास न थांबविता शक्य तितका अधिक वेळ तोल सांभाळून राहा.

- श्वास सोडा आणि पायाचे अंगठे व डोके जमिनीवर टेका. गुडघे हाताच्या शेजारी जमिनीवर टेका. कोपरांवरून शरीराचा भार काढून घ्या. हात व डोके जमिनीवरून उचला आणि विसावा घ्या.

लाभ :

- पोटाचा भाग सुधारतो.
- पचनशक्ती वाढते.
- शरीरयंत्रणेमध्ये विषद्रव्ये साचण्यास प्रतिबंध होतो.
- कोपरे, हात व मनगटे विकसित होतात व मजबूत बनतात.

सूचना :

- मनगटावर अधिक भार येऊ शकतो.
- छाती व पोटामधील पडद्यावर दाब येत असल्यामुळे श्वसन कष्टाचे होईल.

(4) बद्ध पद्मासन : बद्ध म्हणजे पकडलेला, आवरलेला किंवा बांधलेला. या आसनात हातांची पाठीमागे आढी घालून मागच्या बाजूने पायाचे अंगठे पकडले जातात तेव्हा पुढच्या बाजूने आढी घातलेले पाय आणि मागच्या बाजूने आढी घातलेले हात यांच्यामुळे शरीर पकडले जाते म्हणून 'बद्ध पद्मासन' हे नाव पडले आहे.

पद्धती/कृती :

- पद्मासनामध्ये बसा.
- श्वास सोडा. डावा हात खांद्यापासून मागच्या बाजूला झुकवा आणि पंजा उजव्या कमरेपाशी आणा. त्याने डाव्या पायाचा अंगठा पकडा. त्याच स्थितीत राहा आणि श्वास घ्या.
- त्याच पद्धतीने श्वास सोडून उजवा हात खांद्यापासून मागे झुकवा. तो डाव्या कमरेपाशी आणा आणि पायाचा उजवा अंगठा पकडा.

आकृती क्र. 3.4 : बद्ध पद्मासन

- अंगठे पकडणे अवघड वाटले तर खांदे मागे खेचा.
- प्रथम उजवे पाऊल डाव्या मांडीवर ठेवून मग डावे पाऊल उजव्या मांडीवर ठेवले असेल तर आधी डाव्या पायाचा अंगठा पकडा आणि मग उजव्या पायाचा अंगठा धरा. मांडी घालताना जे पाऊल वर असेल त्याचा अंगठा आधी पकडा.
- डोके शक्य तितके पाठीमागे झुकवा आणि काही वेळ दीर्घ श्वसन करा.

- दीर्घ श्वास घ्या आणि श्वास सोडून कमरेपासून वरचे धड पुढे वाकवा आणि हाताच्या पकडीतून पायाचे अंगठे सैल न सोडता डोके जमिनीवर टेका.

लाभ : लवचीकता वाढते.

सूचना : आसन सावकाश पूर्णत्वास न्यावे.

(5) **हलासन :** हल म्हणज नांगर. हे आसन नांगरासारखे दिसत असल्यामुळे 'हलासन' हे नाव दिले आहे.

पद्धती/कृती :

- सालंब सर्वांगासन करा. छातीचे धड हनुवटीवर घट्ट दाबले जाऊ द्या.
- हनुवटी मोकळी करा. धड किंचित खाली आणा. हात व पाय डोक्यावरून पलीकडे न्या. पायाची बोटे जमिनीवर टेका.
- मांड्यांच्या मागचे जोड स्नायू वर खेचून गुडघे आवळा आणि धड वर उचला.
- हाताचे पंजे पाठीच्या मध्यभागी ठेवा आणि धड जमिनीशी काटकोनात ठेवण्यासाठी पाठीवर दाब द्या.

आकृती क्र. 3.5 : हलासन

- पायाच्या विरुद्ध दिशेला हात जमिनीवर लांबवा.
- अंगठ्याचा हुक करा आणि हात व पाय ताणा.
- बोटे एकमेकात गुंफा. अंगठे जमिनीला टेकतील अशा तऱ्हेने मनगटे वळवा. बोटांबरोबरच तळहातांना ताण द्या. हात कोपरापाशी घट्ट आवळा आणि ते खांद्यांपासून ओढून धरा.
- पाय आणि हात विरुद्ध दिशांना ताणले जातात. त्यामुळे पाठीचा कणा पूर्णपणे ताणला जातो.
- या स्थितीत नेहमीसारखे श्वसन करीत एक ते पाच मिनिटे राहा.
- हात मोकळे करा. पाय उचलून सर्वांगासनात या व हळूहळू खाली उताणे झोपा आणि विसावा घ्या.

लाभ :

- मेरुदंड लवचीक बनतो. मज्जातंतू सुदृढ बनतात.
- पोटाचे स्नायू बळकट बनतात.

- थायरॉईड व पॅराथायरॉईड या ग्रंथींचे कार्य सुधारते.
- पचनकार्य सुधारते.

सूचना :

- मानेचा त्रास व पाठीचा कणा कडक असणाऱ्यांनी हे आसन करू नये.
- लठ्ठपणा, उच्च रक्तदाब किंवा कंबरदुखी असल्यास हलासन करू नये.
- झटके देऊ नयेत.
- अंतिम स्थितीत शरीर ढिले असावे, कडक करू नये.
- ओढून-ताणून करण्याचा प्रयत्न करू नये. अन्यथा मेरुदंडास दुखापत होऊ शकते.

(6) **विपरीत करणी :** विपरीत म्हणजे उलटे व करणी म्हणजे करणे, क्रिया किंवा कृती. या आसनात शरीरास उलटे केले जाते म्हणून यास 'विपरीत करणी' असे म्हणतात.

पद्धती/कृती :

- पाठीवर उताणे झोपावे. हात सरळ, शरीरापाशी, तळहात जमिनीकडे करून ठेवावेत.
- दोन्ही पाय न वाकविता एकत्रितपणे सरळ वर उचलावेत. 90 अंशापर्यंत पोहोचत असतानाच तळहातांनी जमिनीचा आधार घेऊन कंबरही वर उचलावी.
- लागलीच हाताचे पंजे, नितंब व कंबर यामधील प्रदेशावर लावून हातांनी आधार द्यावा. कोपर पसरवू नयेत.
- पाय किंचित डोक्याकडे झुकलेले ठेवावेत. सुरुवातीला पाच ते दहा सेकंद थांबावे. मग अभ्यासाने आसनाच्या अंतिम स्थितीत एक ते तीन मिनिटांपर्यंत राहता येते.
- आसनाचे अंतिम स्थितीत स्थिर राहावे व श्वसन स्वाभाविकपणे चालू द्यावे.

आकृती क्र. 3.6 : विपरीत करणी

- आसन सोडताना पाय आणखी थोडे डोक्याकडे आणावेत. म्हणजे तोल सांभाळून दोन्ही हात सरळ जमिनीवर ठेवता येतील.
- आता प्रथम कंबर सावकाश खाली आणावी. नितंब जमिनीवर टेकल्यावर पाय खाली आणावेत. आसन करून झाल्यावर पाय पसरून हात उताणे ठेवून व डोळे मिटून थोडी विश्रांती घ्यावी.

लाभ :

- जठराग्नी प्रदीप्त होतो, भूक वाढते व पचन सुधारते.
- चेहऱ्यावर सुरकुत्या येत नाहीत. केस पांढरे होत नाहीत.
- पाठीचा कणा, पाठ व कमरेचे स्नायू बळकट होतात.

सूचना :

- अति लठ्ठपणा, उच्च रक्तदाब, निम्न रक्तदाब, स्पाँडिलायटिस हे विकार असणाऱ्यांनी तज्ज्ञांच्या मार्गदर्शनाशिवाय करू नये.
- झटक्याने करू नये, अन्यथा मेरुदंडास दुखापत होऊ शकते.

(7) **शवासन :** शव किंवा मृत म्हणजे प्रेत. प्रेताचे अनुकरण करणे हे 'शवासन' या आसनाचे प्रयोजन असते.

पद्धती/कृती :

- प्रेताप्रमाणे उताणे पडा. हात मांड्यांपासून किंचित अंतरावर असून तळहात वर असावेत.
- डोळे मिटा. टाचा जुळलेल्या व बोटे एकमेकांपासून अलग ठेवा.
- प्रारंभी दीर्घ श्वसन करा. नंतर श्वसन सूक्ष्म व संथ असावे.
- दीर्घपणे व सूक्ष्मपणे उच्छ्वास टाकण्यावर लक्ष केंद्रित करा. नाकपुड्यांना श्वासाची उष्णता जाणवता कामा नये.
- खालचा जबडा सैल ओघळलेला असू द्या. जीभ पूर्णपणे निश्चल राहावी. बुबुळेसुद्धा निचेष्ट राहावीत.
- मन इकडे-तिकडे धावू लागले तर प्रत्येक संथ उच्छ्वासानंतर ताण न देता थोडा वेळ थांबा.
- या स्थितीत 15 ते 20 मिनिटे राहा.

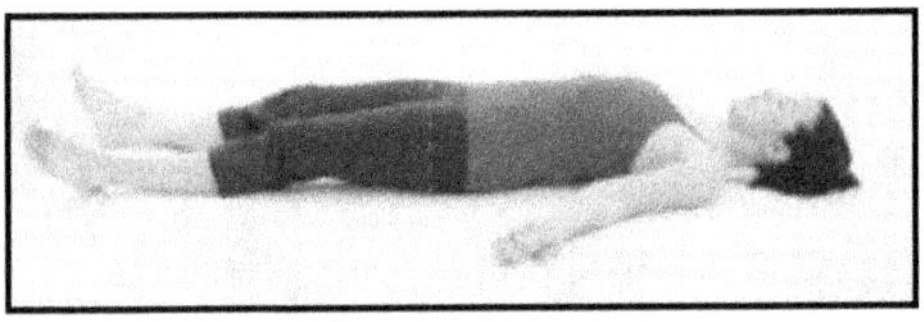

आकृती क्र. 3.7 : शवासन

लाभ :

- थकवा जातो व स्वास्थ्य लाभते.
- हृदयरोग, रक्तदाब व मानसिक तणाव यांना प्रतिबंध.
- दृष्टिदोष सुधारतात.
- निद्रानाशावर अतिशय प्रभावशाली उपाय.

सूचना :

- जबरीने श्वासोच्छ्वासाचे नियंत्रण करू नये.
- मानेचे दोष असणाऱ्यांनी योग्य प्रकारे काळजी घ्यावी.
- जमीन फार कडक किंवा नरम नसावी.

(8) **अर्धमत्स्येंद्रासन :** 'हठयोग प्रदीपिके' मध्ये मत्स्येंद्राचा उल्लेख 'हठविद्येच्या प्रवर्तकांपैकी एक' असा केला आहे.

पद्धती/कृती :

- पाय सरळ समोर पसरून जमिनीवर बसा.
- डावा गुडघा वाकवा आणि मांडी व पोटरी एकत्र आणा. ढुंगण जमिनीवरून उचला. डावा पाय कुल्ल्याखाली ठेवा आणि डावी टाच डाव्या कुल्ल्याखाली येईल अशा तऱ्हेने डाव्या पायावर बसा.
- उजवा गुडघा वाकवा आणि पाय जमिनीवरून उचलून तो डाव्या मांडीच्या बाहेरच्या बाजूपाशी ठेवा.
- उजव्या मांडीच्या बाहेरच्या बाजूला डावी बगल स्पर्श करेल अशा बेताने धड 90 अंशात उजवीकडे वळवा. बगल उजव्या गुडघ्यावर आणा. श्वास सोडा. खांद्यापासून डावा हात ताणा आणि तो उजवा गुडघ्याभोवती लपेटा. उजवे कोपरे वाकवा आणि डावे मनगट कमरेच्या मागे न्या.
- दीर्घ श्वास सोडा. खांद्यापासून उजवा हात पाठीमागे न्या. उजवे कोपरे वाकवा आणि उजवा पंजा कमरेमागे नेऊन उजव्या पंजाने डावा हात किंवा डाव्या पंजाने उजवा हात पकडा.
- मान डावीकडे वळवून भुवयांच्या मध्ये नजर खिळवावी.

आकृती क्र. 3.8 : अर्धमत्स्येंद्रासन

- हात मोकळे करा. उजवे पाऊल जमिनीवरून उचला आणि प्रथम उजवा व नंतर डावा पाय ताठ करा.
- हे आसन दुसऱ्या बाजूने पुन्हा करा.

लाभ :

- मेरुदंडाचे आरोग्य सुधारते.
- बद्धकोष्ठता व मंदाग्नी याकरिता उपयुक्त.
- यकृत, प्लीहा व वृक्कांचे काम व्यवस्थितरीत्या चालते.

सूचना :

- आसन सावकाश करावे.
- हर्नियासारखे विकार असतील तर करू नये.

(9) **पश्चिमोत्तानासन :** यालाच 'उग्रासन' किंवा 'ब्रह्मचर्यासन' असे म्हणतात. 'पश्चिम' या शब्दावरून डोक्यापासून टाचेपर्यंत संपूर्ण शरीराची मागची बाजू सूचित होते. यात पूर्ण शरीराची मागची किंवा पश्चिम बाजू अतिशय तीव्रतेने ताणली जाते. त्यामुळे 'पश्चिमोत्तानासन' हे नाव दिले आहे.

पद्धती/कृती :

- पाय सरळ समोर पसरून जमिनीवर बसा. तळहात उजव्या व डाव्या कमरेच्या शेजारी जमिनीवर टेकवा. काही वेळ दीर्घ श्वास घ्या.
- श्वास सोडा. हात लांबवा आणि पायांची बोटे पकडा.
- पाठीचा कणा ताणा आणि पाठ अंतर्गोलाकार ठेवण्याचा प्रयत्न करा.

आकृती क्र. 3.9 : पश्चिमोत्तानासन

- श्वास सोडा. कोपर वाकवून एकमेकांपासून दूर न्या. धड पुढे खेचा आणि कपाळ गुडघ्यांवर टेकवा. हळूहळू कोपरे जमिनीवर टेकवा. मान व धड पुढे खेचा आणि प्रथम नाकाने व नंतर ओठांनी गुडघ्यांना स्पर्श करा.
- या स्थितीत एक ते पाच मिनिटे राहा.
- श्वास घ्या. डोके गुडघ्यावरून वर उचला आणि विसावा घ्या.
- या स्थितीत एक ते पाच मिनिटे राहा.
- श्वास घ्या. डोके गुडघ्यावरून वर उचला आणि विसावा घ्या.

लाभ :

- पोटातील अवयव सुधारतात.
- मूत्रपिंड सुदृढ बनतात.
- पाठीच्या संपूर्ण कण्याला नवे चैतन्य लाभते.
- पचनक्रिया सुधारते.
- नपुंसकत्व नाहीसे होते आणि जननेंद्रियांवर ताबा येतो.

सूचना :

- जबरदस्ती करू नये. झटके देऊ नयेत.
- अंगठे पकडणे शक्य नसल्यास घोटे पकडा.
- पाठीच्या कण्याचा व मानेचा त्रास किंवा हर्निया असणाऱ्यांनी करू नये.

(10) भद्रासन (वीर भद्रासन) : आपल्या जटेतील केसांतून शंकराने निर्माण केलेल्या सामर्थ्यवान वीराचे नाव 'भद्रासन' या आसनाला दिले आहे.

पद्धती/कृती :

- ताडासनात उभे राहा.
- दोन्ही हात डोक्यावर उंच करा, ताणा आणि तळहात एकत्र जुळवा.
- दीर्घ श्वसन घ्या आणि उडी मारून पावलामध्ये चार ते साडेचार फूट अंतर राहील अशा बेताने उभे राहा.
- श्वास बाहेर सोडा आणि उजवीकडे वळा. एकाच वेळी उजवे पाऊल 90 अंशांनी व डावे पाऊल जरासे उजवीकडे वळवा. उजवा गुडघा वाकवा. तो घोट्याच्या पुढे जाऊ नये. टाचेच्या रेषेत हवा.
- डावा पाय ताठ करा आणि गुडघ्यापाशी घट्ट आवळून धरा.
- चेहरा, छाती आणि उजवा गुडघा हे उजव्या पावलाच्या दिशेने, हवेत डोके वर करा. पाठीचा कणा त्रिकास्थीपासून ताणून धरा.
- या स्थितीत नेहमीप्रमाणे श्वसन करीत 20 ते 30 सेकंद थांबा.
- हे आसन दुसऱ्या बाजूने पुन्हा करा.
- श्वास सोडा आणि उडी मारून ताडासनात या.

लाभ :

- दीर्घ श्वसनाला मदत होते.
- खांदे व पाठ यांचा ताठरपणा नाहीसा होतो.
- घोटे व गुडघे सुदृढ बनतात.
- कंबर व नितंबाजवळचा भेद कमी होतो.

आकृती क्र. 3.10 : भद्रासन

सूचना :

- हृदय अशक्त असेल तर करू नये.
- सशक्त व्यक्तींनीसुद्धा या आसनात जास्त वेळ राहू नये.

(11) उष्ट्रासन : उष्ट्र म्हणजे उंट.

पद्धती/कृती :

- जमिनीवर गुडघे टेकवा. मांड्या व पावले जुळलेली असू द्या. पायाची बोटे मागे रोखलेली आणि जमिनीवर टेकलेली असावीत.
- तळहात पुढ्यावर टेका. मांड्या ताणा. कण्याला पाठीमागे बाक द्या आणि बरगड्या ताणा.
- श्वास सोडा. उजवा तळहात उजव्या टाचेवर व डावा तळहात डाव्या टाचेवर ठेवा. शक्य झाल्यास तळहात पायाच्या चवड्यावर ठेवा.
- तळहात पावलांवर घट्ट दाबा. डोके मागे झुकवा आणि पाठीचा कणा मांड्यांकडे ढकला. मांड्या जमिनीशी काटकोनात असाव्यात.
- कुल्ले आकुंचित करा आणि कण्याचा, गुदास्थीचा, छातीखालचा भाग आणखी ताणा. मान पाठीमागे ताणलेली असू द्या.
- या स्थितीत नेहमीसारखे श्वसन करीत अर्धा मिनिट राहा.

आकृती क्र. 3.11 : उष्ट्रासन

- आधी एक आणि नंतर एक अशा तऱ्हेने हात मोकळे करा आणि पुढ्यावर टेकवा. मग जमिनीवर बसा आणि विसावा घ्या.

लाभ :

- उतरते खांदे व पाठीला कुबड असलेल्यांना लाभदायक.
- पाठीचा कणा सुदृढ बनतो.
- मांड्या सुडौल व ताकदवान होतात.
- गुडघ्यांचे आरोग्य उत्तम राखले जाते.
- पचनसंस्थेचे कार्य उत्तम चालते.
- चरबी कमी होते.
- स्त्रियांच्या ओटीपोटाच्या तक्रारीवर उत्तम उपाय.

सूचना :

- मागे झुकताना, वाकताना आधी नितंब, मांड्या व कटिप्रदेश न विसरता पुढे न्यावेत.
- मानेचा, कमरेचा, मूत्रपिंडाचा त्रास असणाऱ्यांनी सल्ल्यानुसार करावे.
- तोंड बंद ठेवावे.

(12) धनुरासन : कर्ण म्हणजे कान. 'आ' या उपसर्गाचा अर्थ आहे 'कडे'. धनु म्हणजे धनुष्य. या आसनामध्ये एखादा तिरंदाज धनुष्याची दोरी ओढतो त्याप्रमाणे शरीराची स्थिती असते.

पद्धती/कृती :

(अ) पहिला टप्पा :

- पाय सरळ समोर पसरून जमिनीवर बसा.
- उजव्या हाताचा अंगठा व पहिली दोन बोटे यामध्ये उजव्या पावलाचा अंगठा धरा. याच पद्धतीने डाव्या पावलाचा अंगठाही पकडा. श्वास सोडा. डावे कोपरे वाकवा आणि गुडघा वाकवून डावे पाऊल वर उचला. एकदा श्वास घ्या. श्वास सोडा आणि टाच डाव्या कानाशी येईल अशा पद्धतीने डावे पाऊल वर ओढा. त्याच वेळी डावा हात खांद्यापासून पाठीमागे ओढून धरा. उजव्या पायाच्या अंगठ्यावरील पकड सोडू नका. सर्वकाळ उजवा पाय पसरलेला असू द्या आणि त्या पायाची संपूर्ण मागची बाजू जमिनीवर टेकलेली राहू द्या. पसरलेला उजवा पाय गुडघ्याशी वाकता कामा नये.
- नेहमीप्रमाणे श्वसन करीत या स्थितीत 15 ते 20 सेकंद राहा.

(ब) दुसरा टप्पा :

- आता श्वास सोडा आणि पाय वरच्या दिशेला ताणा. एकदा श्वास घ्या. श्वास सोडा आणि पाय डाव्या कानाला स्पर्शेल इतका मागे ओढा. दोन्ही पावलांच्या अंगठ्यावरील पकड कायम ठेवा. दोन्ही पाय पूर्णपणे लांबलेले असू द्या. नेहमीप्रमाणे श्वसन करत दहा ते वीस सेकंद राहा.

आकृती क्र. 3.12 : धनुरासन

- श्वास सोडा. डावा पाय गुडघ्यापाशी वाकवा. डावी टाच डाव्या कानाशी आणा. त्यानंतर डावा पाय जमिनीवर आणा व दोन्ही पाय जमिनीवर ताणून ठेवा.
- आता दुसऱ्या बाजूने ही कृती करा. दोन्ही बाजूकडील आसनांना सारखा वेळ द्या. नंतर अंगठे सोडा व विसावा घ्या.

लाभ : • पायाचे स्नायू लवचीक बनतात.

• सांधे क्रियाशील होतात.

सूचना : सावकाश करावे.

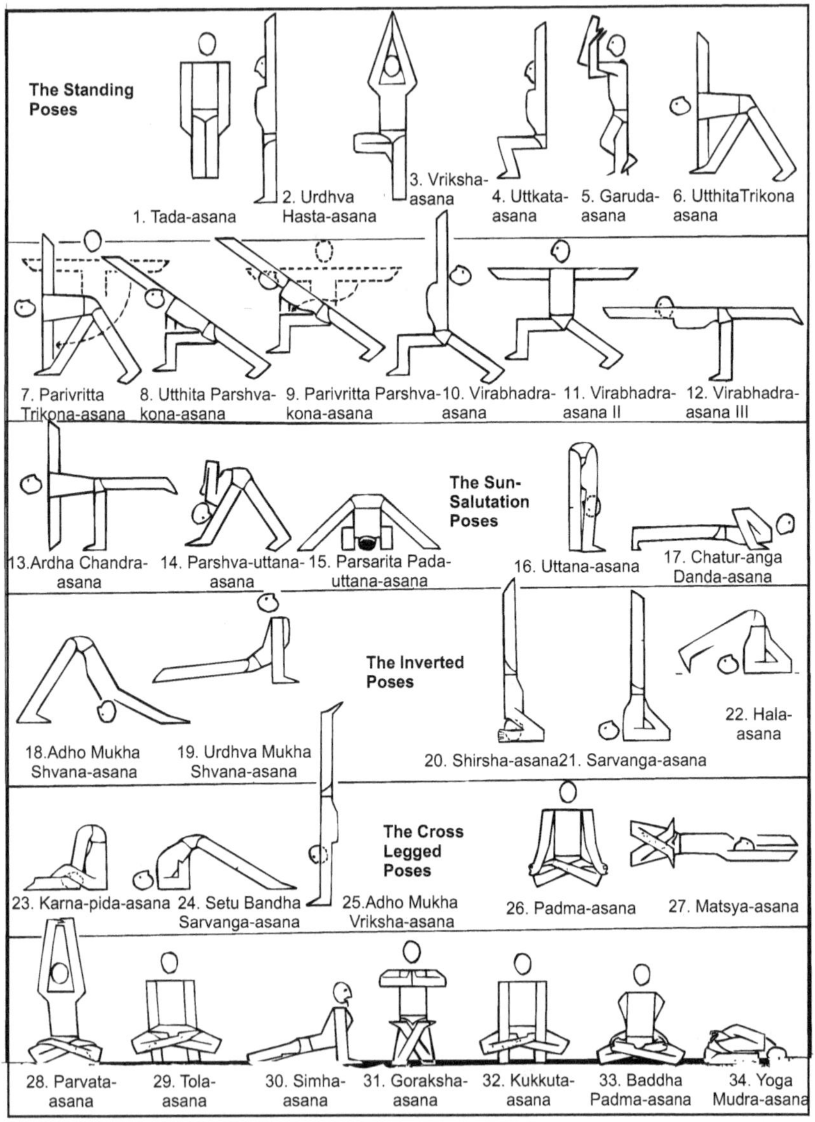
The Standing Poses
1. Tada-asana
2. Urdhva Hasta-asana
3. Vriksha-asana
4. Uttkata-asana
5. Garuda-asana
6. UtthitaTrikona asana
7. Parivritta Trikona-asana
8. Utthita Parshva-kona-asana
9. Parivritta Parshva-kona-asana
10. Virabhadra-asana
11. Virabhadra-asana II
12. Virabhadra-asana III
13.Ardha Chandra-asana
14. Parshva-uttana-asana
15. Parsarita Pada-uttana-asana
The Sun-Salutation Poses
16. Uttana-asana
17. Chatur-anga Danda-asana
18.Adho Mukha Shvana-asana
19. Urdhva Mukha Shvana-asana
The Inverted Poses
20. Shirsha-asana
21. Sarvanga-asana
22. Hala-asana
23. Karna-pida-asana
24. Setu Bandha Sarvanga-asana
25.Adho Mukha Vriksha-asana
The Cross Legged Poses
26. Padma-asana
27. Matsya-asana
28. Parvata-asana
29. Tola-asana
30. Simha-asana
31. Goraksha-asana
32. Kukkuta-asana
33. Baddha Padma-asana
34. Yoga Mudra-asana

आकृती क्र. 3.13

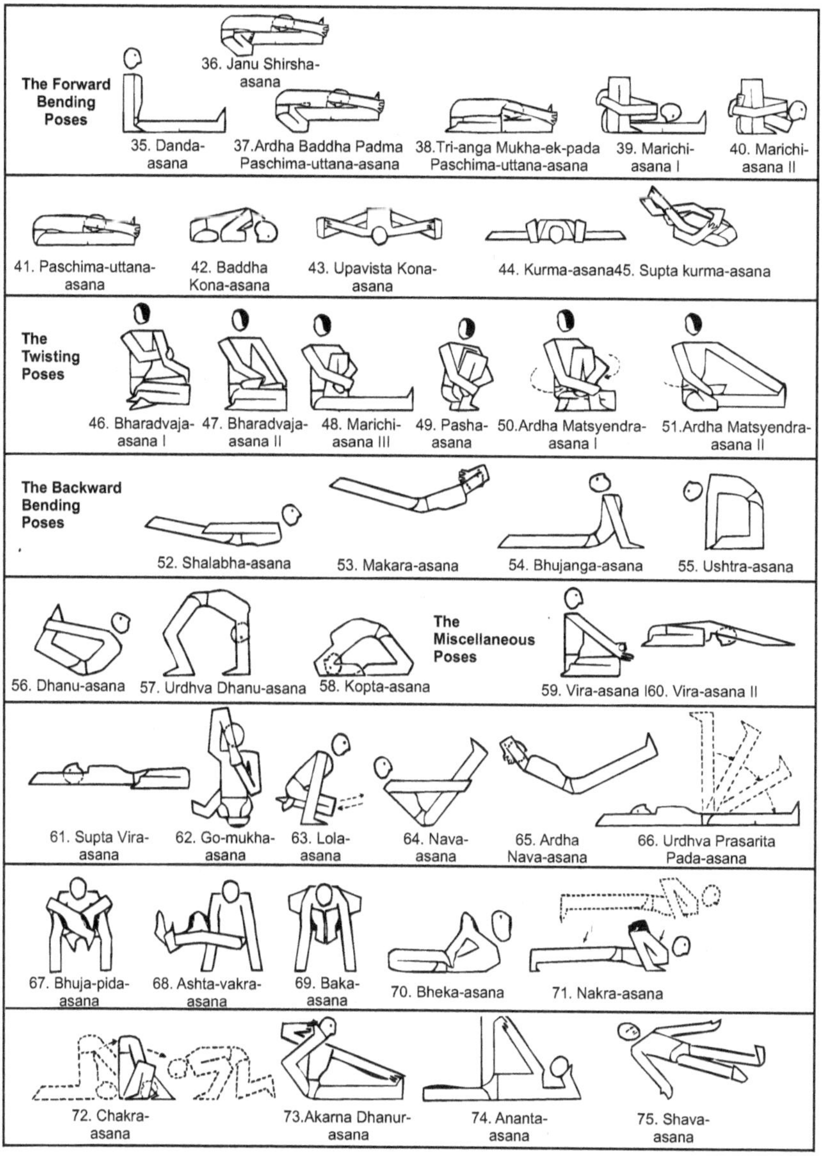
The Forward Bending Poses
36. Janu Shirsha-asana
35. Danda-asana
37.Ardha Baddha Padma Paschima-uttana-asana
38.Tri-anga Mukha-ek-pada Paschima-uttana-asana
39. Marichi-asana I
40. Marichi-asana II
41. Paschima-uttana-asana
42. Baddha Kona-asana
43. Upavista Kona-asana
44. Kurma-asana
45. Supta kurma-asana
The Twisting Poses
46. Bharadvaja-asana I
47. Bharadvaja-asana II
48. Marichi-asana III
49. Pasha-asana
50.Ardha Matsyendra-asana I
51.Ardha Matsyendra-asana II
The Backward Bending Poses
52. Shalabha-asana
53. Makara-asana
54. Bhujanga-asana
55. Ushtra-asana
56. Dhanu-asana
57. Urdhva Dhanu-asana
58. Kopta-asana
The Miscellaneous Poses
59. Vira-asana I
60. Vira-asana II
61. Supta Vira-asana
62. Go-mukha-asana
63. Lola-asana
64. Nava-asana
65. Ardha Nava-asana
66. Urdhva Prasarita Pada-asana
67. Bhuja-pida-asana
68. Ashta-vakra-asana
69. Baka-asana
70. Bheka-asana
71. Nakra-asana
72. Chakra-asana
73.Akarna Dhanur-asana
74. Ananta-asana
75. Shava-asana

आकृती क्र. 3.14

प्राणायाम

प्राणायाम पद्धतीचा सराव करण्यापूर्वी पुढील सूचना व दक्षतेचे इशारे वाचून त्यांचे पूर्ण मनन व पालन करावे.

सूचना व इशारे :

- प्राणायामच्या साधनेसाठी आसनांवर प्रभुत्व आणि त्यामधून येणारी शक्ती व शिस्त यांची फार गरज असते.
- वैयक्तिक देखरेख (पात्र अनुभवी गुरू) आवश्यक.
- स्वच्छता आवश्यक.
- मलाशय व मूत्राशय रिकामे करावेत.
- प्राणायाम शक्यतो रिकाम्या पोटाने करणे चांगले. जेवण झाल्यानंतर कमीत कमी सहा तास गेल्याखेरीज प्राणायाम करू नये.
- प्राणायाम पूर्ण झाल्यावर अर्ध्या तासाने अल्पोपाहार घ्यायला हरकत नाही.
- शक्यतो सूर्योदयापूर्वी सकाळ आणि सूर्यास्ताच्या वेळी संध्याकाळ या वेळा उत्तम.
- शक्यतो वसंत ऋतू व शरद ऋतू प्राणायामाच्या अभ्यासाला सुरुवात करण्यासाठी उत्तम; कारण हवामान सम असते.
- स्वच्छ, हवेशीर आणि कीटकांपासून मुक्त अशा जागी प्राणायाम नियमितपणे करावा.
- शीतली आणि शीतकारी सोडल्यास प्राणायाम फक्त नाकातून करावयाचा असतो.
- सतरंजीची घडी जमिनीवर ठेवून तिच्यावर बसून प्राणायाम करणे सर्वांत चांगले.
- प्राणायाम करताना चेहऱ्याचे स्नायू, डोळे, कान, नाक किंवा मानेचे स्नायू, खांदे, हात, मांड्या अगर पावले यावर कोणताही ताण नसावा.
- जीभ निचेष्ट ठेवा.
- पूरक आणि कुंभक करताना बरगड्यांचा पिंजरा पुढच्या व बाजूच्या दिशांना फुगला पाहिजे. पण खांद्याची पाती व बगला यांच्या खालचा भाग मात्र फक्त पुढच्या दिशेने फुगवा.
- सुरुवातीला घाम येईल आणि कंप सुटेल; पण कालांतराने ही लक्षणे नाहीशी होतील.
- बसून करावयाच्या सर्व प्राणायामांमध्ये मानेच्या तळापासून पुढील डोके ओढंगलेले असावे आणि हनुवटी गळपट्टीच्या घडीमध्ये व उरोस्थिच्या वरील खोबणीत विसावलेली असावी.

- डोळे सर्व वेळ मिटवून ठेवावेत.
- कानाच्या आतल्या बाजूस दाब जाणवता कामा नये.
- डावा हात सरळ ठेवावा. मनगटाची मागची बाजू डाव्या गुडघ्यावर टेकवावी. तर्जनी अंगठ्याकडे वळवावी. तिचे टोक अंगठ्याच्या टोकाशी जुळवावे.
- उजवा हात कोपराशी वाकवावा आणि श्वसनाचा ओघ नियमितपणे व समतोल ठेवण्यासाठी, त्याची सूक्ष्मता अजमावण्यासाठी उजव्या हाताचा पंजा नाकावर ठेवावा.
- स्वतःच्या मर्यादा समजावून घ्याव्यात.
- प्राणायाम योग्य पद्धतीनेच करावा.
- प्राणायाम केल्यावर ताबडतोब आसने कधीही करू नयेत.
- आसनाच्या साध्या कार्यक्रमानंतर पंधरा मिनिटे जाऊ देऊन प्राणायाम करायला हरकत नाही.
- दीर्घ, स्थिर आणि बहुकालीन श्वसन लयबद्ध करणे कठीण झाले की थांबा.
- पूरक व रेचक यामध्ये सम प्रमाण ठेवण्याचा प्रयत्न करा.
- गर्भवती स्त्रियांना प्राणायामचे उज्जयी व नाडीशोधन हे प्रकार सर्वांत अधिक लाभदायक आहेत.
- प्राणायाम केल्यानंतर नेहमीच पाच ते दहा मिनिटे शवासन करावे.
- जालंधर, उड्डियान आणि मूल हे तीनही बंध कुंभकाच्या वेळी करावेत.
- आंतर कुंभक सहजपणे येऊ लागल्याशिवाय बाह्य कुंभक करण्याचा प्रयत्न करू नये.
- पूरक किंवा रेचक यांची लय श्वास रोधल्यामुळे बिघडू लागली तर कुंभकाचा अवधी कमी करावा.
- काचबिंदू किंवा कानातील पू यांसारखे डोळे व कान यांचे विकार असलेल्या व्यक्तींनी श्वास रोखण्याचा प्रयत्न करू नये.
- कुंभक करायला सुरुवात केली की कधी-कधी पहिल्या टप्प्यामध्ये बद्धकोष्ठता येते. हे तात्पुरते असून कालांतराने नाहीसे होते.
- दर मिनिटाला पंधरा हे श्वसनाचे सर्वसामान्य प्रमाण असते.
- प्राणायाम क्रिया नीट कळण्यासाठी बंध, नाड्या आणि चक्रे यांची काही माहिती असणे आवश्यक असते.

- बंधक म्हणजे बंधन, जोडणे; ज्यामध्ये काही इंद्रिये किंवा शरीराचे भाग आकुंचित व नियंत्रित केले जातात, असे आसन हाही बंधाचा अर्थ आहे.
- प्राणायामासाठी जालंधर, उड्डियान व मूल हे तीन बंध उपयुक्त आहेत. योग्याने प्रथम जालंधर बंध आत्मसात करावा. यात मान व गळा आकुंचित केले जातात आणि हनुवटी गळपट्टीच्या हातामध्ये व उरोस्थीवरील खोबणीत ठेवली जाते. उड्डियान म्हणजे वर उघडणे. छाती व पोट यामधील पडदा छातीकडे वर उचलणे व पोटातील अवयव पाठीमागे कण्याच्या दिशेने खेचणे ही उड्डियान बंधाची प्रक्रिया असते. मूलबंधाचे क्षेत्र म्हणजे गुद्द्वार व वृषण यांमधला भाग.
- नाडी म्हणजे शरीरात शक्तीचा संचार ज्यामधून होत असतो असे नलिकारूप मार्ग.
- चक्रे म्हणजे चाके किंवा वर्तुळे. शरीराच्या यंत्रणेतील ही गतिचक्रे असतात. मुख्य चक्रे पुढीलप्रमाणे : मूलाधार चक्र, स्वाधिष्ठान चक्र, मणिपूरक चक्र, विशुद्ध चक्र, आज्ञा चक्र, सहस्रार चक्र (सहस्रदल कमळ), ललाट चक्र.

आपल्या शरीरातील दिव्य विश्वशक्ती म्हणजे कुंडलिनी. ती जागृत करणे हे प्राणायामाचे उद्दिष्ट आहे.

प्राणायाम पद्धती/प्रकार

1. उज्जयी प्राणायाम
2. सूर्यभेदन प्राणायाम
3. नाडीशोधन प्राणायाम (अनुलोम-विलोम प्राणायाम)
4. भस्त्रिका प्राणायाम
5. कपालभाती प्राणायाम
6. भ्रामरी प्राणायाम
7. शीतल प्राणायाम
8. शीतकारी प्राणायाम
9. समवृत्ती प्राणायाम
10. विषमवृत्ती प्राणायाम
11. विलोम प्राणायाम
12. अनुलोम प्राणायाम
13. प्रतिलोम प्राणायाम
14. सहित आणि केवलकुंभ प्राणायाम

यांपैकी अभ्यासक्रमातील उज्जयी आणि अनुलोम-विलोम प्राणायाम (नाडीशोधन प्राणायाम) या दोहोंबद्दल माहिती घेऊ.

(1) उज्जयी प्राणायाम : उज्जयी या प्रक्रियेमध्ये फुप्फुसे पूर्णपणे फुगवली जातात आणि छाती पराक्रमी विजेत्याप्रमाणे पुढे काढली जाते.

पद्धती/कृती :

- पद्मासन, सिद्धासन किंवा वीरासन यांसारख्या कोणत्याही सहजसुलभ आसनामध्ये बसा.
- पाठ सरळ आणि ताठ ठेवा. डोके खाली धडाशी येऊ द्या. हनुवटी गळपट्टीच्या घडीच्या मध्ये व उरोस्थीवरील खोबणीत टेकू द्या.
- हात सरळ समोर पसरा आणि मनगटाची मागची बाजू गुडघ्यांवर ठेवा. तर्जनी व अंग यांची टोके जुळवून बाकीची बोटे सरळ लांबवलेली ठेवा.
- डोळे मिटा आणि दृष्टी आत वळवा.
- श्वास पूर्णपणे सोडा.
- येथे श्वसनाची उज्जयी पद्धती सुरू होते.
- दोन्ही नाकपुड्यांमधून सावकाश, स्थिर, दीर्घ श्वास घ्या.
- फुप्फुसे ओसांडेपर्यंत भरा. (पूरक)
- जननेंद्रियास्थी व उरोस्थी यामधला पोटाचा संपूर्ण भाग कण्याकडे घेऊन धरा.
- एक ते दोन सेकंद श्वास आत रोखून धरा. (आंतरकुंभक)
- संथ, दीर्घ व स्थिर अशा प्रकारे फुप्फुसे पूर्णपणे रिकामी होतील अशा बेताने श्वास सोडा.
- ताजा श्वास घेण्यापूर्वी एक सेकंद थांबा व अशा प्रकारे उज्जयी प्राणायामाचे एक आवर्तन पूर्ण होते.
- पाच ते दहा मिनिटांपर्यंत ही आवर्तने करा.
- शवासनात पडून राहा.
- दिवसा व रात्री कोणत्याही वेळी करता येण्यासारखा हा प्राणायामाचा एकच प्रकार आहे.
- चालताना किंवा पडलेले असतानासुद्धा उज्जयी प्राणायाम जालंधर बंधाखेरीज करायला हरकत नाही.

लाभ :

- फुप्फुसात हवा खेळते.
- कफ नाहीसा होतो.
- मज्जा शांत होतात आणि सर्व यंत्रणा सुधारते.
- भावनांवर नियंत्रण होते.

- मानसिक थकवा दूर होतो.
- कंठाचे स्वास्थ्य सुधारते.
- रक्तदाब संतुलित राहतो.
- नाडीदोष, धातुदोष, जलोधर, कफाचे रोग बरे होतात.
- जठराग्नी प्रदीप्त होतो, पचन सुधारते.

(2) **नाडीशोधन (अनुलोम - विलोम) प्राणायाम :** प्राण किंवा शक्ती यांच्या अभिसरणासाठी रक्तवाहिनीप्रमाणे नलिकेसारखे जे अवयव शरीरात असतात त्यास 'नाडी' असे म्हणतात. शोधन म्हणजे शुद्धीकरण. त्याचप्रमाणे नाडीशोधन प्राणायाम हा नाड्या शुद्ध करण्यासाठी असतो.

पद्धती/कृती :

- पद्मासन, सिद्धासन किंवा वीरासन यांसारख्या कोणत्याही एका सुखकर आसनात बसा.
- पाठ सरळ व ताठ ठेवा. (उज्जयी प्राणायामाप्रमाणे)
- डावा हात पसरा. (उज्जयी प्राणायामाप्रमाणे)
- उजवा हात कोपराशी वाकवा. तर्जनी व मध्यगा ही बोटे तळहाताकडे वळवा. ती स्वस्थ राहू द्या. अनामिका व करंगळी अंगठ्याकडे आणा.
- उजवा अंगठा उजव्या नाकपुडीवर नासिकास्थीच्या लगत खाली ठेवा. अनामिका व करंगळी डाव्या नाकपुडीवर नासिकास्थीच्या लगत खाली व वरच्या जबड्याच्या वरील नाकपुडीच्या मांसल वक्ररेषेच्या लगत वर ठेवा.
- अनामिका व करंगळी दाबून नाकाची डावी बाजू पूर्णपणे बंद करा.
- उजव्या नाकपुडीची बाहेरची कडा, विभाजक उपास्थीच्या खालच्या कडेशी समांतर होईल अशा बेताने उजव्या अंगठ्याने उजव्या बाजूचा मांसल भाग दाबा.
- उजव्या अंगठ्याचे वरचे पेर वाकविले जाते व अंगठ्याचे टोक विभाजकाशी काटकोनात ठेवले जाते.
- उजव्या नाकपुडीमधून श्वास सोडून फुप्फुसे पूर्णपणे मोकळी करा. उजव्या अंगठ्याच्या आतल्या बाजूने उजवी नाकपुडी नियंत्रित करा.
- आता संथ, स्थिर व दीर्घ श्वास उजव्या नाकपुडीतून आत घ्या. फुप्फुसे पूर्णपणे भरून घ्या (पूरक). श्वास घेताना डावी नाकपुडी अनामिका व करंगळी यांनी पूर्णपणे बंद केलेली असते.

- पूर्ण पूरकानंतर अंगठ्याच्या दाबाने उजवी नाकपुडी पूर्णपणे बंद करा आणि डाव्या नाकपुडीवरचा अनामिका व करंगळी यांचा दाब काढून घ्या. डाव्या नाकपुडीमधून संथ, स्थिर व दीर्घ रेचक करा. फुप्फुसे पूर्णपणे रिकामी करा. (रेचक)
- आता डाव्या नाकपुडीने संथ, स्थिर व दीर्घ पूरक करून फुप्फुसे पूर्णपणे भरून टाका.
- डाव्या नाकपुडीने पूर्ण पूरक केल्यावर ती बंद करा व वरीलप्रमाणे कृती करून उजव्या नाकपुडीने रेचक करा.
- येथे या प्राणायामाचे एक आवर्तन पूर्ण होते. येथे श्वासाची लय पुढीलप्रमाणे असते :
    - उजव्या नाकपुडीने रेचक → उजव्या नाकपुडीने पूरक
    - डाव्या नाकपुडीने रेचक → डाव्या नाकपुडीने पूरक

    अशाच क्रमाने (रेचक → पूरक . . .) पुढे चालू.
- याप्रमाणे आठ ते दहा आवर्तने सलगपणे करा. याला सुमारे सहा ते आठ मिनिटे लागतील.
- प्रत्येक बाजूकडील पूरक व रेचक यांना सारखाच वेळ लागायला हवा.
- शेवटी शवासन.

लाभ :

- ऑक्सिजनचा पुरवठा वाढतो.
- मज्जा शांत व शुद्ध बनतात.
- मन स्वस्थ व नितळ बनते.
- भावनांचा प्रकोप व ताण नाहीसा होतो.
- संप्रेरकांचे कार्य सुधारते व संतुलित होते.
- आकलनशक्ती वाढते.
- विचारात प्रगल्भता येते.
- विवेक उत्पन्न होतो.
- स्मरणशक्ती वाढते.
- चिकाटी व दृढता वाढते.

शुद्धिक्रिया

बाह्य शुद्धीप्रमाणेच अंतर्गत शुद्धीससुद्धा महत्त्व आहे. योग्यांनी शुद्धिक्रियांची काही तंत्रे सांगितलेली आहेत; ज्याद्वारे शरीराची आंतरिक शुद्धी करता येते.

(1) कपालभाती (2) नेती (3) धौति (4) उड्डियान (5) त्राटक (6) नौली.

या शुद्धिक्रियांमुळे अनेक लाभ होतात.

लाभ :

- मनाची शांतता वाढते.
- आळस व थकवा दूर जातो.
- भाल प्रदेशावर रेष दिसू लागते.
- कफविकार होत नाहीत.
- जठराग्नी वृद्धी होते.
- वृद्धत्व लवकर येत नाही.
- तारुण्यात जोम व उत्साह टिकून राहतो.

सूचना :

- कपालभाती करताना श्वसनमार्गाच्या अगदी आतल्या भागात - उदाहरणार्थ, घशात व टाळूच्या वर हवेचे घर्षण होऊ देऊ नये.
- सावकाश कृती करावी.
- प्राणायामच्या आधी कपालभाती करावी.
- चेहरा सौम्य व शांत ठेवावा.
- गॅसेसचा त्रास असल्यास कपालभाती करू नये.
- नेती करण्याच्या जागी स्वच्छता असावी.
- नेती झाल्यावर लागलीच काही खाऊ-पिऊ नये.
- बाहेरचे तापमान फार कमी असेल तर उघड्यावर नेती करू नये.
- घशाचे विकार, टॉन्सिलची सूज, हृदयविकार, उच्च रक्तदाब, हायटस, हर्निया असणाऱ्यांनी धौति करू नये.
- धौतिचे वस्त्र व दंड यांची स्वच्छता ठेवावी.
- नौली करताना पार्श्वभाग फार हलणार नाही याची काळजी घ्यावी.
- नौली सकाळी उपाशीपोटी करणे चांगले.

सूर्यनमस्कार

सूर्यनमस्कारांनी संपूर्ण व्यायाम करणारे अनेक लोक आहेत. किती नमस्कार घातले जातात, त्यानुसार तो व्यायाम कशासाठी आहे हे ठरते. उदाहरणार्थ, लवचीकतेचा, स्थिर ताकदीचा व दमश्वासाचा. हा व्यायाम अगदी हलका आहे. प्रामुख्याने ती सूर्याची उपासना आहे. सामान्य दिनक्रमात ज्या हालचाली होत नाहीत त्या प्रामुख्याने केल्या जातात. इतर कोणत्याही व्यायामाच्या अगोदर उत्तेजक व्यायाम म्हणून त्या हालचाली फायदेशीर ठरू शकतात; परंतु तरीसुद्धा उत्तम सूर्यनमस्कार घालण्याकरिता आधी शरीर गरम झालेले असेल तर ते जास्त फायद्याचे ठरते आणि नमस्कार घालण्यातील आनंद वाढतो.

विविधता ही व्यायामात अत्यंत आवश्यक असते आणि विविधता नसेल तर तो व्यायाम सामान्य व्यक्तीस कंटाळवाणा वाटतो आणि सूर्यनमस्काराबाबत नेमके हेच घडते. 'आरुणी' नावाची एक उत्कृष्ट संगीतरचना सूर्यनमस्कारासाठी तयार केली आहे. त्यामुळे नमस्कारातील तोच-तोचपणा कमी होण्यास मदत होते. त्याशिवाय मणक्यांच्या दोन्ही बाजूस वाकणे आणि वळणे, खुब्यात पाय दोन्ही बाजूस पसरणे, घोट्याचा सांधा दोन्ही बाजूस वाकविणे आणि वळविणे, मनगट व खांद्याचा सांधा दोन्ही बाजूस वाकविणे आणि वळविणे या हालचाली सूर्यनमस्कारात होत नाहीत आणि त्या लवचीकतेच्या दृष्टीने आवश्यक आहेत.

यात श्वसनाची एक लय सांभाळली जाते. त्यामुळे मनःशांतीच्या दृष्टीने अतिशय महत्त्वाचा लाभ होतो; तसेच इतर व्यायामांपासून मिळणारे फायदेही यापासून मिळतात. म्हणजे भूक व झोप चांगली लागते, पोट साफ राहते, शरीराची ताकद थोड्या प्रमाणात सांभाळली जाते.

अनुक्रमाने बारा नावांचा उच्चार करून सूर्यनमस्कार घालावेत :

1. ॐ मित्राय नमः ।
2. ॐ रवये नमः ।
3. ॐ सूर्याय नमः ।
4. ॐ भानवे नमः ।
5. ॐ खगाय नमः ।
6. ॐ पुष्णे नमः ।
7. ॐ हिरण्यगर्भाय नमः ।
8. ॐ मरीचये नमः ।
9. ॐ आदित्याय नमः ।
10. ॐ सावित्रेय नमः ।
11. ॐ अर्काय नमः ।
12. ॐ भास्कराय नमः ।

मनोभावे केलेल्या व्यायामाचे फळ मुळात त्या व्यायामाच्या असलेल्या मर्यादेबाहेर जाऊ शकत नाही ही गोष्ट आपण विसरून चालणार नाही आणि म्हणून त्या दृष्टीने सूर्यनमस्काराकडे पाहावे.

आकृती क्र. 3.15 : सूर्यनमस्कार

प्रश्न : • योगासने, प्राणायाम आणि शुद्धिक्रियांचे महत्त्व स्पष्ट करा.

☞ आपण काय शिकलो ?

- योगाची ऐतिहासिक पार्श्वभूमी, योगाच्या विविध व्याख्या, अष्टांग योग, शुद्धिक्रिया, ॐकार, ध्यान, आसन व प्राणायामाचे प्रकार, महत्त्व आणि योगाचे दैनंदिन जीवनातील महत्त्व.

स्वाध्याय

✤ गाळलेल्या जागा भरा.

1. .... हे भारताचे परंपरागत शास्त्र आहे.
2. .... या धातूपासून योग हा शब्द बनतो.
3. आपली इच्छा आणि ईश्वरेच्छा यांचे खरेखुरे ऐक्य म्हणजे ....
4. योग म्हणजे बुद्धी, मन, भावना आणि संकल्प यांचे ....
5. योग म्हणजे आत्म्याचे ....
6. योगमार्गाचा अवलंब जो करतो त्यास .... म्हणतात.
7. .... आणि .... चा अखंड विरोध म्हणजेच योग.
8. .... व .... यामुळे साधकाच्या भावना आणि वासना नियंत्रणात राहतात.
9. .... मुळे शरीर निरोगी, बलवान व निसर्गाशी संवादी राहते.
10. ...., नियम व .... म्हणजे योगाची बहिरंग साधना.
11. प्राणायाम व प्रत्याहार म्हणजे योगाची .... साधना.
12. धारणा, ... व .... म्हणजे योगची अंतरात्मा साधना होय.

✤ जोड्या लावा.

	'अ' गट		'ब' गट
1.	यम	(अ)	शोध, संतोष, तपस्, स्वाध्याय
2.	नियम	(ब)	शलय, वृश्चिक, मत्स्य, मेरु
3.	आसन	(क)	अनुलोम-विलोम, भस्त्रिका
4.	प्राणायाम	(ड)	अहिंसा, सत्य, अस्तेय, ब्रह्मचर्य

❖ एका वाक्यात उत्तरे लिहा.

1. योगमहर्षी कोणास म्हणतात ?
2. योग म्हणजे काय ?
3. दोन यम सांगा.
4. दोन नियम लिहा.
5. आसन म्हणजे काय ?
6. प्राणायाम म्हणजे काय ?
7. ॐकाराचे दोन फायदे लिहा.
8. ध्यानाचे दोन प्रकार लिहा.
9. प्राणायामाच्या दोन तंत्रांची नावे सांगा.
10. शुद्धिक्रियेचे दोन फायदे लिहा.
11. शुद्धिक्रियेचे दोन प्रकार सांगा.
12. योगाची पहिली चार अंगे लिहा.
13. कोणत्याही दोन आसनांची नावे लिहा.

❖ लघुत्तरी प्रश्न

1. योगाची व्याख्या स्पष्ट करा.
2. यम स्पष्ट करा.
3. आसनांचे महत्त्व लिहा.
4. प्राणायामाचे महत्त्व विशद करा.
5. शुद्धिक्रियेचे आरोग्याच्या दृष्टीने महत्त्व लिहा.
6. ॐकाराचे महत्त्व लिहा.
7. ध्यानाचे प्रकार व महत्त्व लिहा.

❖ दीर्घोत्तरी प्रश्न

1. नियम सोदाहरण स्पष्ट करा.
2. अष्टांग योग स्पष्ट करा.
3. योगाच्या प्रकारांविषयी चर्चा करा.
4. प्राणायामाची दोन तंत्रे त्यांच्या फायद्यांसह स्पष्ट करा.
5. दैनंदिन जीवनात योगाचे महत्त्व स्पष्ट करा.
6. सूर्यनमस्काराविषयी सविस्तर लिहा.
7. ध्यानाचे विविध प्रकार/पद्धती त्यांच्या फायद्यांसह स्पष्ट करा.

4

शारीरिक शिक्षण मूल्यमापन

➲ प्रकरणाची मांडणी ⊂

4.1 अध्ययन निष्पत्ती

छात्राध्यापक

1. मूल्यमापन अर्थ, व्याप्ती व संकल्पना समजून घेतो.
2. शारीरिक तंदुरुस्तीच्या घटकांचा बोध होईल.
3. शारीरिक तंदुरुस्ती घटक व कौशल्य यांचे मूल्यमापन कसोट्यांच्या आधारे करतात.
4. कसोट्यांच्या गुणांचा, गुणदानासाठी सारण्यांचा वापर करतात.

4.2 प्रस्तावना

मूल्यमापन ही शारीरिक शिक्षणातील अत्यंत महत्त्वाची पायरी आहे. शारीरिक शिक्षणाचा अभ्यासक्रम राबवून विद्यार्थ्यांमध्ये कशा स्वरूपाचा बदल झाला हे ठरविण्यासाठी उपयोजलेली सूत्रबद्ध पद्धती म्हणजे मूल्यमापन होय. मूल्यमापन हे विशिष्ट उद्दिष्टांशी निगडित (Related) असावे; त्यामुळे वेगवेगळ्या कसोट्या घेऊन ठरविलेले उद्दिष्ट प्राप्त झाले किंवा नाही याचे अचूक उत्तर मिळते.

4.3 शारीरिक शिक्षण मूल्यमापन संकल्पना

- ‘‘मापनाद्वारे मिळालेल्या माहितीला अर्थ अथवा मूल्य प्राप्त करून देणे म्हणजे मूल्यमापन होय.’’
- "The Evaluation assign the worth or value to the measurement score."
- "Evaluation may be defined as a systematic process of determining the extent to which objectives are achieved."
- "Evaluation is an outcome."

मूल्यमापन ही प्रक्रिया कसोटी व मापनाशिवाय पूर्ण होऊ शकत नाही. सर्वप्रथम कसोटी घेणे, त्यातून आपणास संख्यात्मक किंवा गुणात्मक प्रकाराची माहिती मिळते. ते म्हणजे मापन आणि या आलेल्या माहितीला अर्थ प्राप्त करून देण्याचे काम म्हणजे मूल्यमापन होय. थोडक्यात, कसोटी मापन व मूल्यमापन या एकमेकांशी संबंधित अशा संकल्पना आहेत.

उदा., कसोटी : वजनकाटा.

मापन : कि. ग्रॅ. मध्ये आलेले वजन.

मूल्यमापन : आलेले वजन योग्य आहे, कमी-जास्त की अति जास्त हे सांगणे म्हणजे मूल्यमापन होय.

मूल्यमापनाचे महत्त्व

मूल्यमापनाचे शारीरिक शिक्षणातील महत्त्व पुढीलप्रमाणे -

सर्वप्रथम मूल्यमापनाचा फायदा हा त्या विद्यार्थ्यांना होतो. त्यानंतर शिक्षकांना तसेच समाजालाही त्याचा फायदा होतो. (1) शाळेमध्ये वेगवेगळ्या गटांमध्ये वर्गीकरण करण्यासाठी. (2) खेळाडूंची निवड करण्यासाठी. (3) उद्दिष्ट निश्चित करण्यासाठी. (4) सुदृढतेचा किंवा कौशल्याचा स्तर समजण्यासाठी. (5) प्रशिक्षण कार्यक्रम ठरविण्यासाठी. (6) प्रशिक्षणाचा परिणाम बघण्यासाठी. (7) संशोधनासाठी.

अशा प्रकारे मूल्यमापनाद्वारे शारीरिक शिक्षण शिक्षकास अनेक प्रश्नांची उत्तरे मिळू शकतात; परंतु मूल्यमापन करण्यापूर्वी काही तत्त्वे लक्षात घेणे महत्त्वाचे राहील. (1) सर्वप्रथम आपण काय करायचे, कशासाठी करायचे, कसे करायचे या प्रश्नांची उत्तरे शोधणे. (2) मूल्यमापन हे साधन आहे, साध्य नाही. (3) दिल्या जाणाऱ्या कसोट्या व आलेले मापन हे अचूक असले पाहिजे. (4) मूल्यमापनात वापरले जाणारे साहित्य हे उत्तम दर्जाचे आहे की नाही हे तपासून घेणे. अन्यथा येणारे निष्कर्ष चुकीचे असू शकतात.

कसोट्यांचे निकष

शारीरिक सुदृढतेचे, कौशल्याधिष्ठित शारीरिक सुदृढतेचे तसेच विविध खेळांतील कौशल्यांचे मापन करताना कोणकोणत्या कसोट्यांची निवड (Selection) करावयाची या प्रश्नाचे उत्तर शोधताना काही निकष असतात. त्यांची चर्चा येथे केली आहे. शारीरिक शिक्षण शिक्षक, मार्गदर्शक तसेच व्यायाम क्षेत्रात काम करणाऱ्या तज्ज्ञांचीही जबाबदारी आहे की योग्य कसोट्यांची तसेच साधनांची निवड करणे.

मूल्यमापन ही एक पद्धतशीर (Systematic) प्रक्रिया असल्यामुळे कसोटी निवडीच्या अगोदर उद्देश स्पष्ट असणे गरजेचे असते. उद्देश व निवडलेल्या कसोट्या यामध्ये जर फरक असेल तर येणारे निष्कर्ष चुकीचे येतील. त्यासाठी कसोट्या निवडताना निकष महत्त्वाचे ठरतात, ते पुढीलप्रमाणे :

निकष

↓

तांत्रिक निकष

(Technical Criteria)

1. वैधता (Validity)
2. विश्वसनीयता (Reliability)
3. वस्तुनिष्ठता (Objectivity)
4. मानके (Norms)

व्यवस्थापनाच्या दृष्टीने निकष

(Administrative Concern in Test Selection)

1. गरज (Relevance)
2. वेळ (Time)
3. आर्थिक बाब (Economy)
4. शैक्षणिक मूल्य (Educational Value)

मानके (Norms) : तांत्रिक निकषांमधील अतिशय महत्त्वाचा घटक म्हणजे मानके होय. विशिष्ट जनसंख्येचे प्रतिनिधित्व करणारे मूल्य म्हणजे मानके होय. मानकांमुळे व्यक्तिगत कार्यमानाची तुलना मोठ्या जनसंख्येशी करता येते. विशिष्ट समूहाचा संख्याशास्त्रीय स्तर म्हणजे मानके अशीही व्याख्या करता येईल.

- प्रमाणित चाचण्यांची मानके बहुतेक करून शततमक (Percentile) या संख्याशास्त्रीय तंत्रामध्ये दिलेली असतात.
- विद्यार्थ्याने केलेल्या कार्यमानाचे अर्थनिर्वचन करण्यासाठी (Interpretation) शिक्षकाला मानकांचा उपयोग होतो.
- मानके ही लिंगानुसार (Gender) व वयोगटानुसार (Age) असतात.
- शारीरिक शिक्षण आणि क्रीडाक्षेत्रात वापरल्या जाणाऱ्या कसोट्यांची मानके ही बहुतेक करून परदेशी जनसंख्येसाठी तयार केलेली असतात. त्याच कसोट्यांची भारतीय जनसंख्येसाठी मानके तयार करणे ही काळाची गरज बनली आहे. तसेच प्रत्येक शिक्षकाने आपल्या शाळेसाठी, महाविद्यालयासाठी स्वतंत्र मानके बनविणे सोईचे ठरते.
- शारीरिक शिक्षणतज्ज्ञांनी एक गोष्ट लक्षात ठेवावी, ती म्हणजे ठरावीक कालावधीनंतर मानकांची पुनर्निर्मिती करणे आवश्यक असते. दहा वर्षांपूर्वी तयार केलेली मानके कदाचित वर्तमानकाळात लागू होणार नाहीत.
- त्याचप्रमाणे शारीरिक शिक्षण आणि क्रीडांमध्ये कसोट्या राबविल्यानंतर येणारे निकाल हे वेगवेगळ्या स्वरूपात येतात. उदाहरणार्थ, सेकंद, अंतर, नंबर, इंचामध्ये, सें.मी. मध्ये इत्यादी. अशा प्रकारे वेगवेगळ्या क्षमतांचे, कौशल्यांचे एकत्रित स्तर तपासण्यासाठी शिक्षकांना व मार्गदर्शकांना मानकांचा उपयोग होतो.
- सर्वसाधारणपणे मानके ही दोन प्रकारची असतात : (1) निकषात्मक मानके (2) मानक संदर्भात्मक मानके.

(1) निकषात्मक मानके (Criterion Referenced Norms) : यामध्ये विद्यार्थ्यांकडून/व्यक्तीकडून विशिष्ट स्तराचे कार्यमान अपेक्षित असते व यात व्यक्तीच्या कार्यमानाची तुलना इतरांशी केली जात नाही तर त्या व्यक्तीला फक्त ठरावीक/विशिष्ट कार्यमान करावयाचे असते. बऱ्याचशा सुदृढतेच्या कौशल्य कसोट्यांमध्ये अशा प्रकारच्या मानकांचा उपयोग करता येईल. काही उदाहरणे पुढीलप्रमाणे :

- जेव्हा मोठ्या जनसंख्येवर कसोट्या राबवायच्या असतात तेव्हा शिक्षकाला अशा प्रकारच्या मानकांचा उपयोग होतो.
- निकषात्मक मानके ही सुद्धा वयोगटानुसार व लिंगानुसार असतात.
- शिक्षकांनी स्थानिक पातळीवर निकषात्मक मानके तयार केली तर कमी वेळेत अनेक विद्यार्थ्यांच्या कसोट्या घेता येतील.
- या मानकांची निर्मिती करताना 'टी' गुणांक तसेच शततमक (Percentile) या संख्याशास्त्रीय तंत्राचा उपयोग केला जातो.
- या मानकांच्या अनेक चांगल्या बाजू असल्या तरी काही मर्यादाही आहेत. यामध्ये फक्त विशिष्ट कार्यमान गाठायचे असते. त्यामुळे कोण किती जास्त चांगले कार्यमान करतो अथवा किती कमी कार्यमान आहे हे सांगता येत नाही. फक्त पात्र की अपात्र एवढ्या दोनच श्रेणी अशा मानकांमध्ये असतात.
- म्हणून प्रत्येक वेळी निकषात्मक मानकांचा उपयोग करून चालणार नाही तर काही वेळा शिक्षकांना Norm Referenced Norms यांचाही उपयोग केला पाहिजे.

निकषात्मक मानकांची उदाहरणे पुढीलप्रमाणे :

- 2 मैल धावणे हे विद्यार्थ्यांनी 14 मिनिटे अथवा त्यापेक्षा कमी वेळेत पूर्ण केलेच पाहिजे. अशा प्रकारे 2 मैल अंतराला 14 मिनिटे हे अपेक्षित कार्यमान आहे किंवा त्याला आपण पात्रता वेळ (Qualified Time) असेही संबोधतो.
- सुदृढतेच्या ज्ञान कसोटीमध्ये विद्यार्थ्यांनी कमीत कमी 35 प्रश्नांची उत्तरे दिलीच पाहिजेत.
- सैन्य भरती, पोलीस भरतीच्या वेळी अशा प्रकारच्या मानकांचा उपयोग केला जातो. उदा., विशिष्ट उंची, छातीचा घेर असलेल्या उमेदवारांनाच पात्र ठरविले जाते.
- ॲथलेटिक्समध्ये निवडीच्या वेळी अथवा पात्रता फेऱ्यांमध्ये अशा प्रकारची मानके वापरतात. उदा., गोळाफेकमध्ये विशिष्ट गटातील विद्यार्थ्यांनी ठरावीक अंतर पार केले तरच तो पुढच्या फेरीसाठी पात्र ठरतो.

(2) मानक संदर्भात्मक मानके (Norms Referenced Norms) :

- जेव्हा एका व्यक्तीच्या कार्यमानाची तुलना इतर व्यक्तींच्या कार्यमानाशी करायची असते अशा वेळी या प्रकारच्या मानकांचा उपयोग केला जातो.

- ही मानके शततमक (Percentile), z-गुणांक (z-score) आणि t-गुणांक (t-score) या संख्याशास्त्रीय तंत्रांच्या आधारे तयार केली जातात.
- अशा प्रकारची मानके तयार करताना मोठ्या जनसंख्येवर (Large Population) कसोट्या राबवून मानके तयार करणे आवश्यक असते.
- विविध सुदृढता तसेच कौशल्य कार्यमान कसोट्यांची मानके ही शततमक मानकेच आहेत. सर्वसाधारणपणे याच मानकांचा मूल्यमापनात अधिक उपयोग होतो.
- या प्रकारच्या मानकांद्वारे या विद्यार्थ्यांचे समूहातील स्थान कळते; परंतु किती गुण/स्थान मिळायला हवे हे समजत नाही. ही या मानकाची मर्यादा आहे.

कसोट्या निवडीचे व्यवस्थापकीय निकष (Administrative Concern in Test Selection) : वरील सर्व तांत्रिक निकष कसोट्या निवडताना महत्त्वाचे असले तरी विविध शाळा-महाविद्यालयांतून व मोठ्या जनसंख्येवर कसोट्या राबविताना याशिवायही काही निकष महत्त्वाचे ठरतात. ते म्हणजे व्यवस्थापकीय निकष. ते पुढीलप्रमाणे :

(1) गरज (Relevance) : कसोट्यांची निवड करताना शिक्षकांनी कार्यक्रमाचे उद्दिष्ट समोर ठेवणे आवश्यक आहे. थोडक्यात, कसोट्यांची गरज काय आहे ? कसोट्यांचा संबंध शारीरिक शिक्षण कार्यक्रमाशी असायला हवा. प्रशिक्षण निष्पत्ती (Outcome), अध्ययन घटक (Learning Activity) आणि कसोट्या हे तिन्ही घटक एकमेकांशी संबंधित असणे आवश्यक आहे.

(2) वेळ (Time) : मोठ्या जनसंख्येवर कसोट्या राबविताना वेळ हा घटक अतिशय महत्त्वाचा आहे. शारीरिक शिक्षणातील बराच वेळ हा अध्ययन-अध्यापनासाठी लागत असल्यामुळे कमी वेळेत निकाल देणाऱ्या कसोट्या राबविणे हे शिक्षकाचे प्राथमिक उद्दिष्ट असते. त्यामुळे कसोट्या निवडताना त्या जास्त वेळखाऊ असणार नाहीत याची काळजी घ्यावी.

(3) आर्थिक बाब (Economy) : कसोट्या निवडताना आर्थिक बाबही महत्त्वाची असते. म्हणून कसोट्यांसाठी लागणारे साहित्य हे जास्त खर्चीक नसावे. कारण शाळा-महाविद्यालयांमधून शारीरिक शिक्षण विभागासाठी अर्थसाहाय्य मोठ्या प्रमाणावर नसते. खर्च हा फक्त साहित्याशीच निगडित नसून कारक कसोट्यांचे व्यवस्थापन करताना मोठ्या प्रमाणावर प्रशिक्षित साहाय्यकांची आवश्यकता असते अथवा त्यांना प्रशिक्षण करण्यासाठीही खर्च होतो. थोडक्यात, कमी साहित्य लागणाऱ्या कसोट्यांची निवड करणे व्यवस्थापनाच्या दृष्टीने सोईस्कर ठरते.

(4) शैक्षणिक मूल्य (Educational Value) : शैक्षणिक पद्धतीचे 'एक अविभाज्य अंग' या नात्याने कसोट्या या फक्त मूल्यमापन प्रक्रियेपुरत्या मर्यादित न राहता त्या विद्यार्थ्यांना अध्ययन अनुभूती मिळायला हवी. कसोट्यांच्या निकालानंतर विद्यार्थ्यांना त्यातून काहीतरी शिकायला मिळायला हवे. शारीरिक सुदृढतेच्या कसोट्या राबविल्यानंतर आलेल्या निकालापेक्षा विद्यार्थ्यांना सुदृढतेबद्दल मिळालेले ज्ञान अधिक महत्त्वाचे आहे.

मूल्यमापन कसोटी प्रकार

विद्यार्थ्यांमध्ये असणाऱ्या क्षमता, कौशल्य, ज्ञान, वैशिष्ट्ये तपासण्याचे साधन म्हणजे कसोटी. शारीरिक शिक्षण आणि क्रीडाक्षेत्रात विविध कसोट्या आहेत. विविध सुदृढता कसोट्या, कौशल्य कसोट्या, ज्ञान कसोट्या व शरीरमापन कसोट्या येतात. त्याचप्रमाणे अनेक तज्ज्ञांनी तयार केलेले कसोटी संच आहेत. अशा या कसोट्यांचे वर्गीकरण आपण पुढीलप्रमाणे करू शकतो :

कसोट्यांचे वर्गीकरण

लेखी कसोट्या | कारक कसोट्या

(1) लेखी कसोट्या (Written Test) : विद्यार्थ्यांचे ज्ञान, आकलन आणि त्याच्या उपयोजनाचे मापन करणाऱ्या कसोट्या म्हणजे लेखी कसोट्या. उदाहरणार्थ, आवड, चिंता, खिलाडू वृत्ती, स्वभाव इत्यादी.

- या कसोट्यांना 'पेपर पेन्सिल कसोट्या' असेही म्हणतात.
- या कसोट्यांद्वारे विद्यार्थ्यांच्या बोधात्मक आणि भावात्मक क्षमतांचे मापन केले जाते.
- लेखी कसोट्यांचेही दोन भागांमध्ये वर्गीकरण केले जाते.

लेखी कसोट्या

ज्ञान कसोट्या | समाजवर्तन कसोट्या

(अ) ज्ञान कसोट्या (बोधात्मक कसोट्या) (Knowledge Test) : यामध्ये शारीरिक शिक्षण आणि क्रीडेतील एखाद्या खेळाचे अथवा क्षेत्रामधील ज्ञान तपासले जाते.

उदाहरणार्थ, जिम्नॅस्टिक ज्ञान कसोटी, लांब उडी ज्ञान कसोटी, सुदृढता ज्ञान कसोटी इत्यादी.

शारीरिक शिक्षण आणि क्रीडाक्षेत्रामध्ये ज्ञान कसोट्यांवर फारसे संशोधन अथवा अभ्यास झालेला आढाव्यावरून लक्षात येते; परंतु आता शारीरिक शिक्षणाच्या नव्या अभ्यासक्रमांमधून शारीरिक शिक्षणाच्या ज्ञान कसोट्या या सक्तीच्या करण्यात आलेल्या आहेत ही एक स्वागतार्ह बाब आहे.

(ब) समाजवर्तन कसोटी (Social Behaviour Test) : यामध्ये व्यक्तिमत्त्वाच्या घटकांचे मापन केले जाते. तसेच यामध्ये मानसशास्त्रीय कसोट्या येतात. यामुळे विद्यार्थ्यांच्या Affective Domain चे मापन केले जाते. उदाहरणार्थ, स्वभाव, आवड, चिंता इत्यादी.

(2) कारक कसोट्या (Psychomotor Test) : यामध्ये शरीराच्या विविध भागांचे मापन व हालचालींवर परिणाम करणाऱ्या घटकांचे मापन केले जाते. शारीरिक शिक्षण व क्रीडाक्षेत्रातील विविध क्षमता आणि कौशल्य मापनाच्या अनेक प्रमाणित कसोट्या उपलब्ध आहेत. कारक कसोट्या या क्षेत्रामध्ये मोठ्या प्रमाणावर संशोधन व अभ्यास झालेला दिसून येतो.

कारक कसोट्यांचे पुढीलप्रमाणे वर्गीकरण करता येते :

(अ) वेळ कसोट्या (Time Test) : ज्या कसोट्यांचे गुणांकन वेळेमध्ये होते अशा कसोट्या वेळ कसोट्यांमध्ये येतात. उदाहरणार्थ, 50 मी. डॅश, 100 मी. डॅश, 800 मी. रन, वॉल-वॉली कसोटी, ड्रिबलिंग, शूटिंग इत्यादी. या प्रकारच्या कसोट्यांसाठी 'स्टॉप वॉच' या अतिशय अचूक व विश्वसनीय साधनाचा उपयोग होतो.

(ब) अंतर कसोट्या (Distance Test) : ज्या कसोट्यांचे गुणांकन (Score) अंतरामध्ये अथवा आवर्तनामध्ये (Repetitions) येते अशा कसोट्या अंतर कसोट्यांमध्ये येतात. उदाहरणार्थ, जागेवरून लांब उडी, सॉफ्टबॉल हिट, सॉफ्टबॉल थ्रो, फुटबॉल पंट इत्यादी. या कसोट्यांसाठी टेप हे मापनाचे साधन होय. टेप हे अतिशय विश्वसनीय आणि अचूक साधन आहे. अंतर कसोट्यांमध्ये थ्रो, किक्स, स्ट्राईक, जंप्स इत्यादी येतात.

(क) अचूकता कसोट्या (Accuracy Test) : ज्या कसोट्यांचे कार्यमान अचूकतेवर आधारित आहे अशा कसोट्या अचूकता कसोट्यांमध्ये येतात. यामध्ये थ्रो, स्ट्राइक, किक्स कसोट्या येतात. उदाहरणार्थ, अर्चरी कसोट्या, फुटबॉल पेनॉल्टी किक, हॅण्डबॉल शूटिंग, टेनिस सर्व्हिस, व्हॉलिबॉल सर्व्हिस, बास्केटबॉल थ्रो इत्यादी. या कसोट्यांसाठी 'टार्गेट' हे साधन म्हणून वापरले जाते.

कारक कसोट्या

- शारीरिक कार्यमान कसोट्या
  - मूलभूत कार्यमान कसोट्या
    - ताकद कसोट्या
    - लवचीकता कसोट्या
    - वेग कसोट्या
    - शक्ती कसोट्या
    - तोल कसोट्या
    - दिशाभिमुखता कसोट्या
  - क्रीडाकौशल्य कसोट्या
    - वेळ कसोट्या
    - अचूकता कसोट्या
    - फॉर्म कसोट्या
- शरीररचना मापन कसोट्या
  - उंची
  - वजन
  - शरीरप्रकार

(ड) फॉर्म कसोट्या (Form Test) : कौशल्याच्या दर्जाचे मापन करणाऱ्या कसोट्या यामध्ये येतात. यांच्या मापनासाठी रेटिंग स्केल अथवा चेकलिस्ट या साधनांचा उपयोग केला जातो. या कसोट्यांचे मापन हे व्यक्तिनिष्ठ (Subjective) आणि कमी विश्वसनीय मानले जाते. उदाहरणार्थ, जिम्नॅस्टिक, एरोबिक्स, स्वीमिंग इत्यादी.

अशा प्रकारे कसोट्यांचे वर्गीकरण केल्यानंतर लेखी कसोट्या व कारक कसोट्या या दोन्ही विभागांमध्ये प्रमाणित, शिक्षकनिर्मित, वस्तुनिष्ठ आणि व्यक्तिनिष्ठ कसोट्या आढळतात.

कसोट्या

- लेखी कसोट्या
- कारक कसोट्या

(दोन्ही) → प्रमाणित कसोट्या, शिक्षकनिर्मित कसोट्या, वस्तुनिष्ठ कसोट्या, व्यक्तिनिष्ठ कसोट्या

(1) प्रमाणित कसोट्या (Standard Test) :

- प्रमाणित कसोट्यांची निर्मिती/बांधणी ही शास्त्रशुद्ध पद्धतीने केलेली असते.
- प्रमाणित कसोट्यांना सर्वसाधारणपणे मानके (Norms) असतात.
- प्रमाणित कसोट्या या वैध (Valid) आणि विश्वसनीय (Reliable) असतात.
- शारीरिक शिक्षण आणि क्रीडेतील विविध बाबींचे मापन करण्यासाठी प्रमाणित कसोट्यांचा उपयोग होतो.
- शारीरिक शिक्षण आणि क्रीडेतील प्रमाणित कसोट्यांचे उदाहरण पुढीलप्रमाणे :

  लेखी : कॅटल 16 P.F. – व्यक्तिमत्त्व मापन.

  कारक कसोट्या : (1) सिट आणि रिच : लवचीकता

  (2) शटल रन – दिशाभिमुखता

  (3) सिट अप्स – स्नायूंचा दमदारपणा

(2) शिक्षकनिर्मित कसोट्या (Teachermade Test) :

- स्थानिक उपयोगासाठी या कसोट्यांचा उपयोग केला जातो.
- या कसोट्यांची बांधणी त्वरित करता येऊ शकते.
- बऱ्याचदा या कसोट्यांची वैधता व विश्वसनीयता तपासलेली नसते.
- सर्वसाधारणपणे या कसोट्यांना मानके नसतात; परंतु काही शिक्षक चार-पाच वर्षांचे गुण संकलित करून मानके तयार करतात.
- या कसोट्या अभ्यासक्रमातील विशिष्ट घटकांवर आधारलेल्या असतात.
- उदाहरणार्थ, शिक्षक प्रशिक्षण महाविद्यालयातून विविध क्रीडा बाबी शिकविल्या जातात. त्यांचे मूल्यमापन करताना शिक्षकनिर्मित कसोट्यांचा उपयोग करतात. गोळाफेक, व्हॉलिबॉल, बास्केटबॉल, ड्रिलमार्च, एरोबिक्स इत्यादी.

(3) वस्तुनिष्ठ कसोट्या (Objective Test) :

- या कसोट्या जास्त वैध (Valid) आणि विश्वसनीय असतात.
- या कसोट्यांचे गुणांकन त्वरित व परिणामकारकपणे करता येते यासाठी संगणकाचाही वापर करता येऊ शकतो.
- या कसोट्यांची निर्मिती/बांधणी काहीशी अवघड व वेळखाऊ असते.
- या कसोट्यांवरून विद्यार्थ्यांच्या श्रेणी अधिक अचूकपणे देता येतात.
- शारीरिक शिक्षण आणि क्रीडेतील वस्तुनिष्ठ कसोट्यांची उदाहरणे पुढीलप्रमाणे :

  कारक कसोट्या : 50 मी. डॅश, सिट आणि रिच, शटल इन, पुश अप्स, बास्केट बॉल, ड्रिबलिंग टेस्ट, व्हॉलिबॉल सर्व्हिस टेस्ट, हॅण्डबॉल शूटिंग टेस्ट.

- शारीरिक शिक्षण आणि क्रीडेतील ॲथलेटिक्सच्या विविध बाबींचे मूल्यमापन हे वस्तुनिष्ठ पद्धतीने करता येणे शक्य असते; परंतु कबड्डी, खो-खो, बॉलगेम यांसारख्या खेळांचे वस्तुनिष्ठ मूल्यमापन करणे कठीण जाते. तरीसुद्धा रेटिंग स्केलच्या साहाय्याने वस्तुनिष्ठ मूल्यमापन करता येऊ शकते; परंतु ती वेळखाऊ प्रक्रिया असल्यामुळे दैनंदिन मूल्यमापनात तिचा वापर फारसा केला जात नाही.
- परंतु शिक्षकांनी मूल्यमापन करताना ते जास्तीत जास्त वस्तुनिष्ठतेकडे झुकलेले कसे राहील यावर लक्ष द्यावे. त्यामुळे मूल्यमापन अधिक चांगले व निष्पक्षपाती होईल.

(4) व्यक्तिनिष्ठ कसोट्या (Subjective Test) :

- व्यक्तिनिष्ठ कसोट्यांमध्ये विश्वसनीयता आणि वस्तुनिष्ठता कमी असते.
- व्यक्तिनिष्ठ कसोट्यांना बऱ्याचदा मानके नसतात.
- लेखी कसोट्यांमध्ये या कसोट्यांना 'निबंधात्मक कसोट्या' (Essay Test) असेही संबोधतात. या प्रकारच्या कसोट्यांमध्ये सामान्य प्रश्नांचा समावेश असतो (General Question) व त्यांचे उत्तर परिच्छेदामध्ये (Paragraph) अपेक्षित असते.
- व्यक्तिनिष्ठ कसोट्यांच्या गुणांमध्ये व्यक्तिपरत्वे फरक पडू शकतो.
- शारीरिक शिक्षण महाविद्यालयांमधून शिकविल्या जाणाऱ्या विविध क्रीडा बाबींचे मूल्यमापन हे व्यक्तिनिष्ठ पद्धतीने केले जाते. त्यासाठी कोणतीही प्रमाणित साधने (Standard Tools) अस्तित्वात नाहीत.
- या कसोट्यांची निर्मिती/बांधणी विषयतज्ज्ञांद्वारे त्वरित करता येते.
- या कसोट्या जास्त वेळखाऊ असतात.

प्रश्न :
- **शारीरिक शिक्षण मूल्यमापनाची आधुनिक संकल्पना स्पष्ट करा.**
- **मूल्यमापनाचे महत्त्व लिहा.**
- **कसोट्या निवडीचे व्यवस्थापकीय निकष लिहा.**
- **मूल्यमापन कसोट्यांचे प्रकार स्पष्ट करा.**

4.4 प्रत्यक्ष मूल्यमापन पद्धती

मूल्यमापन हे दोन प्रकारे करता येते :

(1) विकासात्मक मूल्यमापन (Formative Evaluation) : प्रशिक्षणादरम्यान किंवा अध्यापनादरम्यान त्या-त्या वेळी आपण शिकविलेला पाठ्यांश किंवा कौशल्य

विद्यार्थ्यांना कितपत समजला हे बघण्यासाठी जे मूल्यमापन केले जाते त्यास 'विकासात्मक मूल्यमापन' असे म्हणतात.

(2) **संकलित मूल्यमापन (Summative Evaluation)** : म्हणजे शेवटी केले जाणारे मूल्यमापन. प्रशिक्षण कार्यक्रम पूर्ण झाल्यानंतर किंवा वर्षाच्या शेवटी घेणे म्हणजे 'संकलित मूल्यमापन' होय.

हे मूल्यमापनाचे दोन प्रकार आहेत. परंतु एक गोष्ट नेहमी लक्षात ठेवावी, ती म्हणजे मूल्यमापन ही सतत चालणारी प्रक्रिया आहे.

प्रत्यक्ष मूल्यमापन पद्धती

शारीरिक सुदृढतेचे मापन/मूल्यमापन : आतापर्यंत आपण शारीरिक शिक्षणातील मूल्यमापनाची संकल्पना, महत्त्व व प्रकार समजून घेतल्यानंतर शारीरिक सुदृढतेचे मूल्यमापन कसे करायचे किंवा त्याचे घटक कोणते या संदर्भात माहिती पाहू.

सध्याच्या तांत्रिक युगामध्ये दैनंदिन जीवनातील हालचाली कमी होत असल्यामुळे मुद्दामहून व्यायामासाठी किंवा शरीराच्या सुदृढतेसाठी वेळ देणे हे प्रत्येकासाठी आवश्यक आहे. सुदृढतेचे सर्वसाधारणपणे दोन प्रकार पडतात. (1) आरोग्याशी संबंधित शारीरिक सुदृढता. (2) खेळाशी संबंधित शारीरिक सुदृढता. त्यासाठी सर्वप्रथम शारीरिक सुदृढता म्हणजे काय ते पाहू.

शारीरिक सुदृढता/तंदुरुस्ती

- ''दैनंदिन शारीरिक हालचाली न थकता कार्यक्षमतेने करण्याची शरीरसंस्थांची क्षमता म्हणजे शारीरिक सुदृढता/तंदुरुस्ती होय.''

  आरोग्याशी संबंधित शारीरिक तंदुरुस्तीमध्ये पुढील घटकांचा समावेश होतो.

(1) **स्नायूंची ताकद (Muscular Strength)** : ''रोधाला प्रतिरोध करण्याची शक्ती म्हणजे स्नायूंची ताकद होय.''

(2) **स्नायूंचा दमदारपणा (Muscular Endurance)** : ''स्नायूसमूहाची जास्तीत जास्त काळापर्यंत कार्य करण्याची क्षमता म्हणजे स्नायूंचा दमदारपणा होय.''

(3) **रूधिराभिसरण दमदारपणा (Cardio Vascular Endurance)** : ''थकण्याच्या स्थितीतही हृदयाची व फुप्फुसाची शारीरिक कार्य करण्याची स्थिती म्हणजे हृदयाचा दमदारपणा होय.''

(4) **शरीरधारणा (Body Composition)** : ''मानवी शरीरातील चरबीचे वजन व इतर वजनाचे वर्गीकरण म्हणजे शरीरधारणा होय.''

वरील शारीरिक सुदृढतेच्या घटकांचे मूल्यमापन/मोजमापन करण्यासाठी कोणत्या कसोट्या आहेत हे पुढील तक्त्यामध्ये दिलेले आहे.

क्र.	शारीरिक सुदृढतेचे घटक	कसोट्यांची नावे
1.	स्नायूंची ताकद	पुल अप्स्
2.	स्नायूंचा दमदारपणा	सिट अप्स्
3.	हृदयाचा दमदारपणा	9 मिनिटे चालणे/धावणे
4.	लवचीकता	सिट ॲन्ड रिच
5.	शरीरधारणा	बी.एम.आय. (BMI : शरीरातील चरबी मोजण्याचे परिमाण)

(1) कसोटी क्र. 1 : 9 मिनिटे धावणे/चालणे.

उद्देश : रुधिराभिसरण दमदारपणाचे मापन करणे.

साहित्य : स्टॉप वॉच, नोंदपत्रक, पेन, मोजण्याचा टेप, योग्य मैदान.

कृती वर्णन : प्रथम विद्यार्थ्यांना प्रारंभ रेषेच्या मागे रेषेस स्पर्श होणार नाही अशा पद्धतीने उभे करावे. 'सुरू'चा इशारा मिळताच विद्यार्थी धावणे किंवा चालण्यास सुरुवात करतील. 9 मिनिटांपर्यंत ते धावतील किंवा चालतील. 9 मिनिटे पूर्ण झाल्यानंतर त्यांना 'थांबा'चा इशारा मिळेल. त्यानंतर ते जेथे आहेत तिथेच थांबतील.

गुणांकन : विद्यार्थी 9 मिनिटांत एकूण किती अंतर धावला किंवा चालला त्याची नोंद मीटरमध्ये करावी.

सूचना : कसोटीपूर्वी विद्यार्थ्यांनी योग्य उत्तेजक व्यायाम प्रकार करावेत.

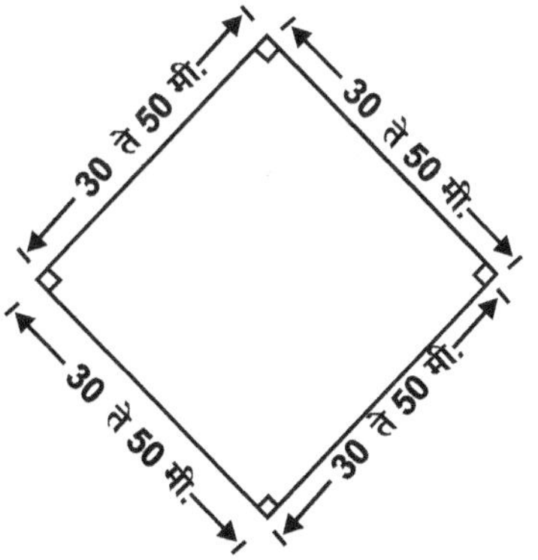

आकृती क्र. 4.1 : 9 मी. धावणे/चालणे

(2) कसोटी क्र. 2 : पुश-अप्स् (मुले) :

उद्देश : हात-खांद्यांच्या स्नायूंची ताकद व दमदारपणा मोजणे.

साहित्य : सपाट जमीन (पृष्ठभाग), सतरंजी (मॅट), नोंदपत्रक, पेन, शिट्टी.

कृती वर्णन :

1. दोन्ही हातांचे तळवे जमिनीवर ठेवून हात खांद्याच्या सरळ रेषेत ठेवणे.
2. दोन्ही पायांचे पंजे जुळवून जमिनीला टेकलेले असावेत. (4 पॉईंट पोझिशन).
3. 'सुरू'चा इशारा मिळताच दोन्ही हात कोपरांमध्ये वाकवून शरीराचा भाग जमिनीला समांतर ठेवून शरीराचा पूर्ण भार हातांवर तोलणे, परत मूळ स्थितीत येणे.
4. ही कृती शक्य असेल तितका वेळ न थांबता सलग करणे.

गुणांकन : विद्यार्थ्याने न थांबता सलग काढलेल्या एकूण पुश-अप्स्‌ची नोंद करावी.

सूचना : मुलींसाठी मॉडिफाईड पुश्-अप्स् ही कसोटी आहे. कसोटीची कृती वरीलप्रमाणे असेल; परंतु पायाचे पंजे जमिनीवर ठेवण्याऐवजी गुडघे जमिनीवर ठेवावेत व पायांचे पंजे वर घेऊन एकमेकांना क्रॉस केले तरी चालेल.

आकृती क्र. 4.2 : पुश-अप्स् (मुले)

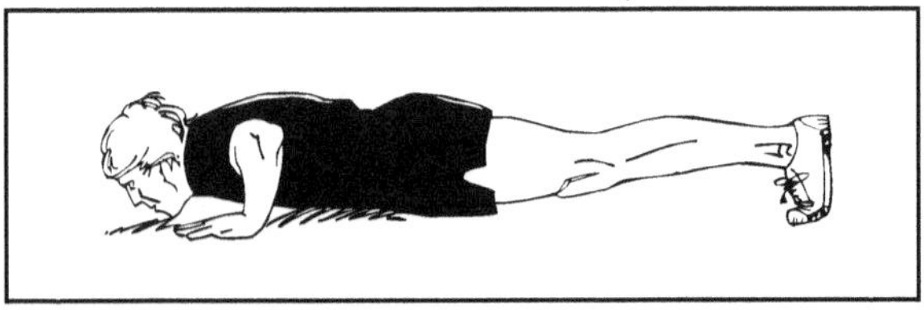

आकृती क्र. 4.3 : पुश-अप्स् (मुले)

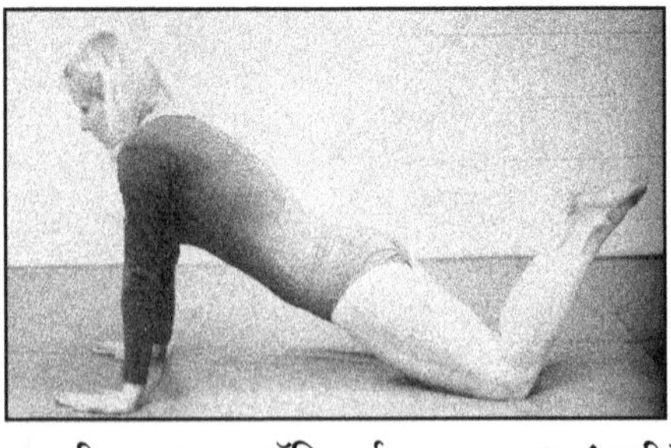

आकृती क्र. 4.4 : मॉडिफाईड पुश-अप्स् (मुली)

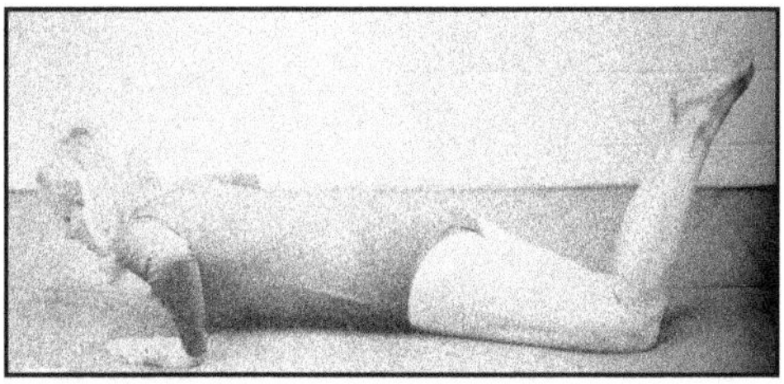

आकृती क्र. 4.5 : मॉडिफाईड पुश-अप्स् (मुली)

(3) कसोटी क्र. 3 : एक मिनिट बेंट नी सिट-अप्स्

उद्देश : पोटाच्या स्नायूंची ताकद व दमदारपणा मोजणे.

साहित्य : सपाट पृष्ठभाग, सतरंजी, स्टॉप वॉच, नोंदपत्रक, पेन इत्यादी.

कृती वर्णन : (1) विद्यार्थ्याने पाठीवर झोपावे. (2) पाय गुडघ्यात वाकलेले व शरीराजवळ, जमिनीवर टेकलेले. (3) दोन्ही हातांचे तळवे मानेवर ठेवावेत. (4) साहाय्यक विद्यार्थी पायाच्या पंजावर बसून गुडघे धरून ठेवील. (5) 'सुरू' इशारा मिळताच विद्यार्थी शरीराचा वरील भाग जमिनीपासून वर उचलील व कोपर गुडघ्याला लावील. (6) हीच कृती एक मिनिटापर्यंत करावी.

गुणांकन : एक मिनिटात जास्तीत जास्त काढलेल्या योग्य सिट-अप्सची नोंद करावी.

सूचना : सिट-अप्स्ची कृती करताना शरीरास झटके देऊ नये.

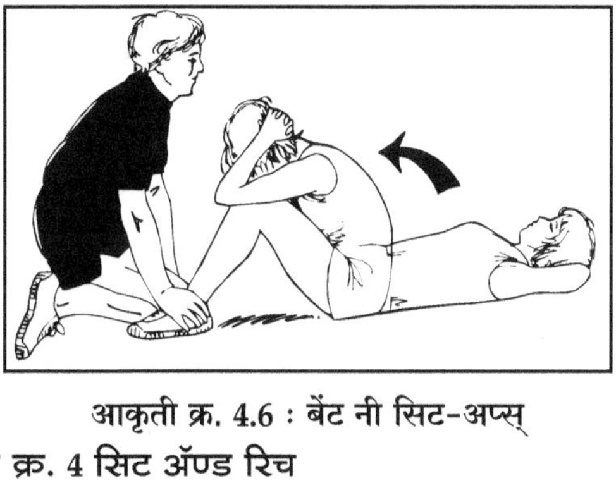

आकृती क्र. 4.6 : बेंट नी सिट-अप्स्

(4) कसोटी क्र. 4 सिट अ‍ॅण्ड रिच

उद्देश : पाठीची लवचीकता मोजणे.

साहित्य : टेलर टेप

कृती वर्णन : (1) प्रथम सपाट पृष्ठभागावर टेप लावावा. (2) विद्यार्थी दोन्ही पाय गुडघ्यात न वाकवता सरळ, ताठ बसेल. (3) टाच टेपच्या 15 इंचांच्या खुणेवर असेल. पायांची बोटे आकाशाकडे असावीत. (4) दोन्ही हातांचे पंजे एकावर एक ठेवून गुडघे न वाकवता जास्तीत जास्त पुढे जाण्याचा प्रयत्न करावा. (5) हात पुढे टेपवर जेथेपर्यंत पोहोचेल तेथे काही वेळ (सेकंद) स्थिर थांबावे.

गुणांकन : हाताचे बोट टेपवर जेथे स्थिर झालेले असेल त्यानुसार लवचीकतेची सें.मी. मध्ये नोंद करावी.

सूचना : ही कृती करताना झटके देऊ नये.

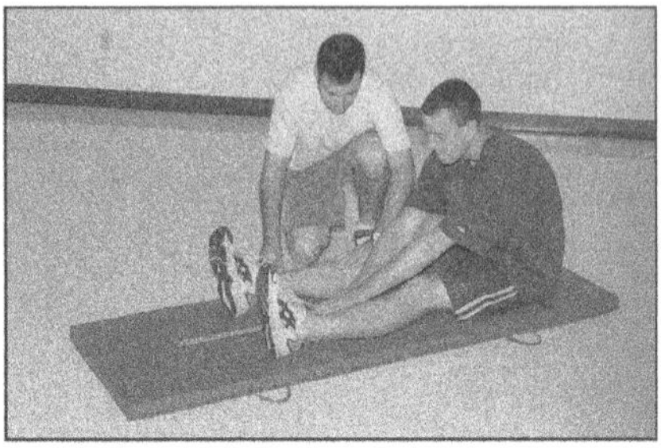

आकृती क्र. 4.7 : सिट अॅण्ड रिच

(5) कसोटी क्र. 5 : बॉडी मास इंडेक्स

उद्देश : शरीर घटकरचनेचे मापन करणे.

साहित्य : वजन काटा, उंची मोजण्यासाठी टेप, नोंदपत्रक, पेन इत्यादी.

कृती वर्णन : (1) विद्यार्थ्यांचे वजन (कि. ग्रॅ.) व उंची (सें.मी.) घ्यावेत.

(2) बी. एम. आय. = $\frac{\text{वजन (कि.ग्रॅ.)}}{\text{उंची (मीटर)}^2}$ या सूत्राचा वापर करावा.

(6) कसोटी क्र. 6 : डब्ल्यू.एच.आर. (Waist Hip Ratio) (कंबर-नितंब प्रमाण/गुणोत्तर)

उद्देश : कंबर-नितंब गुणोत्तर मापन.

साहित्य : टेलर टेप, नोंदपत्रक, पेन इत्यादी.

कृती वर्णन : (1) दोन्ही पाय सरळ ठेवून उभे राहावे. हात बाजूला असावेत. (2) कंबरेच्या सर्वांत लहान भागाचा घेर मोजा. निसर्गतः कंबर नसल्यास बेंबीच्या पातळीवर घेर मोजा. (3) नितंबाच्या (हिप) सर्वाधिक घेरावर माप घ्या. (4) मोजताना टेप शरीराभोवती आडवा ठेवा. (5) टेप त्वचेच्या जास्तीत जास्त जवळ असावा, दाबू/ओढू नका.

गुणांकन : दवट = $\frac{\text{कंबरेचा घेर (सें.मी.)}}{\text{नितंबाचा घेर (सें.मी.)}}$

कारक सुदृढता/कौशल्य

खेळांमधील कौशल्यावर विशेष प्रावीण्य प्राप्त करण्यासाठी आवश्यक असलेल्या सुदृढतेस कारक सुदृढता असे म्हणतात. यात पुढील घटकांचा अंतर्भाव होतो.

(1) वेग (Speed) : संपूर्ण शरीराची किंवा विशिष्ट भागाची शक्य तितक्या कमाल गतीने हालचाल करण्याची क्षमता म्हणजे वेग होय.

(2) शक्ती (Power) : वेगात बल प्रयुक्त करण्याची क्षमता म्हणजे शक्ती होय.

(3) दिशाभिमुखता/चपळता (Agility) : शरीराची वेगात आणि परिणामकारक दिशा बदलण्याची क्षमता म्हणजे दिशाभिमुखता होय.

(4) तोल (Balance) : स्थिर किंवा गतिमान अवस्थेत शरीराचा तोल सांभाळण्याची क्षमता म्हणजे तोल होय.

(5) प्रतिक्रिया काल : चेतक (Stimulus) आणि त्याला मिळणारा प्रतिसाद या दरम्यानचा कालावधी म्हणजे प्रतिक्रिया काल.

(6) समन्वय : विविध कारक हालचाली एकत्रित, सहजतेने व अचूकपणे करण्याची क्षमता म्हणजे समन्वय होय.

कारक सुदृढता मापन कसोट्या : खालील कसोट्यांच्या आधारे कारक सुदृढता घटकाचे मापन करता येते.

क्र.	घटक	कसोट्या
1.	वेग	50 मी. धावणे
2.	शक्ती	उभ्याने लांब उडी, उभ्याने उंच उडी
3.	दिशाभिमुखता	4×10 मी. किंवा 6×10 मी. शटल रन
4.	समन्वय	1 मिनिट दोरीवरच्या उड्या

(1) कसोटी क्र. 1:50 मीटर डॅश

उद्देश : धावण्याचा वेग मोजणे.

साहित्य : योग्य मैदान, स्टॉप वॉच, शिट्टी, नोंदपत्रक, पेन इत्यादी.

कृती वर्णन : विद्यार्थी रेषेस स्पर्श होणार नाही अशा पद्धतीने आरंभ रेषेच्या जवळ, मागे उभा राहील. 'सुरू'चा इशारा मिळताच तो त्यास शक्य तेवढ्या जास्त वेगाने धावत जाऊन अंतिम रेषा पार करील.

गुणांकन : 50 मीटर अंतर धावण्यासाठी लागलेल्या एकूण वेळेची नोंद (सेकंद) करावी.

आकृती क्र. 4.8 : 50 मी. डॅश

(2) कसोटी क्र. 2 : लांब उडी

उद्देश : पायांतील शक्तीचे मापन करणे.

साहित्य : मोजण्याचा टेप, नोंदपत्रक, पेन इत्यादी.

कृती वर्णन : विद्यार्थी रेषेस स्पर्श न करता, रेषेच्या जवळ, मागे उभा राहील. इशारा मिळताच तो पाय गुडघ्यात वाकवून व हातास झोका देऊन दोन्ही पायांवर जागेवरून समोर जास्तीत जास्त लांब उडी घेईल.

गुणांकन : उडी पूर्ण झाल्यानंतर विद्यार्थ्यांची टाच जमिनीवर जेथे टेकली असेल तिथपर्यंतचे अंतर मोजणे व सें.मी. मध्ये नोंद करणे.

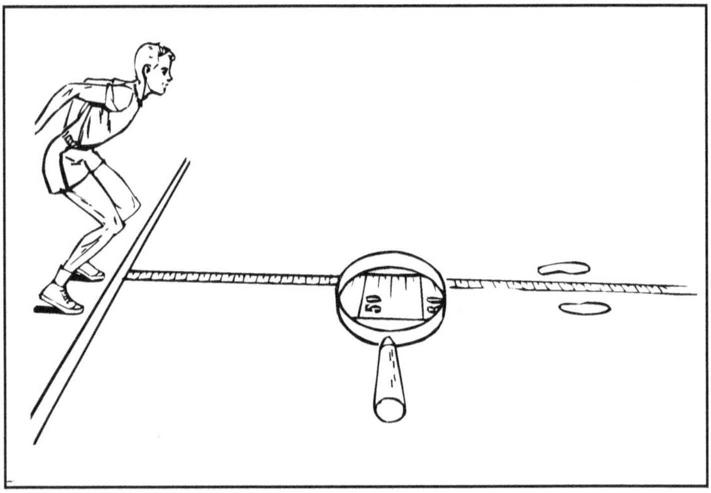

आकृती क्र. 4.9 : उभ्याने लांब उडी

(3) कसोटी क्र. 3 : शटल रन (4 × 10/6 × 10 मी.)

उद्देश : दिशाभिमुखतेचे मापन करावे.

साहित्य : योग्य मैदान, स्टॉप वॉच, नोंदपत्रक, पेन, मोजण्याचा टेप इत्यादी.

कृती वर्णन : विद्यार्थी प्रारंभ रेषेस स्पर्श होणार नाही अशा पद्धतीने रेषेच्या जवळ, मागे उभा राहील. 'सुरू'चा इशारा मिळताच विद्यार्थ्याने त्यास शक्य तेवढ्या जास्त वेगाने पुढे पळत जाऊन समोरील 10 मी. अंतरावरील रेषेस हाताने स्पर्श करून मागे यावे व पुन्हा अंतिम रेषेस स्पर्श करून, परत एकदा समोरील रेषेस स्पर्श करावा व वेगात मागे येऊन आरंभ रेषा पार करावी. (कसोटी 4 × 10 मी. असेल तर विद्यार्थी चार वेळा, 6 × 10 मी. असेल तर 6 वेळा कृती करील.)

आकृती क्र. 4.10 : शटल रन

गुणांकन : 10 मी. अंतर 4 वेळा किंवा 6 वेळा पळण्यास लागलेल्या एकूण वेळेची नोंद (सेकंद) करावी.

(4) कसोटी क्र. 5 : स्किपिंग (दोरीवरच्या उड्या)

उद्देश : समन्वय क्षमतेचे मापन करणे.

साहित्य : योग्य लांबीची, वजनाची दोरी, स्टॉप वॉच, योग्य पृष्ठभाग, नोंदपत्रक, पेन इत्यादी.

कृती वर्णन : सुरूचा इशारा मिळताच विद्यार्थी दोन्ही पायांवर गुडघे न वाकवता दोरीवरच्या उड्या मारण्यास सुरुवात करील. एक मिनिटात जास्तीत जास्त योग्य उड्या माराव्यात. एक मिनिटानंतर थांबण्याचा इशारा मिळताच कृती थांबवावी.

गुणांकन : एक मिनिटात पूर्ण केलेल्या एकूण योग्य उड्यांची नोंद करावी.

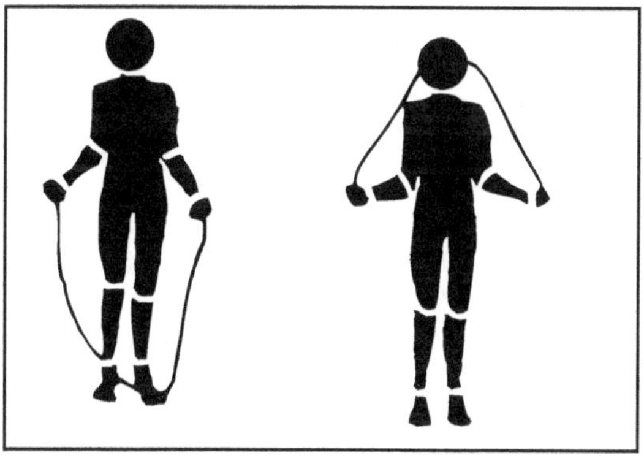

आकृती क्र. 4.11 : दोरीवरच्या उड्या

क्रीडाकौशल्यांचे मूल्यमापन

ज्याप्रमाणे आपण आरोग्याशी संबंधित शारीरिक तंदुरुस्तीचे मापन करू शकतो त्याचप्रमाणे आपल्याला वेगवेगळ्या खेळांमधील कौशल्यांचे सुद्धा मूल्यमापन करता येते. वेगवेगळ्या अभ्यासकांनी वेगवेगळ्या कौशल्यांच्या प्रमाणित चाचण्या जगासमोर मांडल्या

आहेत. जेणेकरून एखाद्या खेळाडूच्या शारीरिक तंदुरुस्तीबरोबरच त्याच्या कौशल्याचा स्तर कितपत आहे हेसुद्धा कळू शकते; परंतु या कौशल्य चाचण्यांची एक मर्यादासुद्धा असू शकते. ती म्हणजे एखाद्या खेळाडूने कौशल्य चाचणीमध्ये चांगले गुण मिळविले म्हणजे तो खेळाडू प्रत्यक्ष सामन्यामध्ये ते कौशल्य चांगले करेलच असे नाही. कारण चाचण्यांदरम्यानची/मूल्यमापनादरम्यानची मानसिक स्थिती व सामन्यादरम्यानची मानसिक स्थिती यामध्ये मोठी तफावत असण्याची शक्यता असते.

क्रीडाकौशल्यांचे मापन दोन प्रकारे करता येते.

(1) प्रक्रिया मूल्यमापन (Process Evaluation) : प्रक्रिया मूल्यमापन म्हणजे विद्यार्थी एखादे कौशल्य किती करतो यापेक्षा तो ते कौशल्य कसे करतो याचे मूल्यमापन करणे होय. उदा., व्हॉलिबॉलमधील सर्व्हिस ही कौशल्य कसोटी असल्यास तो विद्यार्थी त्या कसोटीस किती गुण मिळवितो यापेक्षा तो सर्व्हिस करताना त्याचा पवित्रा योग्य आहे का, शरीर स्थिती योग्य आहे आहे का, बॉलचा आणि हाताचा संपर्क योग्य वेळी व योग्य ठिकाणी होतोय का याचे मूल्यमापन करणे. थोडक्यात, तो विद्यार्थी किती करतो यापेक्षा कसे करतो हे महत्त्वाचे आहे. यासाठी मूल्यमापन तंत्रातील रेटिंग स्केलच्या साहाय्याने (निरीक्षण तक्त्याच्या साहाय्याने) मूल्यमापन करता येते. छोट्या वयोगटातील विद्यार्थ्यांचे मूल्यमापन करताना या प्रकारे मूल्यमापन करणे योग्य ठरते.

(2) परिणाम मूल्यमापन (Product Evaluation) : यामध्ये तो विद्यार्थी कौशल्य कसे करतो यापेक्षा किती करतो याचे मूल्यमापन केले जाते. उदा., व्हॉलिबॉलमधील सर्व्हिस कसोटीत किती गुण प्राप्त केले. हँडबॉलमधील ड्रिबलिंग कसोटी किती वेळेत पूर्ण केली इत्यादी प्रकारचे मूल्यमापन मोठ्या वयोगटातील विद्यार्थ्यांसाठी योग्य ठरते. कारण, त्यांना विशिष्ट कौशल्य योग्य कसे करायचे याचे ज्ञान असेल असे गृहीत असते.

पुढील तक्त्यामध्ये खेळ, त्यातील कौशल्य आणि त्या कौशल्याचे मोजमाप करणारी कसोटी दिलेली आहे.

खेळ	मोजले जाणारे कौशल्य	कसोटीने नाव
व्हॉलिबॉल	व्हॉलिबॉलमधील 'सर्व्हिस' ही कौशल्य क्षमता मोजणे.	रसेल लांज व्हॉलिबॉल कसोटी.
बास्केटबॉल	बास्केटबॉलमधील बॉल हाताळण्याची (हँडलिंग) आणि दिशाभिमुखता या क्षमता मोजणे.	जॉन्सन बास्केटबॉल ड्रिब्लिंग कसोटी.

(क्रमशः)

खेळ	मोजले जाणारे कौशल्य	कसोटीने नाव
बॅडमिंटन	बॅडमिंटन खेळातील 'क्लिअर' (Clear) हे कौशल्य मोजणे.	मिलर वॉल वॉली कसोटी.
फुटबॉल	फुटबॉलमधील किंवा अचूक किक करणे या क्षमतेचे मापन	फुटबॉल कसोटी.

प्रश्न :
- **मूल्यमापनाचे प्रकार स्पष्ट करा.**
- **सिट–अप्स् व पुश–अप्स् कसोटीचे वर्णन करा.**
- **रुधिराभिसरण दमदारपणा मापनाची कसोटी स्पष्ट करा.**
- **जागेवरून लांब उडी या कसोटीचे वर्णन करा.**
- **लवचीकता मापन कसोटीचे वर्णन करा.**

4.5 गुणदान सारण्या

गुणदान सारण्या

आरोग्याशी संबंधित शारीरिक तंदुरुस्ती घटकांच्या कसोट्यांची मानके (Norms)

	पुल–अप्स्	मॉडीफाईड पुल–अप्स्
उत्तम (Excellent)	13 पेक्षा जास्त	30 पेक्षा जास्त
चांगला (Good)	10 - 12	25 - 29
साधारण (Av.)	5 - 9	16 - 24
खराब (Poor)	0 - 4	0 - 15

सिट अप्स (60 सेकंद)

	पुरुष	महिला
उत्तम (Excellent)	60 पेक्षा जास्त	51 पेक्षा जास्त
चांगला (Good)	50 - 59	46 - 50
साधारण (Av.)	34 - 49	33 - 45
कमी (Low)	26 - 33	21 - 32
खराब (Poor)	0 - 25	0 - 20

1.5 मैल धावणे/चालणे (पुरुषांसाठी)

	13-19 yrs.	20-29 yrs.	30-39 yrs.	40-49 yrs
अतिशय वाईट, खराब (Very Poor)	> 15 : 31	> 16 : 01	> 16 : 31	> 17 : 31
खराब (Poor)	12 : 11 – 15 : 30	14 : 01 – 16 : 00	14 : 44 – 16 : 30	15 : 36 – 17:30
बरा (Fair)	10 : 49 – 12 : 10	12 : 01 – 14 : 00	12 : 31 – 14 : 45	13 : 01 – 15 : 35
चांगला (Good)	9 : 41 – 10 : 48	10 : 46 – 12 : 00	11 : 01 – 12 : 30	11 : 31 - 13 : 00
उत्तम (Excellent)	8 : 37 – 9.40	9 : 45 – 10 : 45	10 : 00 – 11 : 00	10 : 30 – 11 : 30
अति उत्तम (Superb)	< 8 : 37	< 9 : 45	< 10 : 00	< 10 : 30

1.5 मैल धावणे/चालणे (महिलांसाठी)

	13-19 yrs.	20-29 yrs.	30-39 yrs.	40-49 yrs
अतिशय वाईट, खराब (Very Poor)	> 18 : 31	> 19 : 01	> 19 : 31	> 20 : 01
खराब (Poor)	16 : 15 – 18 : 30	18:31 – 19 : 00	19:01 – 19 : 30	19:31 – 20 : 00
बरा (Fair)	14 : 31 – 16 : 54	15 : 55 – 18 : 30	16 : 31 – 19 : 00	17 : 31 – 19 : 30
चांगला (Good)	12 : 30 – 14 : 30	13 : 31 – 15 : 54	14 : 31 – 16 : 30	15 : 56 - 17 : 30
उत्तम (Excellent)	11 : 50 – 12 : 29	12 : 30 – 13 : 30	13 : 00 – 14 : 30	13 : 45 – 15 : 55
अति उत्तम (Superb)	< 11 : 50	< 12 : 30	< 13 : 00	< 13 : 45

सिट ॲन्ड रिच (लवचीकता) (गुण इंचामध्ये)

	पुरुष	महिला
उत्तम (Excellent)	17.5 पेक्षा जास्त	18 पेक्षा जास्त
चांगला (Good)	15.75 - 17.4	16.5 - 17.9
साधारण (Av.)	13.5 - 15.74	14.5 - 16.4
कमी (Low)	10.5 - 13.4	12.25 - 14.4
खराब (Poor)	10.5 पेक्षा कमी	12.25 पेक्षा कमी

बी.एम.आय. (Body Composition)

वर्गीकरण	पुरुष	महिला
Underweight	< 20.7	< 19.1
Acceptable Weight	20.8 - 26.5	19.2 - 25.9
Marginal Overweight	26.5 - 27.9	25.9 - 27.4
Overweight	27.9 - 31.2	27.4 - 32.3
Sever Overweight	31.2 - 45.5	32.3 - 44.9
Morbid Obesity	> 45.5	> 44 .9

शारीरिक शिक्षणाच्या परीक्षेचे आयोजन

शारीरिक शिक्षणाची परीक्षा ही मैदानावर कौशल्य अथवा शारीरिक क्षमता तपासणारी असल्याने तिचे लेखी परीक्षेपेक्षा आयोजन वेगळे असते.

पुढीलप्रमाणे इयत्ता 8 वी च्या बास्केटबॉल खेळाची परीक्षा आयोजनाचे स्वरूप असेल.

परीक्षा विषय : शारीरिक शिक्षण **खेळ : बास्केटबॉल**

परीक्षेचा हेतू	बास्केटबॉल खेळातील कौशल्यांचे मूल्यमापन.
साहित्य व मैदान	बास्केटबॉल खेळाचे नियमाप्रमाणे आखणी केलेले मैदान. बास्केटबॉल, नोंदीसाठी गुणांकन, नोंद-तक्ता, प्रथमोपचार साहित्य इत्यादी.
मदतनीस	दोन सहायक.
वेळापत्रक	एक आठवडा अगोदर, इयत्ता, तुकडी, स्थळ, वेळ, गट क्रमांक, गणवेश इत्यादी सूचनांनी युक्त असे वेळापत्रक सूचना-फलकावर लावावे.

सूचना	1. गट व गटातील नंबर विद्यार्थ्यांना कळावा. 2. परीक्षेचे स्वरूप सूचनेत असावे. 3. वेळापत्रक सुस्पष्ट असावे.
परीक्षेची कृती	परीक्षा प्रत्यक्ष आयोजित करताना बास्केटबॉल खेळातील कौशल्य विद्यार्थ्यांना ऐच्छिक रीतीने करण्यास सांगणे अथवा सर्व कौशल्यांच्या नावाच्या चिठ्ठ्यांमधून एका कौशल्याची चिठ्ठी उचलून येणारे कौशल्य परीक्षेसाठी विद्यार्थ्याने सादर करावे.
गुणांकन	परीक्षक विद्यार्थ्यांनी सादर केलेल्या कौशल्याच्या स्तरावरून गुणदान देतील. प्रमाणित गुणांक सारणी असल्यास उत्तम. त्यामुळे वस्तुनिष्ठता अधिक येईल.
गुणनोंदी	पुढील निकालासाठी गुणांच्या नोंदी केलेले तक्ते विद्यार्थ्यांचे नाव, नंबर व मिळालेले गुण यांनी तयार करून परीक्षक अंतिम निकालासाठी वापरतील.

☞ आपण काय शिकलो ?

- शारीरिक शिक्षण मूल्यमापन संकल्पना, प्रकार, शारीरिक सुदृढता म्हणजे काय ? शारीरिक सुदृढतेचे प्रकार व घटक, शारीरिक सुदृढता घटकांचे मापन करण्यासाठीच्या कसोट्या.

स्वाध्याय

✤ रिकाम्या जागी अचूक शब्द भरून वाक्य पूर्ण करा.

1. मापनाद्वारे मिळालेल्या माहितीचा अर्थ व मूल्य प्राप्त करून देणे म्हणजे ....
2. गुणविशेषाचे मापन अचूकपणे करणे म्हणजे .... होय.
3. रोधाला प्रतिरोध करण्याची शक्ती म्हणजे ....
4. स्नायुसमूहाची जास्तीत जास्त काळपर्यंत कार्य करण्याची क्षमता म्हणजे ....
5. मानवी शरीरातील चरबीचे वजन व इतर वजनाचे वर्गीकरण म्हणजे ....
6. वेगात .... प्रयुक्त करण्याची क्षमता म्हणजे शक्ती होय.

7. विद्यार्थी एखादे कौशल्य किती करतो यापेक्षा तो ते कौशल्य कसे करतो याचे मूल्यमापन म्हणजे ....

8. बी.एम.आय = $\dfrac{\text{----------}}{\text{उंची (मीटर)}^2}$

✤ जोड्या लावा.

	'अ' गट (घटक)		'ब' गट (कसोट्या)
1.	स्नायू-ताकद	(अ)	दोरीवरच्या उड्या
2.	स्नायू दमदारपणा	(ब)	सिट ॲन्ड रीच
3.	हृदयाचा दमदारपणा	(क)	4 x 10 मी. शटल रन
4.	लवचीकता	(ड)	मिलर वॉल वॉली
5.	वेग	(इ)	पुश अप्स
6.	शक्ती	(उ)	9 मी. धावणे/चालणे
7.	समन्वय	(ऊ)	पुल अप्स
8.	बॅडमिंटन	(ए)	उभ्याने लांब उडी
9.	दिशाभिमुखता	(ऐ)	50 मीटर डॅश

✤ एका वाक्यात उत्तरे लिहा.

1. मूल्यमापनाचा अर्थ लिहा.
2. स्नायू ताकद म्हणजे काय ?
3. रुधिराभिसरण दमदारपणाचे मापन करण्यासाठीच्या एका कसोटीचे नाव लिहा.
4. दिशाभिमुखतेचे मापन करण्यासाठी कोणती कसोटी वापराल ?
5. मूल्यमापनाचे प्रकार लिहा.
6. गुणदान सारण्या म्हणजे काय ?

✤ लघुत्तरी प्रश्न

1. विकासात्मक मूल्यमापन म्हणजे काय ?
2. मूल्यमापनाची संकल्पना स्पष्ट करा.
3. आरोग्याधिष्ठित शारीरिक सुदृढतेच्या घटकांचे मापन करण्यासाठी कसोट्यांची नावे लिहा.

4. कारक सुदृढता म्हणजे काय ? घटक लिहा.
5. कारक सुदृढतेच्या कसोट्या लिहा.
6. लवचीकता म्हणजे काय ? लवचीकता कसोटीचे नाव सांगा.
7. तोल म्हणजे काय ? तोलमापनाची कसोटी कोणती ?
8. सिट-अप्स् कसोटीचे वर्णन करा.
9. 50 मीटर धावणे कसोटी लिहा.

❖ दीर्घोत्तरी प्रश्न

1. मानके ही संकल्पना स्पष्ट करा.
2. कारक कसोट्या स्पष्ट करा.
3. शारीरिक शिक्षण परीक्षेचे आयोजन याबद्दल लिहा.
4. मूल्यमापनाचे उपयोग लिहा.
5. खेळ कौशल्य कसोट्यांची नावे लिहा.
6. आरोग्याधिष्ठित शारीरिक सुदृढता म्हणजे काय ? बारा मिनिटे धावणे-चालणे कसोटीचे आकृतीसह वर्णन करा.
7. स्नायू दमदारपणा म्हणजे काय ? पुश-अप्स् कसोटीचे वर्णन करा.

प्रात्यक्षिक कार्य

प्रात्यक्षिक क्र. 1

कवायत संचलन

➲ प्रकरणाची मांडणी ⊂

1.1 कवायत संचलन :
(1) सावधान, (2) विश्राम, (3) बैठ जाव, (4) खडे होना, (5) कदम ताल, (6) दहिने/बाएँ मूड, पीछे मूड

1.2 ध्वजसंहिता, ध्वजसन्मान, ध्वजारोहण, ध्वज हाताळणी, निगा व ध्वजारोहण कार्यक्रम

1.1 कवायत संचलन

मज्जास्नायू समन्वय वाढविण्यासाठी अंकतालावर हातपाय व शरीर यांच्यासह हालचाली कवायत संचलनामध्ये अपेक्षित आहेत. स्वतःचे अस्तित्व हालचालींच्या माध्यमातून एकरूप करून गटात मिळविणे येथे अपेक्षित आहे. स्वतः एक कृती सर्वांच्या सहवेळेचा व इतरांच्या हालचालींचा वेग लक्षात घेऊन करावी लागते. इतरांच्या हालचाली, अंकताल यांच्या आधारे हालचालींची साखळी अंकाप्रमाणे पुढे नेत कृती केली जाते. शारीरिक हालचाली शिस्तबद्ध, स्वतःच्या शरीर इंद्रियांची हालचाल समन्वय, इतरांच्या हालचालींच्या वेगाप्रमाणे हालचाल, आज्ञा व अंकताल यांना प्रतिसाद; या कृती केल्याने सबलता, एकसंधपणा, शिस्त, गट, एकता, भावना इत्यादी बाबी अंगी बाणल्या जातात.

1. सावधान :

आज्ञा : साव पॉज धान. (पॉज म्हणजे थोडे थांबणे)

कृती : (1) दोन्ही पायात अंदाजे 45 अंश दरम्यान टाचाजवळून कोन.
(2) हात खांद्याच्या रेषेत सरळ खाली.
(3) नजर समोर, छाती ताठ, हनुवटी खालच्या बाजूस.

2. विश्राम :

आज्ञा : वि पॉज श्राम.

कृती : (1) दोन्ही पायात खांद्याएवढे अंतर ठेवून पाय बाजूला.
(2) हात पाठीवर मागे डाव्या हातावर उजव्या हाताचा तळवा.
(3) शरीर सैल स्थितीत.

3. बैठ जाव :

आज्ञा : बैठ पॉज जाव (अंकताल आहे.)

कृती : (1) जमिनीवर बैठक, उजवा घोटा डाव्या घोट्याच्या वर.

(2) हाताच्या मुठी दोन्ही गुडघ्यांवर मूठ पालथी. शरीर व मान ताठ. नजर समोर

4. खडे होना :

आज्ञा : खडे पॉज हो. (अंकताल)

कृती : पटकन उठून उडी घेणे व विश्राम स्थितीत उभे राहणे.

5. कदम ताल :

आज्ञा : कदम पॉज ताल. (अंकताल)

कृती : (1) डावा पाय उचलणे, गुडघा व मांडीमध्ये 90 अंशाचा कोन. हात खांद्याच्या रेषेत सरळ.

(2) डावा पाय जमिनीवर टेकवणे व उजवा पाय उचलणे. गुडघा व मांडीमध्ये 90 अंशाचा कोन, हात खांद्याच्या रेषेत सरळ.

याप्रमाणे एक-दो, एक-दो, कदम ताल कृती करणे. ''कदम पॉज थांब'' या आज्ञेने कदम ताल थांबवणे.

6. दहिने/बाएँ मूड :

आज्ञा : (1) दहिने पॉज मूड, (2) बाएँ पॉज मूड. (अंकताल)

कृती : (1) 90 अंशाच्या कोनातून दहिने/बाएँ वळावे. शरीर ताठ, गुडघे सरळ, उजवी व डावी टाच आणि डावा व उजवा पाय जमिनीवर आणि डावी व उजवी टाच उचललेली. शरीराचे वजन पुढील पायावर.

(2) मागचा पाय उचलणे व पटकन पुढील पायाशेजारी आणून सावधान स्थितीत येणे.

7. पीछे मूड :

आज्ञा : पीछे पॉज मूड (अंकताल)

कृती : (1) उजवीकडून जागेवरच, उजवी टाच व डावा चवडा यामध्ये 180 अंशाचा कोन करून विरुद्ध दिशेस वळावे. हात खांद्याच्या रेषेत सरळ खाली ठेवावेत. वजन उजव्या पायावर, पुढे डावी टाच जमिनीच्या थोडी वर उचललेली, गुडघे सरळ

(2) दोनचा अंकताल मिळताच डावा पाय उचलणे व पटकन डाव्या पायालगत सावधान स्थितीत ठेवणे.

1.2 ध्वजसंहिता, ध्वजसन्मान, ध्वजारोहण, ध्वजहाताळणी, निगा व ध्वजारोहण कार्यक्रम

राष्ट्राच्या अस्मितेचे प्रतीक म्हणजे राष्ट्रध्वज होय. राष्ट्रीय सणांच्या (15 ऑगस्ट व 26 जानेवारी) दिवशी 'राष्ट्र-ध्वजारोहण' कार्यक्रम करतो. शारीरिक शिक्षण शिक्षकास या सर्व बाबी शाळांमध्ये स्वतःच्या नेतृत्वाखाली इतर सहकाऱ्यांबरोबर कराव्या लागतात, म्हणून शिक्षकास ध्वजाविषयी माहिती व उभारण्याची कृती करता येणे गरजेचे आहे.

ध्वजसंहिता : शासन वेळोवेळी राष्ट्रध्वजाविषयी संहिता सामान्य नागरिकांना, सेवकांना ध्वजाविषयीची माहिती, मार्गदर्शन तत्त्वे कळावीत यासाठी प्रसारित करीत असते.

सन 2002 मध्ये शासनाने ध्वजसंहिता जारी केली. या संहितेमध्ये -

1. राष्ट्रध्वजाचे सर्वसाधारण वर्णन.
2. सर्वसामान्य नागरिकांनी ध्वजारोहण व हाताळणी कशी करावी याविषयी माहिती दिली आहे.
3. शासन - केंद्र, राज्य व त्यांच्या संबंधित संस्थांनी ध्वजारोहणासंबंधी माहिती दिली आहे.

शारीरिक शिक्षकाला प्राथमिक कार्यामध्ये ध्वजारोहण समारंभाची तयारी व प्रत्यक्षात समारंभ स्वतःच्या नेतृत्वाखाली पार पाडणे या सर्व बाबी खाली दिल्या आहेत.

ध्वजाची माहिती :

1. राष्ट्रीय निशाण सुती, लोकरी किंवा रेशमी कपड्याचे असावे.
2. त्याची लांबी व रुंदी पाच विभागांमध्ये विभागली जाते.

(अ) 6.40 मी. × 4.27 मी. म्हणजेच 21 फूट × 14 फूट.

(ब) 3.66 मी. × 2.44 मी. म्हणजेच 12 फूट × 8 फूट.

(क) 1.83 मी. × 1.22 मी. म्हणजेच 6 फूट × 4 फूट.

(ड) 91 सें.मी. × 61 सें.मी. म्हणजेच 3 फूट × 2 फूट.

(इ) 23 सें.मी. × 15 सें.मी. म्हणजेच 9 इंच × 6 इंच.

वरील पाच विभागलेल्या राष्ट्रीय निशाणांमध्ये केशरी, पांढरा व हिरवा अशा तीन आडव्या सम आकाराच्या क्रमशः पट्ट्या असून मधल्या पांढऱ्या पट्टीवर मधोमध 24 आऱ्यांचा अंतर्भाव असलेले अशोक-चक्र असते. या चक्राचा व्यास पांढऱ्या पट्टीच्या रुंदीइतका असून त्याचा रंग गर्द निळा असतो.

ध्वजारोहण व ध्वजवंदन पद्धती : शारीरिक शिक्षकाने राष्ट्रध्वज राष्ट्रीय सणाच्या निमित्ताने फडकवयाचा असल्यास पुढील बाबी लक्षात ठेवाव्यात.

1. निशाणाचे स्थान मुख्यत्वेकरून सर्वांत उंच जागी असावे.
2. निशाण व्यवस्थित घडी करून सरकत्या गाठीत बांधावे.
3. निशाण स्तंभाच्या वरच्या टोकाला ध्वजवंदनाच्या अगोदर प्रथमच अलगद नेऊन ठेवावे.

4. ध्वज फडकविण्यास्तव ज्या दोरीच्या पदराने गाठ सुटते तो पदर ढिला असावा व ही गाठ सरकती असावी.
5. दोरीचा दुसरा पदर स्तंभाला घट्ट बांधलेला असावा.
6. पाहुणे येताच विद्यार्थ्यांना 'सावधान' आदेश द्यावा.
7. सर्व विद्यार्थी सावधान स्थितीत उभे राहतील व विद्यार्थी नायकाने पाहुण्यांना ध्वजारोहण करण्याची विनंती करावी. विनंतीनंतर पाहुणे ध्वजस्तंभाजवळ येतील.
8. ध्वजरक्षक दोरीचा ढिला पदर पाहुण्यांच्या हाती देईल व दोरी ओढली जाऊन ध्वजारोहण होईल.
9. नायक सर्वांना उद्देशून पुढील आदेश देईल.
   ''राष्ट्रीय सलामी देंगे ! सामने सलामी''

वरील आदेश दिल्यानंतर ज्या व्यक्तींनी शिरोभूषण वापरले असेल त्यांनी न वापरलेल्यांनीही आपला उजवा हात डोक्याजवळ नेऊन सलामी द्यावयाची व सावधान स्थितीत उभे राहावयाचे. अशा वेळी सर्वांनी याच स्थितीत योग्य वेळात तद्वतच उंच आवाजात राष्ट्रगीत म्हणावे व नंतर नायकाने 'हात नीचे' असा आदेश द्यावा व सर्व विद्यार्थ्यांना विश्राम होण्याचा आदेश देऊन त्यानंतर आरामात उभे राहण्यास सांगावे.

जर शाळेत बँडची व्यवस्था असेल तर 'सामने सलामी' या स्थितीत बँडवर राष्ट्रगीत वाजविले जाते व राष्ट्रगीत संपल्यावर बँडच्या एका ठोक्यावर सर्वांनी सलामी स्थितीतील हात खाली आणावेत व सावधान स्थितीत आणावे. शारीरिक शिक्षकाने आपला पुढील कार्यक्रम नियोजित करावा.

प्रात्यक्षिक क्र. 2

कवायत

प्रकरणाची मांडणी

2.1 साधनविरहित प्रकार : उभे व बैठे प्रकार

2.2 साधनसहित प्रकार : डंबेल्स, निशाण, घुंगरू काठी, कडी.

2.3 मानवी मनोरे

2.1 साधनविरहित प्रकार

कवायत प्रकार अंकतालावर, वाद्य, ढोल, शिट्टी यांद्वारे घेता येते; परंतु प्रथम स्थिती, तयार स्थिती व आराम स्थिती अंकमालेवरच सांगणे गरजेचे असते. कोणताही कवायत प्रकार सुरू करताना सावधान स्थितीतून सुरू करावा.

उभे प्रकार

प्रकार १

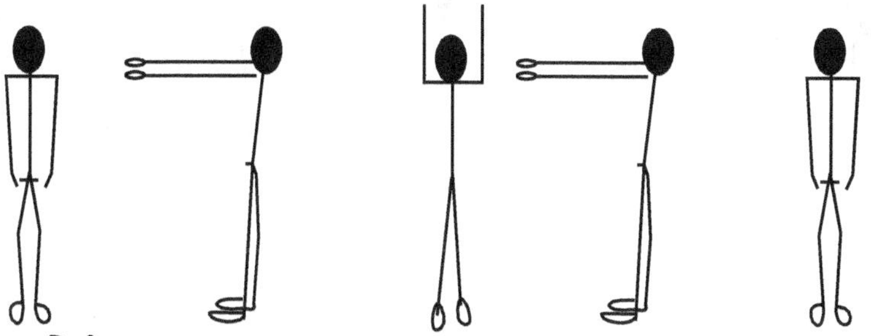

हुश्शार स्थिती | १ | २ | ३ (१ ची कृती) | ४ (हुश्शार स्थिती)

प्रकार २

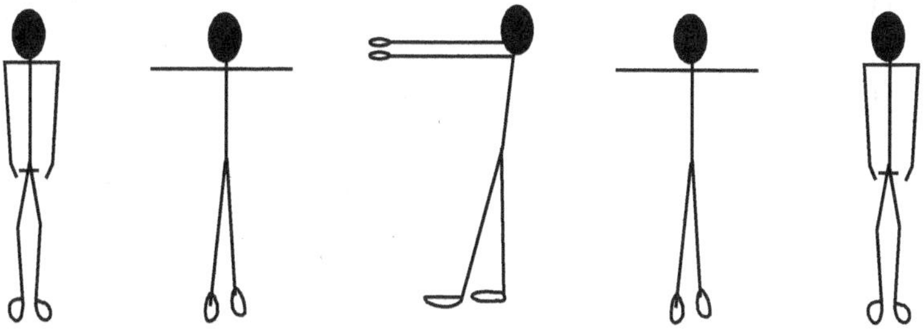

हुश्शार स्थिती | १ | २ | ३ (१ ची कृती) | ४ (हुश्शार स्थिती)

प्रकार ३

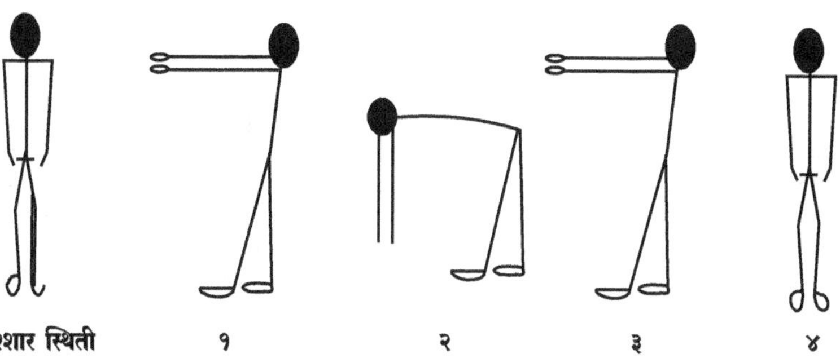

हुश्शार स्थिती | १ | २ | ३ (१ ची कृती) | ४ (हुश्शार स्थिती)

प्रकार ४

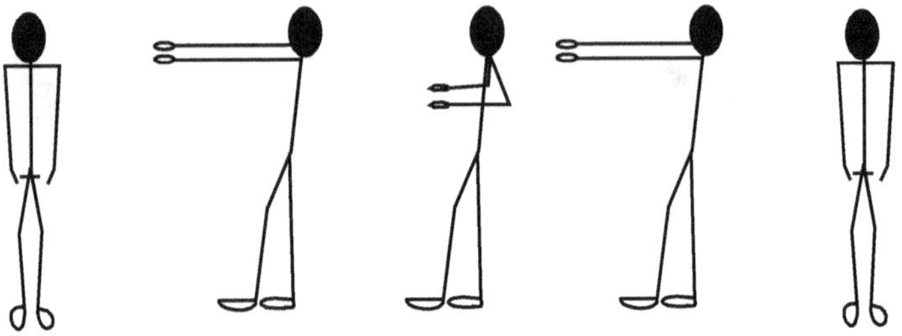

हुश्शार स्थिती | १ | २ | ३ (१ ची कृती) | ४ (हुश्शार स्थिती)

प्रकार ५

हुश्शार स्थिती | १ | २ | ३ | ४ (हुश्शार स्थिती)

बैठे प्रकार

प्रकार १

हुश्शार स्थिती | १ | २ | ३ (१ ची कृती) | ४ (हुश्शार स्थिती)

प्रकार २

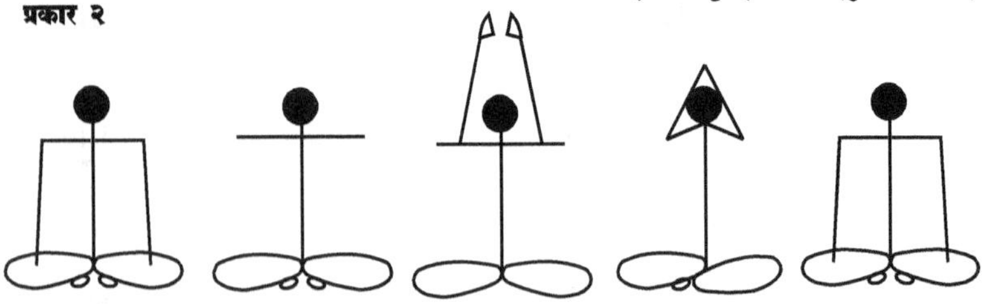

हुश्शार स्थिती | १ | २ | ३ | ४ (हुश्शार स्थिती)

प्रकार ३

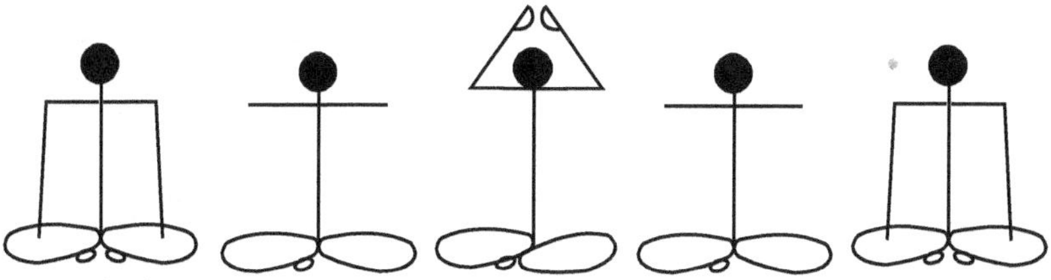

हुश्शार स्थिती | १ | २ | ३ (१ ची कृती) | ४ (हुश्शार स्थिती)

प्रकार ४

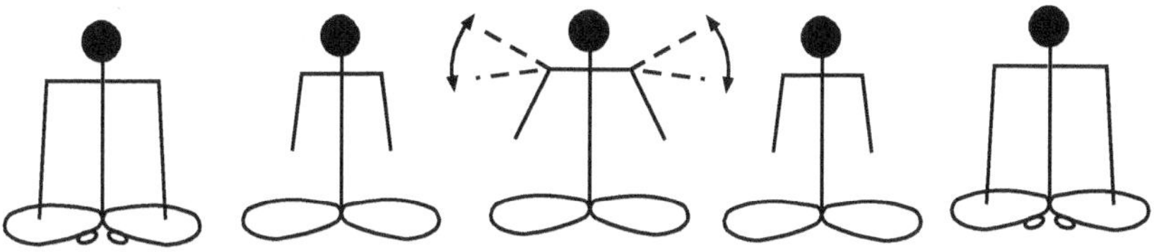

हुश्शार स्थिती | १ | २ पंख मारणे | ३ (१ ची कृती) | ४ (हुश्शार स्थिती)

प्रकार ५

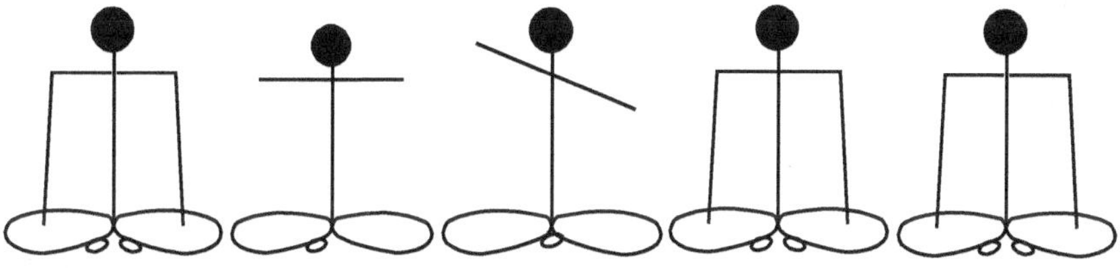

हुश्शार स्थिती | १ | २ | ३ | ४ (हुश्शार स्थिती)

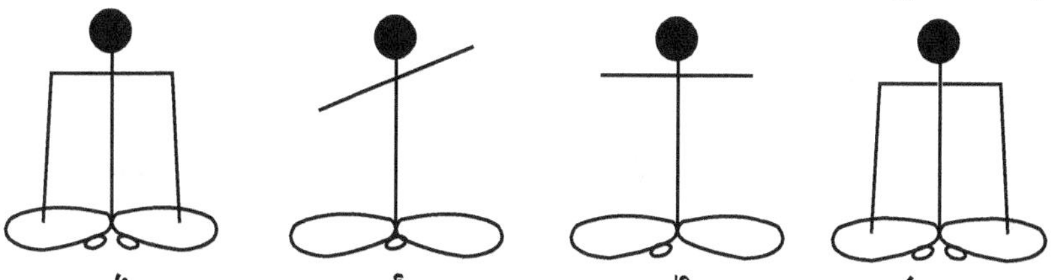

५ हुश्शार स्थिती | ६ (१ ची कृती) | ७ (१ ची कृती) | ८ हुश्शार स्थिती

सर्व प्रकारांच्या कृतीची आरेखने दिली आहेत. त्याप्रमाणे कृती अंकावर करणे. स्वतः आपणही हात, पाय व शरीर यांच्या एकत्रीकरणाने नवीन प्रकार करू शकता.

2.2 साधनसहित प्रकार

डंबेल्स प्रकार

(1) **डंबेल्स लपेट (डंबेल्स एक हात मे लेव) :** दोन्ही डंबेल्स डाव्या हातात धराव्या. डंबेल्स अशा रीतीने धरलेल्या असाव्यात की, त्यांचा क्रॉस (फुलीप्रमाणे) झालेला असावा. एक डंबेल डाव्या हाताची करंगळी व अंगठ्याशेजारील बोट आणि मधले बोट व करंगळीशेजारील बोट यांच्या बेचक्यात आडवी धरावी. म्हणजे करंगळी व अंगठ्याजवळचे बोट यांनी मागच्या बाजूने व मधले बोट आणि करंगळीशेजारील बोट यांनी पुढच्या बाजूने डंबेल पक्की धरली जाईल. नंतर दुसरी डंबेल पहिल्यावर उभी ठेवावी. म्हणजे वरचे टोक, मधले बोट व करंगळीशेजारील बोट यांनी दाबले जाईल व खालचे टोक करंगळी व अंगठ्याजवळील बोट यांनी दाबले जाईल. खालच्या बाजूने अंगठ्याचाही आधार द्यावा. डावा हात डाव्या बाजूस खाली ताठ सोडून उभे असावे. खाली हात सोडल्यानंतर आतली डंबेल्स उभी व बाहेरील आडवी असते.

(2) **हुश्शार :** उजव्या हाताने डाव्या हाताखाली उभी असलेली डंबेल घेऊन उभे राहावे. दोन्ही हात दोन्ही बाजूला मांडीजवळ असून डंबेल्स उभ्या असाव्यात.

(3) **आराम लेव :** डावा पाय डावीकडे साधारणतः दीड ते दोन फूट अंतरावर टाकून उभे राहावे.

डंबेल्स हात प्रकार :

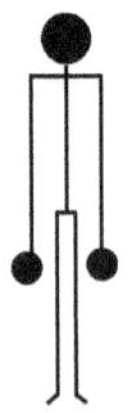

हुश्शार स्थिती

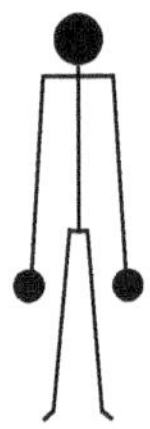

आराम स्थिती

हात 1 ला : (अ) हात बाजूने डोक्यावर नेऊन डंबेल्स आपटणे. (ब) बाजूने हात खाली आणून पुढच्या बाजूस मांडीजवळ ठोका देणे. (क) एकप्रमाणे हात डोक्यावर ताठ नेऊन ठोका देणे. (4) पूर्ववत हुश्शारप्रमाणे.

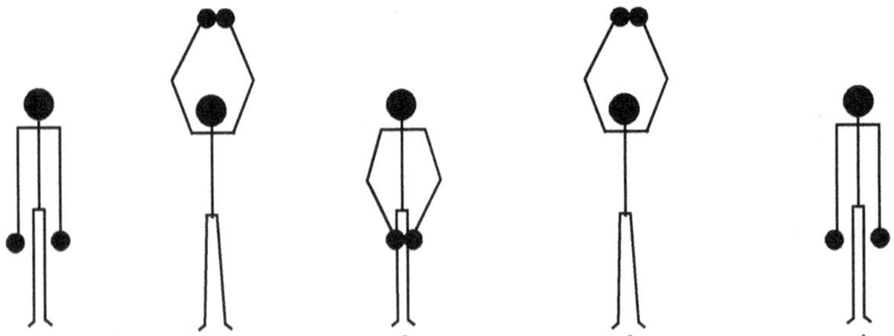

हुश्शार स्थिती 1 2 3 **(श्री स्थिती)** 4 **(हुश्शार स्थिती)**

हात 2 रा : (अ) हात बाजूने डोक्यावर नेऊन ठोका वाजविणे. (2) हात खाली बाजूने आणून मागच्या बाजूस ठोका देणे. (हात ताठ ठेवावेत.) (3) एकप्रमाणे. (4) पूर्ववत.

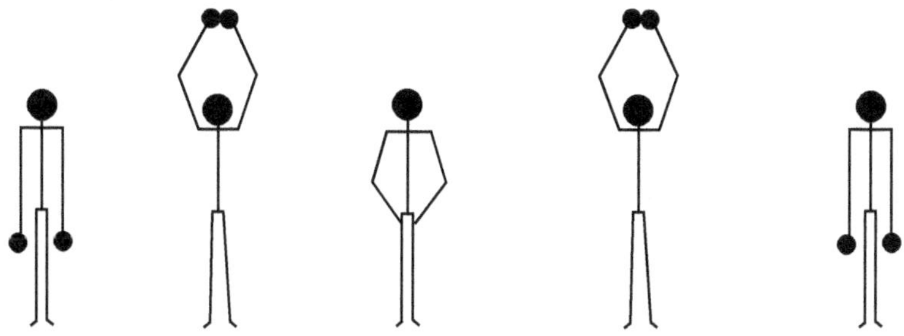

हुश्शार स्थिती 1 2 **(पाठीमागे ठोका)** 3 **(३री स्थिती)** 4 **(हुश्शार स्थिती)**

हात 3 रा : (1) हात बाजूने वर नेऊन डंबेल्स आपटणे. (2) डाव्या पायाचा गुडघा वर उचलावा. गुडघा कंबरेच्या रेषेत असावा. पायाच्या अंगठ्यापासून गुडघ्यापर्यंतचा पाय जमिनीस लंब रेषेत असावा. पाऊल खाली दाबलेले असावे. हात बाजूने खाली आणून गुडघ्याचे खाली मांडीजवळ ठोका वाजवावा. (3) पाय खाली टेकावा व डंबेल्स वर करून एक अंकाप्रमाणे आपटाव्यात. (4) हात खाली आणून थांबावे. 5-6-7-8 ला उजवा पाय उचलून हात वर करावा.

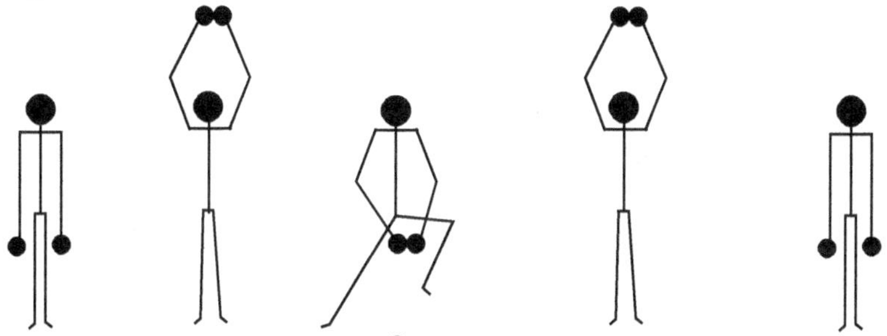

हुश्शार स्थिती 1 2 3 4

हात 4 था :

1. डावा पाय समोर ताठ टेकावा. पायाचा फक्त चवडा टेकला जाईल. हात बाजूने खांद्याच्या रेषेत समोर आणून ठोका वाजवावा. हात खांद्याच्या रेषेत ताठ असून जमिनीस समांतर असावेत.
2. डावा पाय डाव्या बाजूस ताठ टेकावा व हात खांद्याच्या रेषेत बाजूला आणून वर नेऊन डंबेल्स वाजवाव्यात.
3. पाय पुढे टेकावा व हात बाजूने खांद्याच्या रेषेत समोर आणून डंबेल्स आपटाव्यात.
4. पाय मागे घ्यावा व हात हुश्शारप्रमाणेच खाली घ्यावेत. 5-6-7-8 ला उजवा पाय हलवून करावे.

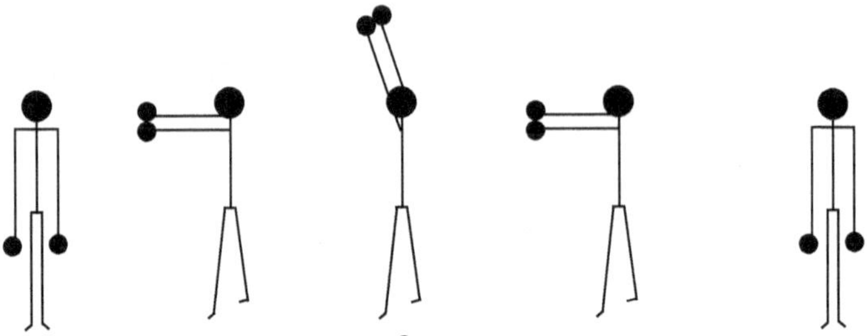

हुश्शार स्थिती 1 2 3 (1 ची कृती) 4 (हुश्शार स्थिती)

हात 5 वा : (1) डावा पाय समोर ताठ टेकावा. डंबेल्स समोर खांद्याच्या रेषेत आपटाव्यात. (2) डावा पाय मागे ताठ टेकावा व हात पाठीमागे नेऊन डंबेल्स मागे आपटाव्यात. (3) एकप्रमाणे समोर ठोका वाजवावा. (4) हुश्शारप्रमाणे 5-6-7-8 ला उजवा पाय हलवून करावे.

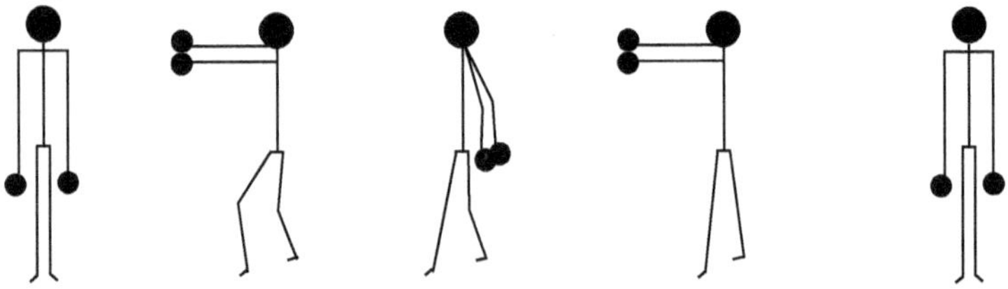

हुश्शार स्थिती 1 2 3 (1 ची कृती) 4 (हुश्शार स्थिती)

काठी प्रकार

सुरुवातीच्या स्थितीत

(1) काठी लपेट : ज्या वेळेस कवायतीकरिता मुले-मुली उभी राहतात त्या वेळेस त्यांनी या स्थितीत येऊन उभे राहावे. ही स्थिती करण्याची रीत अशी : डाव्या खांद्यावर काठीचे वरचे टोक ठेवलेले असावे. काठीच्या खालच्या टोकाला घुंगराजवळ डाव्या हाताने धरलेले असावे. डाव्या हाताचे कोपर डाव्या बगलेला चिकटलेले असावे व कोपरात काटकोन झालेला असावा. पायाच्या टाचा जुळलेल्या. पायांमध्ये 45 अंशाचा कोन करावा. दृष्टी समोर असावी.

(2) हुश्शार : उजव्या हाताने मानेमागून काठीचे वरचे टोक घुंगराखाली धरावे. नंतर दोन्ही हातांनी काठी खाली मांडीजवळ जमिनीस समांतर धरावी. हात ताठ असावेत. दोन्ही हात हे पायांचे बाजूस असून घुंगरांचे आतील बाजूस धरलेले असावेत.

(3) आराम : (काठी लपेट असताना) उजवा हात डाव्या हाताजवळ धरावा. नंतर काठी खाली घेऊन वरचे टोक उजव्या पायाच्या पुढे, उजव्या बाजूस जमिनीवर टेकावे. उजवा हात उजव्या मांडीस चिकटलेला असावा (हुश्शार असताना). डावा हात सोडून द्यावा व उजव्या हाताने वरीलप्रमाणे काठी उजव्या बाजूस धरावी.

(4) आराम लेव : 'आराम' या स्थितीमध्ये असताना डावा पाय उजवीकडे दीड फूट अंतरावर टाकून ताठ उभे राहावे.

काठी हात प्रकार

प्रत्येक हात आठ अंकात किंवा सोळा अंकात पुरा करावा. 1-2-3-4 या चार अंकात प्रत्येक हात डाव्या बाजूने व 5-6-7-8 या अंकात उजव्या बाजूने करावा. प्रत्येक हातास हुश्शारची स्थिती एकच आहे व हात सुरू हुश्शार स्थितीतून होईल.

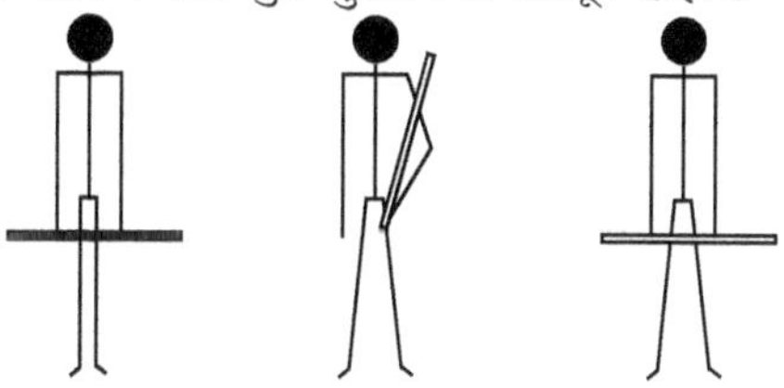

काठी हुश्शार काठी लपेटकाठी आराम

हात 1 ला : (1) काठी वर उचलून छातीसमोर घ्यावी. काठी जमिनीस समांतर राहील, हात छातीवर असून मनगटे बाहेरच्या बाजूस राहतील. (2) काठी परत खाली न्यावी. काठी हुश्शारच्या स्थितीत येईल.

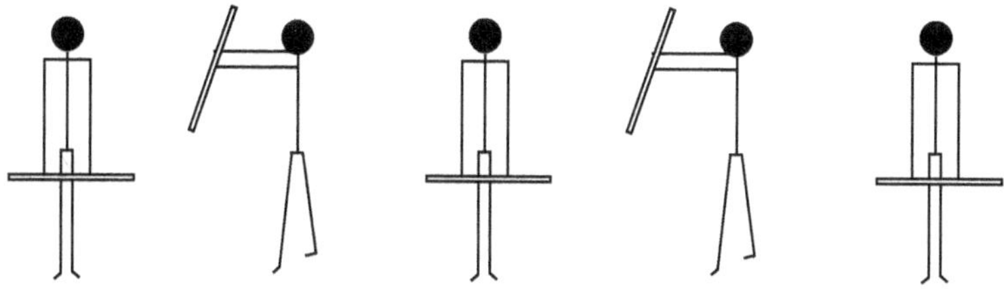

हुश्शार स्थिती 1 2 **(हुश्शार स्थिती)** 3 **(1 ची कृती)** 4 **(हुश्शार स्थिती)**

हात 2 रा : (1) पहिल्या हाताप्रमाणे काठी व हात छातीसमोर. (2) काठी डोक्यावर (काठी जमिनीस समांतर राहील.) (3) एक अंकाप्रमाणे. (4) हुश्शारप्रमाणे पूर्ववत खाली.

हुश्शार स्थिती 1 2 3 **(1 ची कृती)** 4 **(हुश्शार स्थिती)**

हात 3 रा : (1) हात व काठी छातीसमोर. (2) काठी डाव्या बाजूस खांद्याच्या रेषेत ताठ करावी. (डावा हात ताठ राहील व उजवा हात डाव्या खांद्याजवळ येईल. यावेळी मान डावीकडे वळलेली असावी.) (3) एक अंकाप्रमाणे. (4) पूर्ववत खाली घ्यावी. (5) पुन्हा छातीसमोर. (6) उजवीकडे खांद्याचे रेषेत (उजवा हात ताठ, डावा हात उजव्या खांद्याजवळ

व मान उजवीकडे वळलेली असावी.) (7) पाचव्या अंकाप्रमाणे. (8) हुश्शारप्रमाणे पूर्ववत खाली.

हात 4 था : (1) काठी व हात छातीसमोर. (2) काठी डोक्यावर न्यावी, हात ताठ ठेवावेत व त्या वेळी नजर वर काठीकडे असावी. (3) खांद्यावर काठी. (4) मूळ स्थितीत म्हणजे हुश्शारप्रमाणे खाली.

हात 5 वा : (1) उडी मारून पायात अंतर, काठी छातीसमोर, हात सरळ. (2) कमरेतून खाली वाकणे. (3) एकची स्थिती. (4) मूळ स्थिती.

निशाण प्रकार

सुरुवातीच्या स्थितीत.

(1) निशाण सावधान स्थिती : दोन्ही निशाणे जमिनीवर पायासमोर ठेवून सावधान स्थितीमध्ये उभे राहावे.

(2) निशाण आराम : निशाण दोन्ही हातामध्ये पकडून दोन्ही पायात अंतर घेऊन आरामशीर उभे राहावे. शरीर सैल सोडावे.

(3) **निशाण हुश्शार स्थिती :** ताठ उभे राहून मांडीवर निशाणांची फुली मारावी.

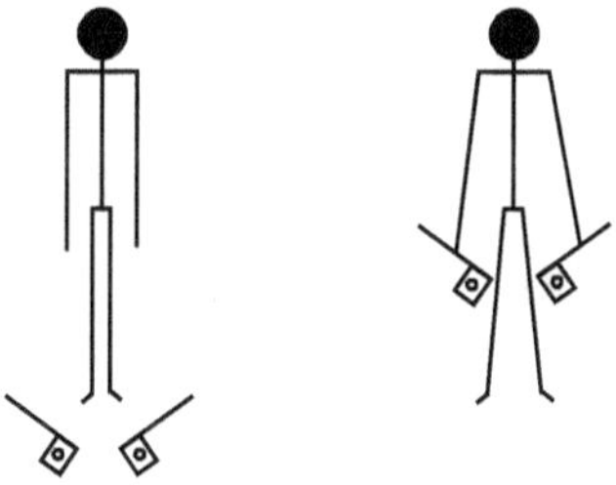

सावधानआरामस्थितीहुश्शार स्थिती

हात 1 ला : (1) डावा हात डावीकडे खांद्याच्या रेषेत सरळ ठेवून निशाणाची काठी जमिनीस समांतर ठेवावी. उजवा हात मांडीवर जसा आहे तसा. (2) डावा हात मूळ जागेवर. (3) उजवा हात उजव्या बाजूस खांद्याच्या रेषेत सरळ ठेवून निशाणाची काठी जमिनीशी समांतर ठेवावी. डावा हात मांडीवर जसा आहे तसा. (4) मूळ स्थितीत येणे - हुश्शार स्थिती.

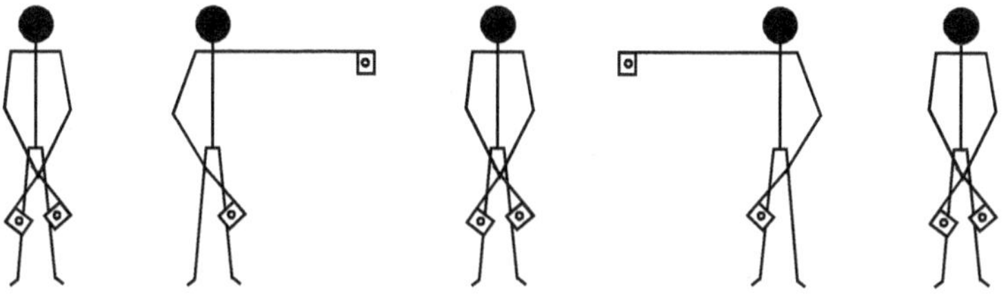

हुश्शार स्थिती 1 2 3 4
हुश्शार स्थिती

हात 2 रा : (1) उडी मारून पायात खांद्याएवढे अंतर, दोन्ही निशाण खांद्यांच्या सरळ रेषेत, निशाणाच्या काठ्या जमिनीशी समांतर. (2) दोन्ही हात डोक्याच्या वर घेऊन निशाण सरळ उभी धरावी. दोन्ही हात कानाला लागून सरळ ठेवावेत. (3) एकची स्थिती. (4) हुश्शार स्थिती.

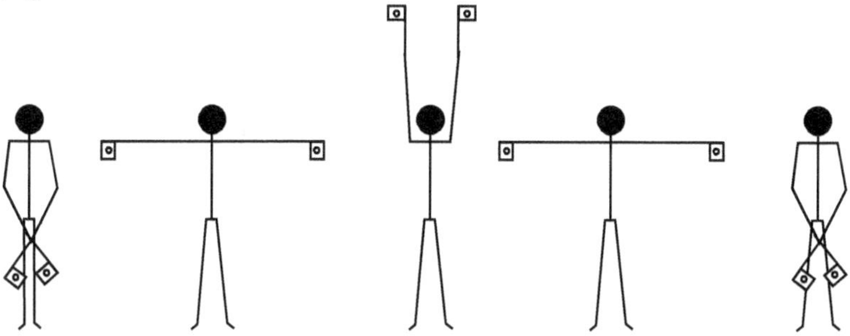

हुश्शार स्थिती 1 2 3 **(1ली कृती)** 4 **(हुश्शार स्थिती)**

हात 3 रा : (1) उडी मारून पायात खांद्याएवढे अंतर, दोन्ही निशाण खांद्याच्या सरळ रेषेत, निशाणाच्या काठ्या जमिनीशी समांतर. (2) निशाण डोक्यावर घेऊन हाताची निशाणासह फुली. (3) एकची स्थिती. (4) हुश्शार स्थिती.

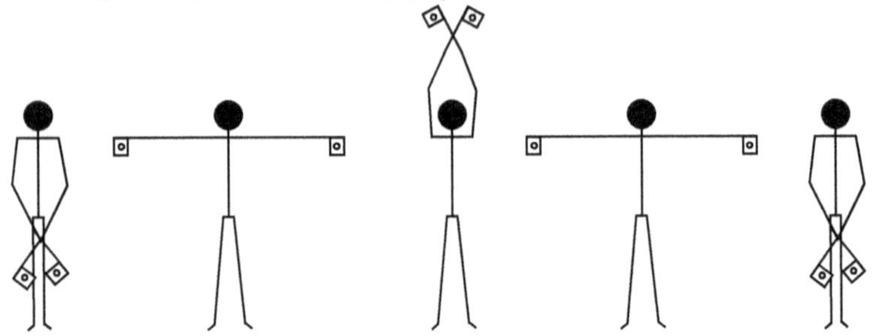

हुश्शार स्थिती 1 2 3 **(ची कृती)** 4 **(हुश्शार स्थिती)**

हात 4 था : (1) उडी मारून पायात खांद्याएवढे अंतर, दोन्ही निशाण खांद्याच्या सरळ रेषेत, निशाणाच्या काठ्या जमिनीशी समांतर. (2) डावा पाय समोर घेऊन निशाण छातीसमोर, निशाणाची काठी जमिनीशी समांतर. (3) एकची स्थिती. (4) हुश्शार स्थिती. (पुढील अंक उजव्या बाजूने).

हुश्शार स्थिती 1 2 3 **(ची कृती)** 4 **(हुश्शार स्थिती)**

हात 5 वा : (1) निशाणे छातीसमोर, निशाणाची काठी जमिनीशी समांतर. (2) हात कानाला लागून डोक्यावर सरळ निशाणासह घेणे. डावा पाय समोर घेऊन गुडघ्यात वाकणे. (3) एकची स्थिती. (4) हुश्शार स्थिती (पुढील अंक उजव्या बाजूने).

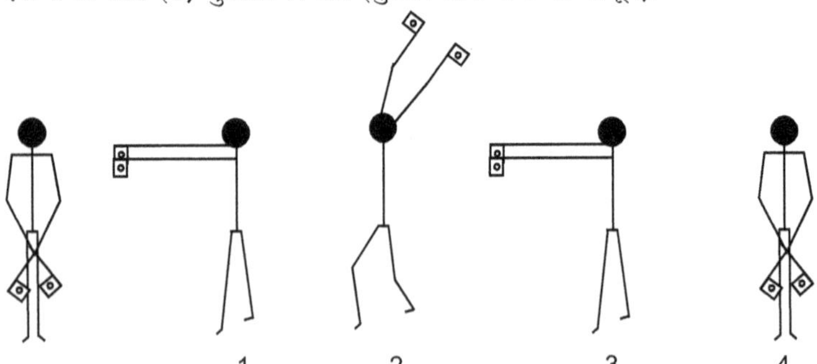

हुश्शार स्थिती 1 2 3 **(ची कृती)** 4 **(हुश्शार स्थिती)**

कडी कवायत प्रकार

सुरुवातीच्या स्थितीत.

(1) कडी सावधान स्थिती : कडी जमिनीवर पायासमोर ठेवून सावधान स्थितीमध्ये उभे राहावे.

(2) कडी आराम : कडी उजव्या हातामध्ये पकडून दोन्ही पायात अंतर घेऊन आरामशीर उभे राहावे. शरीर सैल सोडावे.

(3) कडी हुश्शार स्थिती : ताठ उभे राहून मांडीवर कडी दोन्ही हाताने पकडावी.

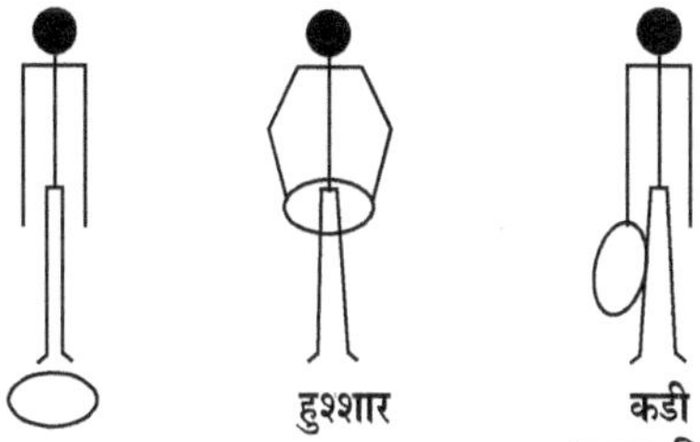

सावधान **हुश्शार** **कडी आराम स्थिती**

हात 1 ला : (1) डावा हात डावीकडे खांद्याच्या रेषेत सरळ ठेवून कडी उभी ठेवावी. उजवा हात डावीकडे कोपरात वाकवून कडी पकडावी. (2) मूळ जागेवरची स्थिती (3) उजवा हात उजव्या बाजूस खांद्याच्या रेषेत सरळ ठेवून कडी उभी धरावी. डावा पाय कोपरातून वाकवून कडी पकडावी. (4) मूळ स्थितीत येणे - हुश्शार स्थिती

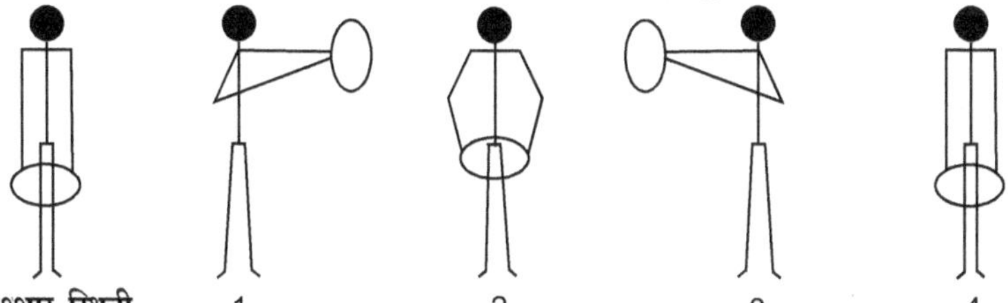

हुश्शार स्थिती 1 2 3 4 **(हुश्शार स्थिती)**

हात 2 रा : (1) उडी मारून पायात खांद्यापुढे अंतर, कडी छातीसमोर, नजर कडीतून समोर. (2) दोन्ही हात डोक्याच्या वर घेऊन कडी डोक्यावर जमिनीशी समांतर धरावी. (3) एकची स्थिती. (4) हुश्शार स्थिती.

हुश्शार स्थिती 1 **(छातीसमोर धरणे)** 2 3 **(ची कृती)** 4 **(हुश्शार स्थिती)**

हात 3 रा : (1) उडी मारून पायात खांद्याएवढे अंतर, कडी छातीसमोर. (2) कमरेत वाकून गुडघे सरळ ठेवून कडी जमिनीशी समांतर. (3) एकची स्थिती. (4) हुश्शार स्थिती.

हात 4 था : (1) उडी मारून पायात खांद्याएवढे अंतर, कडी छातीसमोर. (2) डावा पाय समोर ठेवणे. कडी छातीसमोर. (3) एकची स्थिती. (4) हुश्शार स्थिती. (पुढील अंक उजव्या बाजूने.)

हात 5 वा : (1) उडी मारून पायात खांद्याएवढे अंतर, कडी छातीसमोर. (2) डावा पाय समोर ठेवणे. कडी छातीसमोर घेऊन हाताची फुली मारणे. (3) एकची स्थिती (4) हुश्शार स्थिती. (पुढील अंक उजव्या बाजूने.)

साहित्याचा उपयोग करून हात, पाय व शरीर दिशा यांचा उपयोग करून नवनवीन हात-प्रकार स्वतः आपण तयार करू शकता.

2.3 मानवी मनोरे

प्रदर्शनीय प्रकार म्हणून सहकार्यांच्या आधारे मानवी मनोरे आकर्षक, कल्पकतेने तयार केले जातात. एकमेकांशी समन्वय, सहकार्य व मनोरा रचना निवड व रचनेमध्ये प्रत्येक सहकार्याची भूमिका या महत्त्वाच्या बाबी आहेत.

मनोरा करताना :

- सोप्याकडून कठीण किंवा गुंतागुंत कृतीकडे न्यावा.
- मनोरा तयार करताना व सोडविताना क्रमाने व शिस्तीने पुढे येऊन सहभागी व्हावे.
- अंतिम स्थिती गाठल्यावर मनोरा थोडा वेळ त्या स्थितीत ठेवावा.
- सोडविताना व सराव करताना सुरक्षा व दुखापत टाळण्यासाठी सहकार्य घ्यावे.
- मानवी मनोरे एकाचे, दोघांचे, तिघांचे, चौघांचे अशा पद्धतीने संख्या वाढवत जाऊन तयार करता येतात.
- मनोऱ्यांच्या उदाहरणादाखल काही रचना व आरेखने दिली आहेत. त्यांचा उपयोग कल्पना येण्यासाठी आहे. आपण विविध समन्वयाने आणखी नावीन्यपूर्ण मनोरे बनवू शकता.

दोघांमध्ये मनोरा स्थितीत येण्याची क्रम स्थिती

पद्धती - 1

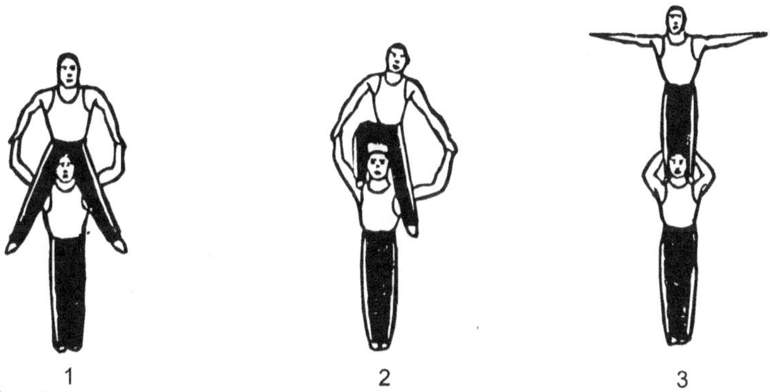

पद्धती - 2

दही हंडी मनोरा

दोघांचे मनोरा संच

नमुना संच - 1

नमुना संच - 2

तिघांचे मनोरे

चौघांचे मनोरे

पाचांचे मनोरे

सहांचे मनोरे

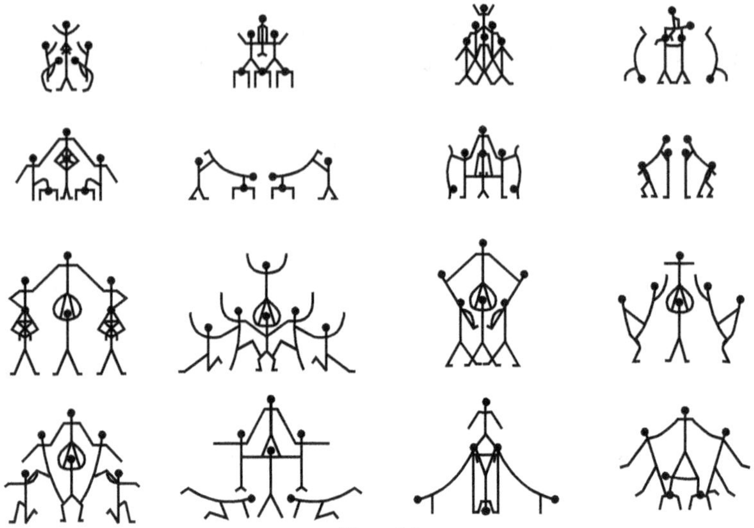

मोठे मनोरे

प्रात्यक्षिक क्र. 3

छोटे खेळ

➲ प्रकरणाची मांडणी ➲

3.1 पूरक खेळ/शर्यती

3.1 पूरक खेळ/शर्यती

खेळ ही बालकांची सहज प्रवृत्ती आहे. छोट्या-छोट्या खेळातून त्यांना आनंद देतानाच शारीरिक हालचाली घडवून खिलाडू वृत्ती जिंकण्यासाठी प्रयत्न, जिद्द, सहकार्याची भावना इत्यादी गुणांचा विकास होतो.

शिक्षकाने मात्र या शर्यती अथवा खेळ शिकविताना विशिष्ट पद्धती आत्मसात करावी लागते. ती पुढीलप्रमाणे -

- शिक्षक प्रथम शर्यतीची माहिती देतात. स्वतः एकदा प्रात्यक्षिक करून मुलांना दाखवितात व त्यांना खेळण्यास थोडा अवधी देतात. शंका समजावून सांगतात. शिक्षकांच्या टाळीबरोबर शर्यतीस सुरुवात होते. शर्यतीत जो संघ विजयी होतो त्याचे अभिनंदन टाळ्या देऊन करतात. शिक्षक मार्गदर्शन करतात. शिक्षक 'विराम' समजावून सांगतात. मुले शिस्तीत वर्गात जातात.
- विविध व बदलून नवे खेळ खेळण्यास मुलांना आवडतात; त्यामुळे शिक्षकाने नव्या शर्यती/खेळ संग्रही करावेत. छोट्या खेळांच्या पुस्तकांचा संदर्भ घ्यावा व आपला खेळांचा संग्रह वाढवावा.

काही उदाहरणादाखल खेळ/शर्यती पुढीलप्रमाणे -

खेळ

खेळ क्र. 1 - बाँब हल्ला

मैदानावर 9 मीटर × 18 मीटर आयत आखावा व मध्य-रेषेत त्याचे दोन (4.5 × 9 मीटर) समान भाग पाडावेत. प्रत्येक भागाच्या कडेवरील रेषेवर 90 सें. मी. अंतराने जोड्या किंवा ठोकळे उभ्या ठेवाव्यात. खेळाडूंचे दोन समान गट करून प्रत्येक गट आयताच्या अर्ध्या भागात उभा राहील. प्रत्येक गटातील काही खेळाडू जोड्यांचे संरक्षक राहतील व बाकीचे हल्ला करणारे असतील. हल्ला करणारे मध्यरेषेजवळ उभे राहतील. त्यांच्यापैकी एकाजवळ एक व्हॉलिबॉल असेल.

सूचनेबरोबर हल्ला करणारे एकमेकांकडे चेंडू देत प्रतिस्पर्ध्यांच्या क्रीडांगणात पुढे-पुढे जाऊन चेंडूने त्यांची जोडी पाडण्याचा प्रयत्न करतील. प्रतिस्पर्ध्याचे संरक्षक चेंडू अडवतील व तो चेंडू आपल्यावर हल्ला करणाऱ्याकडे फेकतील. चेंडू क्रीडांगणाच्या बाहेर गेल्यास तो बाहेरून क्रीडांगणातील आपल्या खेळाडूकडे फेकतील. चेंडू हातात ठेवून पुढे जाता येणार नाही. तो आपल्या गड्याकडे फेकला पाहिजे. हातात चेंडू नसताना पुढे जाता येईल. जोडी आडवी पडल्यावर ती पुन्हा उभी ठेवू नये. जो गट सर्व जोड्या चेंडूने अगोदर पाडील तो विजयी होईल किंवा ठरावीक वेळेनंतर ज्या गटाच्या जास्त जोड्या उभ्या राहतील तो गट विजयी ठरेल.

खेळ क्र. 2 – कबड्डी खेळाचा पूरक खेळ

फांदी कबड्डी : वर्गातील मुलांना दोन गट करून कबड्डी क्रीडांगणावर समोरासमोर विरुद्ध बाजूस उभे करावे. त्यांना हातात छोट्या फांद्या घ्यावयास सांगाव्यात. एका गटातील मुलाने 'कबड्डी-कबड्डी' म्हणत विरुद्ध संघाच्या क्रीडाक्षेत्रात जाऊन फांदीने त्या संघातील खेळाडूस स्पर्श करण्याचा प्रयत्न करावा. दम संपताच परत फिरावे, याची जाणीव द्यावी. ही कृती आळीपाळीने दोन्ही संघांनी करावी. सर्व मुलांना 'कबड्डी' घालत जाण्याची संधी मिळेल ही दक्षता घ्यावी. फांदीचा स्पर्श झालेली मुले 'बाद' समजण्यात येऊ नयेत. त्यामुळे सर्व मुलांना हा खेळ खेळण्याची संधी मिळेल.

खेळ क्र. 3 : थ्री कोर्ट डॉज बॉल

विद्यार्थ्यांचे दोन समान गट करणे. एका गटाचे पुन्हा दोन भाग करून त्यांना क्रीडांगण नंबर 2 व 3 मध्ये उभे करणे. एक गट क्रीडांगण नंबर 1 मध्ये कोठेही उभा राहील. क्रीडांगण नंबर 2 व 3 मधील खेळाडू आपल्या पुढील रेषांना स्पर्श न करता आतील खेळाडूंना बॉलने मारतील. आतील खेळाडूस बॉल लागल्यास एक गुण मिळेल. अशा तऱ्हेने तीन मिनिटे खेळ चालू राहील. त्यानंतर दुसऱ्या गटास अशा प्रकारची तीन मिनिटे संधी दिली जाईल. जो गट अधिक गुण मिळवील, तो संघ विजयी होईल.

मैदान रचना

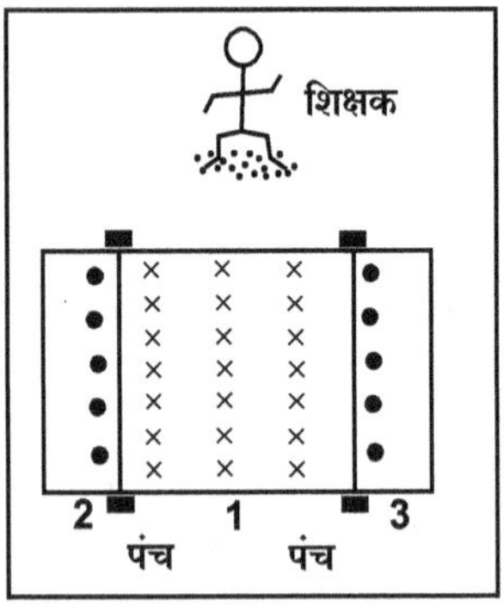

शिक्षक कृती : शिक्षक प्रथम वर्गाचे समान दोन गट करतात. खेळाचे नाव सांगतात. त्याचे प्रात्यक्षिक दाखवून थोडक्यात नियम सांगतात. दोन्ही गटांना सरावास संधी देतात. त्यांच्या शंकांचे निराकरण करतात. गटातील विद्यार्थ्यांची संख्या निश्चित करून पंच नेमतात. नाणेफेक करून प्रथम बॉलने कोणी मारावयाचे ते निश्चित करतात. शिट्टीच्या साहाय्याने खेळ सुरू करतात. विजयी संघाचे अभिनंदन करतात. विद्यार्थी निरीक्षण व श्रवण करतात. शिक्षकांच्या आज्ञेनुसार खेळात चुरशीने भाग घेतात.

खेळ क्र. 4 : आंधळी कोशिंबीर

मुलांचे हात धरून गोल करावा. एकास राज्य घेण्यास सांगावे. 10-12 मुलांना वर्तुळात पळण्यास सांगावे व उरलेल्या 10-15 मुलांनी वर्तुळावर उभे राहावे; त्यामुळे खेळणारा डोळे बांधलेले असूनसुद्धा सुरक्षित राहील. ज्याचे डोळे बांधलेले आहेत त्याने म्हणावे, ''भाऊ तू कुठंय ?'' इतर पळणाऱ्यांनी म्हणावे, ''भाऊ आम्ही इथं आहोत.'' आवाजाच्या रोखाने त्याने शिवण्यास जावे. खेळात आणखी गंमत आणण्यासाठी तीन-चार मुलांचे डोळे बांधून त्यांनाही वर्तुळात इतरांना शिवण्यास पाठवावे. म्हणजे मग पळणाऱ्यांची 'इकडे जाऊ की तिकडे जाऊ' अशी पंचाईत होऊन जाईल व अनेक जण लवकर बाद होऊन वर्तुळावरील खेळाडूंना खेळण्यास लवकर संधी मिळेल.

खेळ क्र. 5 : तळ्यात-मळ्यात व खेळातून खेळ

मुलांना हात धरून गोल करण्यास सांगावे. शिक्षकाने हातात एखादी काठी घेऊन मुलांच्या पायांच्या आतील बाजू लक्षात घेऊन त्याप्रमाणे एक वर्तुळ आखावे. वर्तुळाच्या आतील भागास 'तळे' म्हणावे व बाहेरील बाजूस 'मळा' म्हणावे. सर्वांना हात कमरेवर ठेवून विठोबासारखे उभे राहण्यास सांगावे. शिक्षकांनी खेळात स्वतः भाग घ्यावा आणि सांगावे की, ''मी तुम्हाला जे करायला सांगीन त्याप्रमाणे तुम्ही करावे.'' ''मी 'तळ्यात' म्हटले की तुम्ही उडी मारून वर्तुळाच्या आत उभे राहावे.'' आणि 'मळ्यात' म्हटल्यावर बाहेर उडी मारून उभे राहावे. शिक्षक म्हणतील त्याप्रमाणे उडी मारून जे उभे राहणार नाहीत ते बाद समजावेत. त्याने स्वतः एखादे वेळी 'मळ्यात' उडी मारावी व तोंडाने मात्र 'तळ्यात' म्हणावे. म्हणजे मुलांना हुलकावणी दिल्यासारखे होऊन अधिक मुले बाद होतील. (त्यामुळे खेळ अधिक रंगतो.) बाद होता-होता 5-6 मुले राहिली की पुढील खेळ सुरू करावा.

खेळ क्र. 6 : कोंबडा झुंज

मुलांचे दोन संच करावेत. त्यांना समोरासमोर तोंड करून 20-25 फुटांवर उभे राहण्यास सांगावे. दोन्ही संघांत 1 ते 15-20 इत्यादी नंबर द्यावेत. शिक्षकांनी एक नंबर घेतला की, दोन्ही संघांतील त्याच क्रमांकांनी मध्यभागी येऊन उभे राहावे. प्रत्येकाने आपल्या उजव्या हाताने आपला डावा खांदा धरावा. डाव्या हाताने डाव्या पायाचा गुडघा दुमडून पाय घोट्याजवळ धरावा. म्हणजे हे एका पायावर उड्या मारणारे दोन कोंबडे तयार झाले. मग शिक्षकांनी तयार म्हणावे व झुंजीस सुरुवात करावी. प्रत्येकाने खांद्याने, कोपराने समोरच्या गड्यास ढकलावे. आपल्या समोरचा कोंबडा आपल्यावर आल्यावर झटकन बाजूला होऊन हुलकावणी द्यावी. धक्के देताना, घेताना नुसते हात-पाय सुटल्यास परत धरावे व झुंज सुरू करावी. हात सोडून ज्याचा पाय टेकेल तो बाद समजावा. जो हरला असेल त्याने जिंकलेल्या कोंबड्यांच्या मागे जाऊन बसावे. शिक्षकांनी इतर नंबरांना बोलवावे. कधी दोन-दोन जोडप्यांची झुंजही लावून द्यावी.

शेवटी प्रत्येक संघात किती कोंबड्यांच्या जोड्या आहेत त्याप्रमाणे विजयी संघ सांगावा. विजयी संघ किती गुणांनी विजयी झाला तेही सांगावे. विजयी संघाचा जयजयकार करावा.

खेळ क्र 7 : राम राम पाव्हणं

मुलांना गोलात उभे करावे व एकाला राज्य घेण्यास सांगावे. राज्य घेतलेल्या मुलाने गोलाच्या मागे एखाद्-दुसरी फेरी मारावी. मग त्याने एका मुलाला पाठीला हात लावून खूण करावी. ज्याच्या पाठीला हात असेल त्याने उलट दिशेने पळायला सुरुवात करावी. पळताना दोघे जण जेथे एकमेकांना विरूद्ध दिशेने भेटतील तेथे त्यांनी एकमेकांना नमस्कार करून 'राम राम पाव्हणं' आणि तसेच पळत जाऊन आधी त्या घरी कोण जातो ते पाहावे. जो नंतर पोहोचेल, त्याला घर मिळणार नाही त्याच्यावर राज्य व त्याने खेळ चालू ठेवावा.

खेळ क्र. 8 : रुमाल पळविणे

वरीलप्रमाणेच दोन संघ करून संघातील दोन्ही बाजूकडून विद्यार्थ्यांना नंबर द्यावेत. नंतर विरूद्ध बाजूकडून द्यावे. मुलेसुद्धा विरूद्ध बाजूकडून उंचीने उभी करावीत. दोन्ही ओळीत 25 ते 30 फूट अंतर ठेवावे. दोन्ही ओळींच्या मध्यभागी एक छोटेसे वर्तुळ आखावे. त्यात एखादा रुमाल ठेवावा. शिक्षकांनी दोन्ही रांगांकडे बघून मग नंबर उच्चारावा. जो नंबर शिक्षकांनी म्हटला असेल त्या नंबरच्या दोन्ही मुलांनी रुमाल पळविण्यासाठी वर्तुळाजवळ यावे. रुमाल पळवून त्यांनी आपला संघ असेल त्या रेषेच्या पलीकडे पळत जावे. मात्र रुमालाला हात लावल्यावर किंवा तो घेऊन जात असता जर दुसऱ्या गड्याने हात लावला तर तो जिंकला. अशा प्रकारे जो जिंकला असेल त्याच्या मागे हरलेल्यांनी येऊन बसावे. शिक्षकाने सर्व क्रमांक होईपर्यंत खेळ घ्यावा. सर्व नंबर झाल्यावर दोन्ही संघांतील विजयी जोड्या मोजाव्या व ज्याच्या जेवढ्या जोड्या जास्त असतील तेवढ्या गुणांनी तो संघ विजयी झाला असे सांगावे.

खेळ क्र. 9 : वाघोबा-वाघोबा किती वाजले ?

असा एक वाघोबा आहे की तो मुलांशी गोड बोलतो. 'किती वाजले' याचेही उत्तर देतो; पण एकदा का 12 वाजले की मग जो मिळेल त्याला तो पकडतो. खेळासाठी विद्यार्थी प्रथम एका ओळीत उभे राहतात. मग वाघोबा पुढे व मुले मागे-मागे जाताना हवी तशी गर्दी करत जातात. ज्या दिशेला वाघोबा चाललेला असतो त्या दिशेला त्याला विचारत-विचारत "वाघोबा वाघोबा किती वाजले ?" वाघोबा म्हणतो 1-2 कधी एकदम 4, 4.30 तर कधी एकदम 10-11 इत्यादी. एकदा का त्याने 12 वाजले म्हटले की सगळी मुले सैरावैरा पळत सुटतात. आपल्या हद्दीकडे म्हणजे प्रारंभ रेषेच्या पलीकडे जातात. वाघोबाची हद्द ही तेवढीच असते. त्या रेषेपर्यंत वाघोबा ज्यांना पकडेल ते बाद होणार व बाद होणारा वाघोबा म्हणून राज्य घेईल.

खेळ क्र. 10 : गड्यांचा खेळ

मुलांना वर्तुळ करून, गोलात पळायला सांगावे. मध्येच शिक्षकांनी त्यांना एक-दोन-तीन-चार अशा टाळ्या वाजवत पळायला सांगावे. सगळ्यांनी एका वेगात पळत राहावे, म्हणून शिक्षकाने सांगावे की मी शिट्टी वाजवली की, "मागे वळायचे आणि पळायला सुरुवात करावी." 'वळा आणि पळा' म्हणावे. नंतर शिक्षकांनी सर्वांना ऐकू जाईल अशा मोठ्या आवाजात एक अंक सांगावा. जसे 5 ...... शिक्षक जी संख्या सांगतील तेवढ्या मुलांनी झटकन एकत्र यावे आणि गट करून खाली बसावे किंवा उभे राहावे. सांगितलेल्या संख्येपेक्षा एखाद्या गटात जास्त मुले असल्यास, बाहेर-बाहेरची व ज्यांना कोणताच गट

मिळाला नसेल त्या सर्वांना बाद समजावे. बाद झालेले दोघे-तिघे असल्यास त्यांना एखाद्या झाडाला वा खांबाला शिवून येण्यास सांगावे.

शर्यत

शर्यत क्र. 1 : पळत येऊन टाळी देणे.

साहित्य : 2 ठोकळे

पूर्वतयारी : 'आरंभ' रेषा व 10 फुटांवर 'अंतिम' रेषा चुना फक्कीने आखणे.

विद्यार्थ्यांचे दोन समान संघ, आरंभ-रेषेवर एका-पाठीमागे-एक उभा करणे. शिक्षक आरंभ- रेषेवर थांबतील. दोन्ही संघांना शिक्षक खेळ समजावून देतात. दोन्ही संघांचा पहिला मुलगा शिक्षकांनी प्रथम टाळी दिल्यानंतर धावत जाऊन अंतिम रेषेस पायाने स्पर्श करून ठोकळ्यास वळसा मारून परत धावत येईल व दुसऱ्या मुलास टाळी देऊन रांगेत मागे जाऊन उभा राहील. दुसरा मुलगा वरीलप्रमाणेच कृती करील. जो संघ या शर्यतीत प्रथम येईल तो विजयी. 'भारतमाता की जय' असा नारा सर्व मुले हात उंचावून एकदम करतात आणि वर्गात ओळीने व शिस्तीत एकमेकांशी न बोलता जातात.

शर्यत क्र. 2 : ले-अप शॉट शूटिंग स्पर्धा

बास्केटबॉलसाठी पूरक खेळ : विद्यार्थ्यांचे दोन समान गट करणे. दोन्ही गटातील क्रमशः प्रत्येकाला शूटिंग करण्याची संधी देणे. फाउल न करता बास्केट केल्यास दोन गुण देणे. बास्केट न करणाऱ्यास शून्य गुण देणे. ज्या गटाचे गुण जास्त होतील तो गट विजयी होईल.

शर्यत क्र. 3 : घोडागाडी शर्यत

मुलांचे प्रथम संघ तयार करून घ्यावेत. त्या संघांमध्ये घोडा व स्वार अशी जोडी तयार करून घ्यावी. प्रारंभ रेषेपासून त्यांना अंतिम रेषेपर्यंत घोडागाडी करत जावे. जाताना जो पुढे असेल त्याने येताना मागे यावे. म्हणजे जाताना जो घोडा झाला असेल त्याने येताना स्वार व्हावे व जो स्वार झाला होता त्याने येताना घोडा होऊन यावे. परत आल्यावर आपल्या संघातील पुढच्या जोडीस टाळी द्यावी व स्वतः शेवटी जाऊन उभे राहावे. शेवटच्या घोडागाडीने नेहमीप्रमाणे अंतिम रेषेपलीकडे जाऊन शर्यत पूर्ण करावी.

शर्यत क्र. 4 : साखळी शर्यत

मुलांचे संघ एका-शेजारी एक नेहमीप्रमाणे उभे करावेत, पण त्यांच्यात भरपूर म्हणजे सुमारे 10-12 फूट अंतर ठेवावे. असेच अंतर अंतिम वर्तुळामध्येही ठेवावे. सर्व संघातील मुलांना त्यांच्या संघातील पुढच्या मुलाच्या कमरेस विळखा घालून धरण्यास व जरा पुढे वाकून उभे राहून साखळी करण्यास सांगावे. या शर्यतीस प्रारंभ करताच संघनायकाने आपल्या सर्व संघाची एक लांबलचक साखळी घेऊनच शर्यतीस निघावे. संपूर्ण साखळीने अंतिम रेषेकडील वर्तुळास साखळी न तुटू देता फेरी घालून परत यावे व आपल्या जागेवर येऊन उभे राहावे. सर्व संघ एकाच वेळी एका साखळीने खेळणार असल्याने प्रारंभ व अंतिम रेषा यातील अंतर 60 फुटांपेक्षा जास्त हवे.

शर्यत क्र. 5 : बदक चाल शर्यत

संघांना उभे करून घ्यावे. प्रारंभ करण्यापूर्वी तयार म्हटल्यावर प्रत्येक संघातील मुलाने चवड्यावर बसावे व कमरेवर हात ठेवावेत. शिक्षकांनी शिट्टी दिल्यावर आपापल्या संघासमोरील वर्तुळाकडे तोल सावरत सावकाश चालत निघावे. कमरेवर हात ठेवून बसून-बसूनच बदकासारखा एकेक पाय पुढे टाकतच जावे व अंतिम रेषेकडील वर्तुळाला वळसा घालून परत यावे. पुढील मुलास टाळी द्यावी व आपण रांगेच्या मागे जाऊन बसावे. अगदी पाय पसरूनही बसले तरी चालेल. शर्यतीचा शेवट नेहमीप्रमाणे अंतिम रेषेवर शेवटच्या बदकाने उभे राहून करावा. वाकून चवड्यावर फार पावले चालणे कष्टाचे व कौशल्याचे असल्यामुळे शर्यतीचे अंतर 10 फूटच हवे.

प्रात्यक्षिक क्र. ४

मोठे खेळ

ॲथलेटिक्स

या मैदानी बाबीत धावणे, रिले, उड्यांचे प्रकार, फेकण्याच्या बाबी यांचा समावेश होतो.

बाबी

धावणे			**रिले**	**अडथळा शर्यती**	**उड्या**	**फेकी**
लघू	मध्यम	दीर्घ	4 × 100 मी.	100 मी. (महिला)	लांब	गोळा
100 मी.	800 मी.	5,000 मी.	4 × 400 मी.	110 मी.	उंच	थाळी
200 मी.	1500 मी.	10,000 मी.		(पुरुष)	तिहेरी	भाला
400 मी.		मॅरेथॉन		400 मी.	बांबू	हातोडा

- 20 कि.मी. चालणे (महिला)
- 50 कि.मी. चालणे (पुरुष)
- 2,000 मी. 3,000 मी. स्टिपलचेस

प्रमुख नियम :

1. रनिंग, रिले, हर्डल्स या बाबी 400 मी. प्रमाणित ट्रॅकवर होतात.
2. ट्रॅकवर 8 लेन्स असतात.
3. प्रत्येक लेनची रुंदी 1.22 मी. असावी.
4. फाउल स्टार्ट झाल्यास त्या खेळाडूस एकदा ताकीद दिली जाते. त्यानंतर पुन्हा फाउल स्टार्ट झाल्यास ज्या खेळाडूने तो केला असेल त्यास बाद ठरविले जाते.

5. हर्डल्सचे अंतर : पुरुष, कनिष्ठ गट मुले आणि युवक :

स्पर्धा	आरंभरेषेपासून पहिल्या हर्डल्सचे अंतर	दोन हर्डल्समधील अंतर	शेवटचे हर्डल ते अंतिम रेषेतील अंतर
110 मी.	13.72 मी.	9.14 मी.	14.02 मी.
400 मी.	45.00 मी.	35.00 मी.	40.00 मी.

6. हर्डल्सचे अंतर : महिला, कनिष्ठ गट मुली आणि युवती :

स्पर्धा	आरंभरेषेपासून पहिल्या हर्डल्सचे अंतर	दोन हर्डल्समधील अंतर	शेवटचे हर्डल ते अंतिम रेषेतील अंतर
100 मी.	13.00 मी.	8.50 मी.	10.50 मी.
400 मी.	45.00 मी.	35.00 मी.	40.00 मी.

7. स्पर्धेसाठी हर्डल्सची उंची :

स्पर्धा	पुरुष	कनिष्ठ गट (मुले)	युवक	महिला/कनिष्ठ (मुली)	युवती
100 मी./ 110 मी.	1.067 मी.	0.990 मी.	0.914 मी.	0.840 मी.	0.762 मी.
400 मी.	0.914 मी.	0. 914 मी.	0.840 मी.	0.762 मी.	0.762 मी.

8. एकाही हर्डल्सवरून उडी मारली नाही तर खेळाडू बाद होतो.

9. स्वतःच्या लेनमधून हर्डल उडी न मारणारा बाद होतो.

10. स्टिपलचेससाठी.

अंतर	हर्डल जम्प्स	वॉटर जम्प्स
2,000 मी.	18	5
3,000 मी.	28	7

11. ठरावीक वेळेत खेळाडूंनी उड्यांच्या बाबतीतील संधी पूर्ण करावी लागते.

खेळाडू संख्या	उंच उडी	बांबू उडी	इतर
3 पेक्षा जास्त	1 मिनिट	1 मिनिट	1 मिनिट
2 ते 3	1.5 मिनिटे	2 मिनिटे	1 मिनिट
1	3 मिनिटे	5 मिनिटे	—

12. उंच उडी/बांबू उडीत सलग 3 उड्या अयशस्वी झाल्यास खेळाडू बाद होतो.

13. सर्व खेळाडू बाद झाले आणि एकच खेळाडू शिल्लक राहिला तर तो विजेता असतो. तरीसुद्धा तो त्याच्या सलग तीन संधी अयशस्वी होईपर्यंत स्पर्धा करू शकतो.

14. खेळाडूंमध्ये बरोबरी झाल्यास ज्या खेळाडूने कमीत कमी उड्या घेतल्या असतील तो विजेता ठरतो. तरीसुद्धा बरोबरी झाल्यास ज्याने कमीत कमी अयशस्वी उड्या मारल्या असतील तो विजेता ठरतो.
15. उंच उडीसाठीच्या दोन पोल्समधील (Up-Rights) अंतर 4 मीटरपेक्षा कमी व 4.04 मीटरपेक्षा जास्त असू नये.
16. लांब उडीत खेळाडूने Take-off रेषा ओलांडली/शरीराचा स्पर्श झाल्यास त्याची ती उडी अयशस्वी ठरते.
17. समरसॉल्ट करून उडी मारल्यास त्याची संधी वाया जाते.
18. फेकीच्या बाबींसाठीच्या साहित्याची मोजमापे निश्चित असतात.

साधने	महिला/मुली युवती	युवक	कनिष्ठ गट (मुले)	पुरुष
गोळा	4 कि.ग्रॅ.	5 कि.ग्रॅ.	6 कि.ग्रॅ.	7.260 कि.ग्रॅ.
थाळी	1 कि.ग्रॅ.	1.5 कि.ग्रॅ.	1.750 कि.ग्रॅ.	2 कि.ग्रॅ.
हातोडा	4 कि.ग्रॅ.	5 कि.ग्रॅ.	6 कि.ग्रॅ.	7.260 कि.ग्रॅ.
भाला	600 ग्रॅ.	700 ग्रॅ.	800 ग्रॅ.	800 ग्रॅ.

19. फेकीच्या सेक्टरची मोजमापे निश्चित असतात.

	गोळा	हातोडा	थाळी
व्यास	2.135 मी. (± 5 मि.मी.)	2.135 (मि.मी. (± 5 मि.मी.)	2.50 मी. (± 5 मि.मी.)
कोन	34.92°	34.92°	34.92°

20. भालाफेकीत रन-वे 30 मी. ते 36.5 मी. असावा.
21. थाळी, गोळा व हातोडा आखलेल्या सेक्टर (वर्तुळ) मधूनच फेकावा. तर भाला रन-वेमधूनच फेकावा.
22. भाला व गोळा प्रमाणित पद्धतीनेच फेकावा.
23. आखलेल्या मर्यादा रेषांदरम्यानच फेकी कराव्यात.
24. फेकलेल्या बाबीचा जमिनीस स्पर्श झाल्यानंतर मैदानातून (सेक्टर्स) बाहेर यावे.

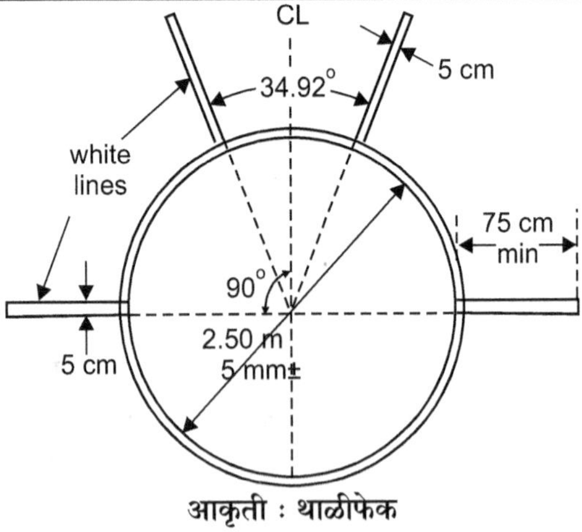

आकृती : थाळीफेक

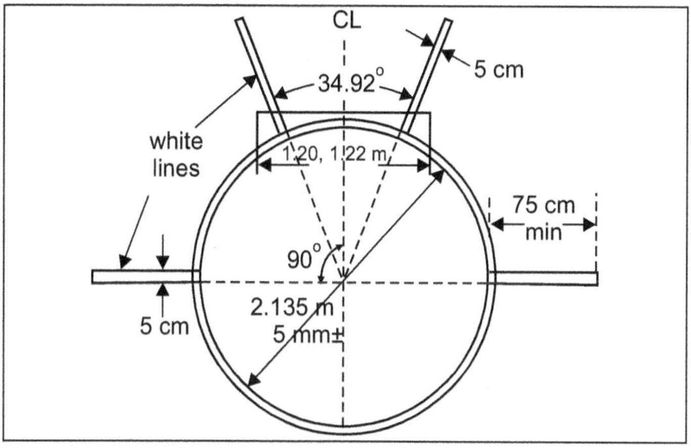

आकृती : गोळाफेक

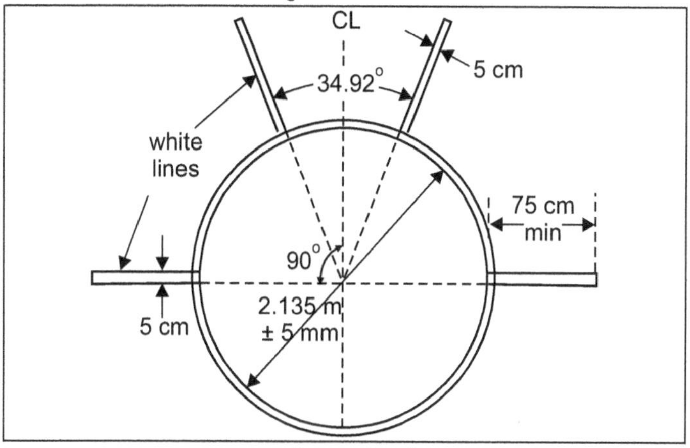

आकृती : हातोडा फेक

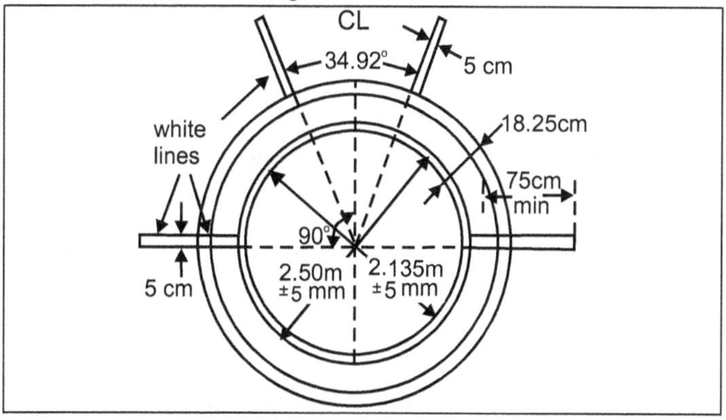

आकृती : थाळी व हातोडा फेक

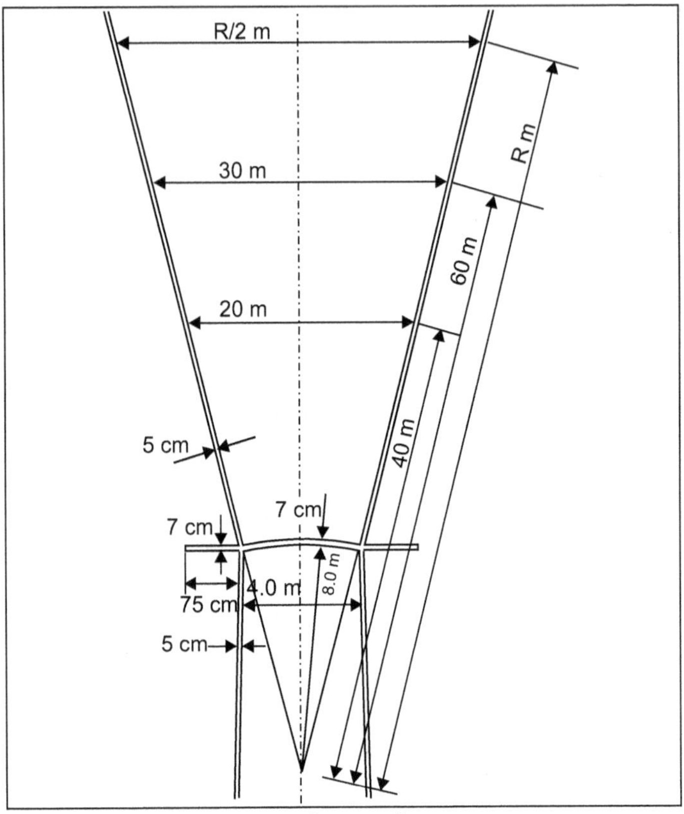

आकृती : भालाफेक

व्हॉलिबॉल

इतिहास : 'व्हॉलिबॉल' या खेळाची सुरुवात 1895 साली झाली. अमेरिकेत मॅसाच्युसेटमधील व्हॉलिहॉकच्या वाय.एम.सी.ए. चे शारीरिक शिक्षण संचालक विल्यम जी. मॉर्गन यांनी हा खेळ शोधून काढला. फुटबॉलचा चेंडू वजनदार आणि हाताने फटकाविताना त्रास होऊ लागला म्हणून वरचे कातडी आवरण काढून टाकून आतील रबरी ब्लॅडर चेंडू म्हणून वापरण्यास सुरुवात केली त्यामुळे हाताने खेळताना काहीच अडचण नव्हती.

पहिल्या आणि दुसऱ्या जागतिक महायुद्धांत निरनिराळ्या देशांत जाणाऱ्या अमेरिकन सोल्जरांनी हा खेळ आपल्याबरोबर नेला. फावल्या वेळात छावणीतल्या मोकळ्या जागेत हे अमेरिकन सोल्जर व्हॉलिबॉल खेळत असत. व्हॉलिबॉलचा खेळ जगात लोकप्रिय करण्यात या सोल्जरांचा फार मोठा वाटा आहे. 1960 साली 'व्हॉलिबॉल' या खेळाचा ऑलिम्पिकमध्ये प्रथम पुरुष संघाचा समावेश झाला आणि 1964 च्या टोकिओ येथील ऑलिम्पिकमध्ये महिलांचा व्हॉलिबॉल प्रथम सुरू झाला.

मैदान : मैदानाची लांबी 18 मीटर तर रुंदी 9 मीटर असते. वरच्या बाजूस 7 मीटरपर्यंत कोणताही अडथळा नसावा. सर्व बाजूला किमान 3 मीटर अंतर मोकळे असावे व सर्व रेषांची रुंदी 5 सें.मी. इतकी मैदानात समाविष्ट असावी. जाळीच्या खाली जाळ्याला समांतर असणारी रेषा 'मध्यरेषा' म्हणून ओळखली जाते. ही रेषा 5 सें.मी. रुंद आणि दोन्ही बाजूच्या रेषांना जोडणारी असावी. मध्यरेषेमुळे क्रीडांगणाचे दोन समान भाग पडतात, यावरच जाळे टांगलेले असते. या मध्यरेषेच्या तीन मीटर दोन्ही बाजूस एक रेषा समांतर असते त्याला 'आक्रमण रेषा' (Attack Line) असे म्हणतात.

लांबीच्या रेषांना 'बाजू रेषा' (Side Line) व रुंदीच्या अंतिम रेषांना 'अंतिम रेषा' (End Line) असे म्हणतात.

मध्यरेषेवर जाळे दोन आधारभूत खांबांच्या साहाय्याने टांगलेले असते. हे खांब बाजूच्या रेषेपासून किमान 50 सें.मी. अंतरावर दोन्ही बाजूस लावलेले असतात. यावर वरच्या बाजूस 5 सें.मी. जाडीच्या काळ्या पट्टीत तारेने ओवलेले जाळे असते. हे जाळे 9.50 मीटर लांब व 1 मीटर रुंद असते. यातील चौकोन 10 सें.मी. × 10 सें.मी. असतो त्याला 'मेश' असे म्हणतात. नेट काळ्या रंगाचे असावे. जमिनीपासून नेटची उंची पुरुषांसाठी 2.43 मीटर, महिलांसाठी 2.24 मीटर तर मिनी गटासाठी 2.10 मीटर असावी. प्रत्येक पट्टीच्या खांबाकडील किनारीलगत फायबर ग्लास किंवा तत्सम घडणीच्या 1.80 मीटर लांब आणि 1 सें.मी. व्यासाची काठी लावावी याला 'ॲन्टेना' (Antenna) असे म्हणतात. ॲन्टेना जाळ्याच्या वरच्या पट्टीपेक्षा किमान 80 सें.मी. उंच असावा. ॲन्टेनाचा रंग लाल व पांढरा असावा. तो मैदानाच्या प्रत्येक बाजूस एक राहील असा लावणे आवश्यक आहे.

चेंडू कातड्याचा गोलाकार घडणीचा असावा. बाहेरच्या बाजूस लवचीक कातडे आणि आतील बाजूस रबर किंवा तत्सम पदार्थाची हवेने फुगणारी पिशवी असावी. चेंडू रंगीत असावा. चेंडूचा परीघ किमान 65 ते 67 सें.मी. असावा. वजन किमान 260 ग्रॅम ते कमाल 280 ग्रॅम असावे. चेंडूला आंतरराष्ट्रीय संघटनेची मान्यता असणे आवश्यक आहे.

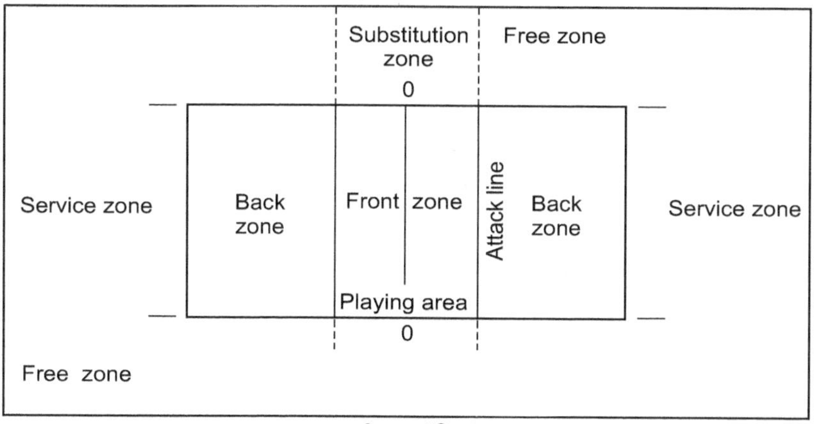

आकृती : व्हॉलिबॉल

सर्वसाधारण नियम - संघ व बदली खेळाडू

(1) प्रत्येक संघात 12 खेळाडू असतील. मात्र यातील प्रत्यक्ष सामन्यात भाग घेणारे 6 व बदली खेळाडू 6 असतील. सामना सुरू होण्यापूर्वी ज्या खेळाडूंची नावे गुणपत्रकात नोंदविली गेली असतील त्याच खेळाडूंना सामन्यात भाग घेता येईल. 6 पेक्षा कमी खेळाडूंनी सामना सुरू करता येणार नाही.

(2) बदली खेळाडू व प्रशिक्षक संरक्षण रेषेच्या बाहेर असतील.

(3) बदली खेळाडू चेंडू मृतवत झाल्यानंतरच घेता येईल. तशी सूचना प्रशिक्षकाने वा संघनायकाने सरपंच, पंच वा गुणलेखकाला करणे आवश्यक आहे. प्रत्येक संघाला 6 खेळाडू 'बदली खेळाडू' म्हणून घेता येतील. हे सर्व खेळाडू संघाच्या गणवेशातच व योग्य आकाराचा क्रमांक छाती व पाठीवर लावलेले असावेत. खेळाडूने परिधान केलेल्या पोशाखावर पुढे 8 सें.मी. उंच व पाठीमागे 15 सें.मी. उंच नंबर ठळक व स्पष्ट टाकलेला असावा. संघनायकाने आपल्या नंबरबरोबरच 2 सें.मी. × 1.5 सें.मी. चे बोधचिन्ह जर्सीच्या निराळ्या रंगात लावलेले असावे.

(4) व्हॉलिबॉल खेळताना खेळाडूंनी जर्सी व शॉर्ट घालून खेळावे.

(5) 'विशेष खेळाडू' (LIBERO) खास बचावात्मक खेळासाठी घेता येतो. मात्र तो संघाचा कर्णधार होऊ शकत नाही.

(6) जर या विशेष खेळाडूला दुखापत झाली असेल तर मुख्य सरपंचाच्या पूर्वपरवानगीने असा खेळाडू बदलता येईल. मात्र बदली घेण्यात येणारा खेळाडू मैदानात आधीच खेळणाऱ्या खेळाडूतील नसावा. उरलेल्या सामन्यात पहिला जखमी विशेष खेळाडू (LIBERO) खेळात भाग घेऊ शकणार नाही.

खेळाचे नियम

(1) सामने 3 किंवा 4 डावांचे खेळविले जातात. तीन डावांच्या सामन्यात दोन डाव जिंकणारा संघ व पाच डावांच्या सामन्यात तीन डाव जिंकणारा संघ विजयी म्हणून घोषित केला जातो. आंतरराष्ट्रीय सामने पाच डावांचे असतात. (25 गुणांचा एक सेट, 15 गुणांचा निर्णायक सेट असतो.)

(2) नाणेफेक करून सर्व्हिस वा अंगण निवडावे लागते. नाणेफेक संघ दोन्हीपैकी एक निवडेल व उरलेला पर्याय दुसरा संघ स्वीकारेल.

(3) प्रत्येक डावासाठी अंगण बदलून खेळ होईल व पहिल्या डावात ज्या संघाने सर्व्हिस प्रथम केली असेल त्याच्याविरुद्ध संघ दुसऱ्या डावात प्रथम सर्व्हिस करेल असे निर्णायक डावापर्यंत चालेल. निर्णायक डावासाठी मात्र परत एकदा नाणेफेक होऊन कुठल्या संघाने कुठल्या अंगणात खेळावे व सर्व्हिस करावी हे ठरविले जाईल. निर्णायक डाव तीन

डावांच्या सामन्यात 1-1 डावांची बरोबरी झाल्यानंतरचा तिसरा डाव व पाच डावांच्या सामन्यात 2-2 बरोबरी झाल्यानंतर पाचवा डाव असेल.

(4) विश्रामकाळ (Time Out) 30 सेकंदांचा असतो. प्रत्येक संघाला प्रत्येक डावात विश्रांतीसाठी दोन विश्रामकाळ घेता येतील.

(5) खराब हवामान, साधनसामग्रीची मोडतोड इत्यादींमुळे सामन्यात व्यत्यय आल्यास जर सामना चार तास किंवा त्याहून कमी वेळेसाठी स्थगित झाला व त्याच क्रीडांगणावर त्याच पंच मंडळासमोर पुन्हा सुरू झाल्यास स्थगिती वेळेच्या गुणापासून सुरू करावा. मात्र खेळ दुसऱ्या मैदानावर खेळविला गेला तर पूर्ण झालेले डाव गृहीत धरले जातील. मात्र ज्या डावाचा खेळ स्थगित केला असेल त्याचे झालेले गुण रदबातल ठरविण्यात येऊन पुन्हा खेळविला जाईल.

(6) सर्व्हिस क्षेत्रात अंतिम रेषेच्या पाठीमागे उभे राहून एका हाताने चेंडू हवेत उडवूनच दुसऱ्या हाताने चेंडूला मारून सर्व्हिस करावी. असा चेंडू नेटवरून नेटला लागून मात्र ॲंटिनाला न लागता प्रतिस्पर्धी संघाच्या अंगणात गेला पाहिजे.

(7) सर्व्हिस करताना अंतिम रेषेला स्पर्श झाल्यास, ॲन्टिनाला लागल्यास, सर्व्हिस करणाऱ्या संघातील खेळाडूला लागून चेंडू गेल्यास, चेंडू जाळीत अडकल्यास वा मैदानाच्या बाहेर गेल्यास केलेली सर्व्हिस चूक समजली जाते. त्याला दंडशासन म्हणून एक गुण व सर्व्हिस प्रतिस्पर्धी संघाला दिली जाते.

(8) सर्व्हिस करणाऱ्याने जोपर्यंत आपल्या संघाकडून चूक घडून गुण जात नाही तोपर्यंत सलग सर्व्हिस करावी. चूक घडल्यास प्रतिस्पर्ध्याला सर्व्हिस द्यावी. प्रत्येक सर्व्हिसवर झालेला गुण त्या-त्या संघाच्या खात्यात नोंदविला जाईल.

(9) सर्व्हिस करताना चेंडू हवेत फेकल्यानंतर मारणाऱ्याचा हुकला, पण खेळाडूच्या अंगाला वा पोशाखाला लागल्यास अयोग्य सर्व्हिस धरून प्रतिस्पर्धी संघाला दिली जाईल.

(10) सर्व्हिस करताना अंतिम रेषेला स्पर्श करता येणार नाही. मात्र चेंडू उडवून स्वतः हवेत उडी मारून चेंडू मारून क्रीडांगणात खेळाडूची पावले पडली तरी चालेल.

(11) खेळाडू योग्य स्थानावर उभे आहेत असे दिसल्यावर मुख्य पंचांनी शिटी वाजवून सर्व्हिस करण्याचा इशारा करावा, त्याबरोबर लगेच सर्व्हिस केली पाहिजे. 8 सेकंदांच्या आत सर्व्हिस न केल्यास प्रतिस्पर्ध्याला सर्व्हिस दिली जाईल.

(12) सर्व्हिस बदलल्यानंतर संघातील खेळाडूंनी सर्व्हिस करण्यापूर्वी घड्याळाच्या काट्याप्रमाणे (Clock-wise) परिभ्रमण करावे असे डाव संपेपर्यंत करावे.

(13) प्रतिस्पर्ध्याकडून आलेला चेंडू अडविण्याचा प्रयत्न (Blocking) वगळता तीन वेळा लागोपाठ मारून परत पाठविता येईल.

(14) प्रतिस्पर्ध्याने मारलेला चेंडू उचलण्यासाठी हात, पाय व डोके यांचा वापर करता येईल.

(15) चेंडू उडविण्याच्या क्रियेत (Tossing) बोटांचा योग्य वापर होणे आवश्यक, त्याचप्रमाणे बोटांच्या अग्रांनी चेंडू प्रतिस्पर्ध्याच्या अंगणातही ढकलता येईल.

(16) चेंडू उडविण्याच्या क्रियेत (Tossing) बोटाचे तळ वा पंजा उपयोगात आल्यास, चेंडू बोटावर थांबल्यास वा स्पर्श करून मागच्या बाजूस गेल्यास (Carried) ती चूक समजली जाते व आपल्याकडे सर्व्हिस असल्यास प्रतिस्पर्ध्याला सर्व्हिस दिली जाते. सर्व्हिस प्रतिस्पर्ध्याकडे असेल तर त्यांच्या नावावर एक गुण जमा केला जातो व सर्व्हिस आपली असताना प्रतिस्पर्धी संघाकडून अशी चूक घडल्यास आपल्याला एक गुण मिळतो.

(17) ज्या वेळी दोन प्रतिस्पर्धी संघातील खेळाडू जाळ्याच्या वर असलेल्या चेंडूला फटकाविण्याच्या प्रयत्नात एकाच वेळी स्पर्श करतील तेव्हा चेंडू परतविण्याचा प्रयत्न करणाऱ्या संघाच्या प्रतिस्पर्धी संघातील खेळाडूने चेंडूला स्पर्श केला आहे असे गृहीत धरले जाते.

(18) वरील नियमाप्रमाणे आघात झाल्यानंतर चेंडू योग्य रीतीने दुसऱ्या बाजूस आला असेल व त्या अंगणात खेळाडूंना तो तीन स्पर्शाच्या साहाय्याने परतविता येईल. मात्र असा चेंडू अंगणात पडल्यास ज्या अंगणात तो पडला त्यांची सर्व्हिस असेल तर ती काढून घेतली जाईल वा प्रतिस्पर्धी संघाची सर्व्हिस असल्यास त्याच्या खात्यात एक गुण जमा होईल. तसेच असा चेंडू मैदानाच्या बाहेर पडल्यास जाळ्याच्या ज्या बाजूस चेंडू पडला त्याच्या विरुद्ध जर आपली सर्व्हिस गमावेल वा प्रतिस्पर्धी संघाकडे सर्व्हिस असेल तर एक गुण त्यांनी गमावला असे गृहीत धरले जाईल. मात्र असा एकाच वेळी आघात होणारा चेंडू प्रतिस्पर्धी खेळाडूकडून क्षणमात्र पकडला गेल्यास दोन्ही प्रतिस्पर्धी खेळाडूंकडून चूक घडली असे समजून तो चेंडू परत खेळविला जाईल.

(19) खेळाडूने कंबरेच्या वरचा भाग जाळ्यावर काढून चेंडू अडविण्याच्या प्रयत्नाला 'ब्लॉकिंग' (Blocking) असे म्हणतात. जाळ्यावर चेंडू अडविण्याचा प्रयत्न फक्त पुढील रांगेतील खेळाडूंनीच करावयाचा असतो. यात पुढील रांगेतील सर्व खेळाडूंनी वा एका खेळाडूने भाग घेतला तरी चालतो. चेंडू अडविताना खेळाडूला स्पर्श करून आल्यानंतर तीनदा मारून परत पाठविला जातो.

(20) मागील रांगेत असणाऱ्या खेळाडूंना 'Blocking' च्या क्रियेत भाग घेता येणार नाही. मात्र त्यांना आपल्या हद्दीत येणारा चेंडू कोणत्याही जागेवर किंवा कोणत्याही पद्धतीने खेळता येईल.

(21) जोराने मारलेला फटका जाळ्यात गेला व जाळे मागे जाऊन प्रतिस्पर्धी खेळाडूला लागले तर त्याचा प्रमाद होत नाही. मात्र मारताना जाळ्यास स्पर्श केल्यास ती चूक धरली जाते व दंडशासन केले जाते.

(22) दोन्ही प्रतिस्पर्धी संघातील खेळाडूंनी एकाच वेळी जाळ्याला स्पर्श केल्यास दुहेरी प्रमाद समजून तो गुण परत खेळवावा.

(23) खेळाडूने चेंडू मारताना (Smash/Spike) आपल्या हद्दीतील चेंडूला मारला पाहिजे. मात्र मारल्यानंतर नेटला स्पर्श न होता हात प्रतिस्पर्ध्याच्या अंगणात गेला तर चालतो.

(24) चेंडू मारताना वा परतविताना हात वा पाय मध्यरेषेच्या पलीकडे हवेतून गेल्यास चालतील. मात्र मध्यरेषेला स्पर्श करून जर पूर्ण पाऊल वा नुसता टेकलेला पंजा प्रतिस्पर्ध्याच्या अंगणात गेल्यास चूक घडते व दंडशासन दिले जाते. त्याचबरोबर शरीराच्या कोणत्याही भागाचा प्रतिस्पर्ध्याच्या अंगणात स्पर्श झाल्यास चूक समजली जाते.

(25) मागे रांगेतील खेळाडूला आपल्या अंगणाच्या आक्रमक क्षेत्रातून व त्या-त्या उजव्या व डाव्या काल्पनिक रेषांमधून चेंडू अंगणात पाठवायचा असल्यास त्याने जाळ्याच्या उंचीपेक्षा कमी उंचीवरून चेंडू फटकावला पाहिजे. मात्र आक्रमण रेषेच्या मागील क्षेत्रातून चेंडू पलीकडील अंगणात मारताना कोणत्याही पातळीवर योग्य रीतीने मारला पाहिजे. मागील रांगेतील खेळाडूने मारताना, आक्रमण रेषेच्या मागील भागातून उडी घेतली व हवेतील चेंडू मारून उडी आक्रमण रेषेच्या आत पडली तर चालते. मात्र उडी आक्रमण रेषेच्या मागून घेतली पाहिजे.

(26) चेंडू ॲन्टिनेला लागला, त्याच्या बाहेरून गेला, क्रीडांगणाच्या बाहेर पडला, बाहेरील कोणत्याही वस्तूस लागला वा सरपंचांनी शिटी वाजवून खेळ थांबविला तर मृतवत होतो. मात्र क्रीडांगणाबाहेर जाणारा चेंडू खेळाडूच्या अंगाला स्पर्श करून गेला तर योग्य धरला जाऊन प्रतिस्पर्ध्याला गुण दिला जातो वा आपली सर्व्हिस काढून प्रतिस्पर्ध्याला दिली जाते.

(27) कोणताही प्रमाद वा चूक घडत असताना त्याच संघाचा खेळाडू सर्व्हिस करत असेल तर संघाची सर्व्हिस काढून घेऊन प्रतिस्पर्धी संघास दिली जाते. मात्र प्रतिस्पर्धी संघाकडे सर्व्हिस असल्यास एक गुण प्रतिस्पर्धी संघाच्या नावावर जमा करण्यात येईल.

(28) प्रत्येक डाव 25 गुणांचा असतो. कमीत-कमी दोन गुणांच्या फरकाने जो संघ पहिल्यांदा 25 गुण करेल तो विजयी ठरेल.

(29) सामना 3 वा 5 गेमचा (सेट) असतो. सेटमध्ये 25-25 गुणसंख्या झाल्यास दोन गुणांच्या फरकाने जो संघ आघाडी घेईल तो विजयी म्हणून घोषित केला जातो. मात्र 3 सेटच्या सामन्यात 1-1 बरोबरी वा 5 व्या सेटच्या सामन्यात 2-2 बरोबरी झाल्यास निर्णायक सेट हा 25-25 गुणसंख्या झाल्यास जोपर्यंत एखादा संघ प्रतिस्पर्धी संघापेक्षा दोन गुण अधिक मिळवून तेवढ्या फरकाने सेट जिंकत नाही तोपर्यंत ती चालू ठेवली जाते व ती टेबल-टेनिस पद्धतीने मोजली जाते.

कबड्डी

इतिहास : देशी खेळांपैकी भारतीय उपखंडात व उपखंडाबाहेर सर्वाधिक लोकप्रिय असलेला खेळ असा कबड्डीचा उल्लेख करता येईल. या खेळाची सुरुवात होऊन किमान पाचशे वर्षे होऊन गेली यात शंकाच नाही. जुन्या वाङ्मयात 'धांगडधिंगा' किंवा 'सावळागोंधळ' या अर्थाने 'हुतुतू' हा शब्द उपयोगात आणलेला आढळतो.

1950 सालापूर्वी महाराष्ट्र राज्यात सर्वत्र खेळला जाणारा 'हुतुतू' हा खेळ थोड्याफार फरकाने कबड्डीच होता. पेशवाईच्या काळात तालीमबाज पहिलवान अंगातील रग जिरविण्यासाठी 'हुतुतू' खेळत असत. त्या काळी खेळाचे नियम असे नव्हतेच.

प्रतिस्पर्धी संघाच्या अंगणात प्रवेश करून एक-एक गडी बाद करण्याच्या गनिमी तंत्राच्या या खेळाला महाराष्ट्र, मध्य प्रदेश वगैरे भागात 'हुतुतू' असे म्हणत असत. कर्नाटक, आंध्र प्रदेश, तमिळनाडू वगैरे दक्षिण भारतात याच खेळाला 'चेडूगुडू' असे म्हणत असत. गुजरात, कच्छ वगैरे भागात हाच खेळ 'माडी-माडी' म्हणून ओळखला जात असे. सिंध, पश्चिम पंजाब (पाकिस्तान) या भागात यालाच 'सीचा पक्की' म्हणत असत. पश्चिम बंगाल (आताचा बांगला देश), आसाम वगैरे भागात या खेळाला 'हाडुडू' म्हणत असत.

अखिल महाराष्ट्र शारीरिक शिक्षण परिषदेने या खेळाला नियमबद्ध स्वरूप देण्याचा प्रयत्न केला. 1937 साली नाशिक येथे आयोजित करण्यात आलेल्या अधिवेशनात अखिल महाराष्ट्र शारीरिक शिक्षण परिषदेने 'हुतुतू' या खेळाचे पहिले अधिकृत नियम तयार केले. 1938 साली अखिल भारतीय ऑलिम्पिक संघटनेने प्रथम राष्ट्रीय कबड्डी स्पर्धा आयोजित केल्या.

1950 साली अखिल भारतीय कबड्डी फेडरेशनची स्थापना झाली; परंतु संघटनेच्या कार्याला गती येण्यासाठी मात्र 1972 साल उजाडावे लागले. सन 1959 मध्ये अश्विनीकुमार भोईर सुवर्णचषक कबड्डी स्पर्धा व सन 1963 मध्ये महिलांसाठी दादोबा गावंड चषक अखिल भारतीय कबड्डी स्पर्धा सुरू झाली.

बांगला देश, नेपाळ, भूतान, सिंगापूर, पाकिस्तान, थायलंड व जपान या देशांमध्ये कबड्डीचा प्रचार व प्रसार करून हौशी आशियाई कबड्डी फेडरेशनची स्थापना झाली. दिल्ली येथे सन 1980 मध्ये झालेल्या एशियाड स्पर्धेत कबड्डी खेळाची प्रात्यक्षिके आयोजित केली. सन 1990 मधील बीजिंग एशियाडमध्ये कबड्डीचा समावेश झाला. भारतीय कबड्डी संघाने सुवर्णपदक संपादन केले. आधुनिक कबड्डी ही मॅटवर खेळली जाते. कबड्डीचा प्रसार व प्रचारासाठी महाराष्ट्रातील कै. शंकरराव नारायण ऊर्फ बुवा साळवी यांनी अव्याहतपणे कार्य केले म्हणूनच त्यांना 2003-04 मध्ये महाराष्ट्र शासनाचा शिवछत्रपती राज्य क्रीडा जीवन पुरस्कार देण्यात आला. मॅटवरील जागतिक कबड्डी स्पर्धांचे आयोजन महाराष्ट्रात करण्यात आले. सध्या तरी भारतीय कबड्डी संघाला प्रत्येक स्पर्धेत वर्चस्व आहे.

क्रीडांगणाविषयी माहिती

(1) पुरुष व कुमार गट मुले यांच्यासाठी :

(क) क्रीडांगणाची लांबी 13 मीटर व रुंदी 10 मीटर

(ख) मध्यरेषा 6.25 मीटर वर असते.

(ग) निदान रेषा क्रीडांगणाच्या मध्यरेषेपासून 3.75 मीटर अंतरावर असते.

(घ) निदान रेषेपासून 1 मीटर अंतरावर अंतिम रेषेच्या बाजूस एक रेषा 'बोनस रेषा' म्हणून आखली जाते.

(च) राखीव क्षेत्र क्रीडांगणाच्या दोन्ही बाजूस 1 मीटर असते.

(छ) सिटिंग बॉक्स 8 मीटर × 1 मीटर असून तो अंतिम रेषेपासून 2 मीटर असतो.

(ज) क्रीडांगणाच्या चोहोबाजूंनी 4 मी. मोकळी जागा असते.

(2) महिला, मुली, किशोर गट, मुले आणि कुमारी मुलींसाठी :

(क) क्रीडांगणाची रुंदी 8 मीटर व लांबी 12 मीटर असते.

(ख) मध्यरेषा 5.5 मी. असते.

(ग) निदान रेषा क्रीडांगणाच्या मध्यरेषेपासून 3 मी. अंतरावर असते.

(घ) निदान रेषेपासून 1 मीटर अंतरावर अंतिम रेषेच्या बाजूस एक रेषा 'बोनस रेषा' म्हणून आखली जाते.

(च) राखीव क्षेत्र क्रीडांगणाच्या दोन्ही बाजूस 1 मीटरवर असते.

(छ) सिटिंग बॉक्स 6 मीटर × 1 मीटर असून तो अंतिम रेषेपासून 2 मीटरवर असतो.

(ज) सर्व रेषांचा समावेश क्रीडांगणात असतो.

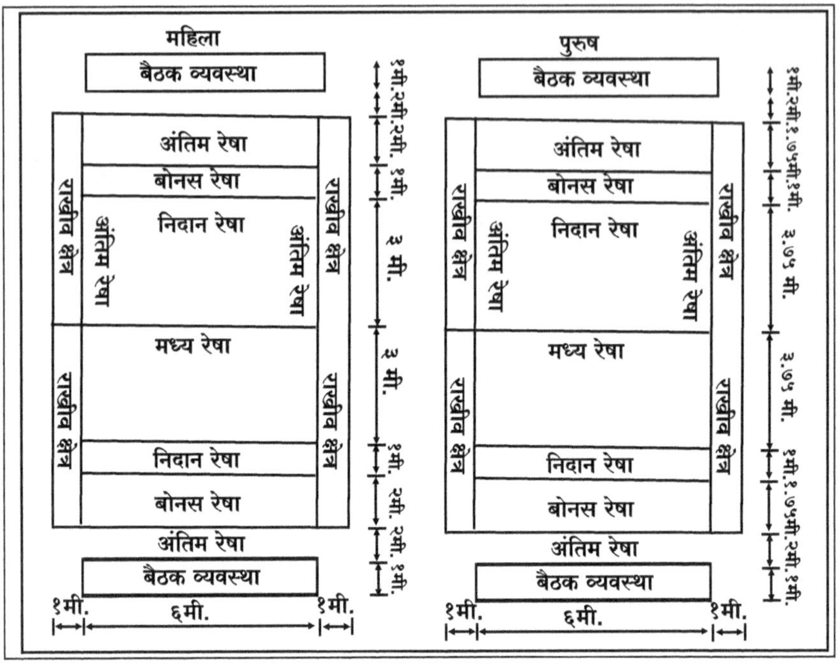

आकृती : कबड्डी

खेळाचे नियम

(1) नाणेफेक जिंकणारा संघ 'अंगण' किंवा 'चढाई' यांपैकी निवड करतो. दुसऱ्या डावात अंगण बदलून अगोदर असतील तेवढेच खेळाडू घेऊन डाव सुरू करतात. त्या वेळी प्रथम ज्या संघाने चढाई केलेली नसते तो संघ चढाई करतो.

(2) **दम (Chant)** : एकाच श्वासात 'कबड्डी-कबड्डी' असा शब्द पुनःपुन्हा उच्चार करीत प्रतिपक्षाच्या अंगणात जाणे, यास 'दम घालणे' असे म्हणतात.

(3) **दम घालणे किंवा सोडणे (Losing the chant)** : 'कबड्डी-कबड्डी' असा स्पष्ट शब्दोच्चार एकाच श्वासात करीत असता मध्येच श्वास जाऊन पुन्हा श्वास घेतल्यास त्याला 'दम जाणे' असे म्हणतात. दम घेणे आणि तो सुरू ठेवणे या दोन्ही क्रिया एकाच श्वासात होणे आवश्यक आहे.

(4) **चढाई करणारा (Raider)** : प्रतिपक्षाच्या अंगणात दम घालीत जाणाऱ्या खेळाडूस 'चढाई करणारा' असे म्हणतात. चढाई करणाऱ्या खेळाडूने प्रतिपक्षाच्या अंगणात अथवा मध्यरेषेला स्पर्श करण्यापूर्वी दम घालण्यास सुरुवात केली पाहिजे. त्याचप्रमाणे चढाई संपवून आपल्या अंगणात परत येईपर्यंत दम घालण्याची क्रिया सुरू असली पाहिजे.

(5) **बचाव करणारा (Anti Raider or Anti)** : ज्या अंगणात चढाई झालेली असेल त्या अंगणातील प्रत्येक खेळाडूस 'बचाव करणारा' असे म्हणतात.

(6) **गडी बाद करणे (To put out an Anti)** : नियमांचे उल्लंघन न होता चढाई करणाऱ्याने बचाव करणाऱ्या खेळाडूस स्पर्श करून अथवा बचाव करणाऱ्याचा स्पर्श चढाई करणाऱ्याच्या शरीरास झाला असताना चढाई करणाऱ्याने दम न सोडता आपल्या अंगणाला स्पर्श करणे याला 'गडी बाद करणे' असे म्हणतात.

(7) **खेळाडू पकडणे/खेळाडूला धरणे** : नियमांचा भंग न करता चढाई करणाऱ्यास त्याचा दम जाईपर्यंत आपल्या अंगणात पकडून ठेवणे या क्रियेस 'खेळाडूला पकडणे' अथवा 'खेळाडूला धरणे' असे म्हणतात.

(8) **अंगणात सुरक्षित (To Reach Court Safely)** : नियमांचा भंग न करता चढाई करणाऱ्याने दम घालीत स्वतःच्या अंगणात स्पर्श करणे यास 'सुरक्षित परत येणे' असे म्हणतात.

(9) **स्पर्श (Touch)** : चढाई करणारा आणि बचाव करणारा यांच्या कपड्याचा अथवा शरीराच्या कोणत्याही भागाचा एकमेकांस संपर्क झाला तर त्यास 'स्पर्श' झाला असे म्हणतात.

(10) झटापट (Struggle) : जेव्हा चढाई करणाऱ्या आणि बचाव करणाऱ्या खेळाडूचा एकमेकांस स्पर्श होतो तेव्हा 'झटापट' सुरू होते.

(11) चढाई (Raid) : चढाई करणारा जेव्हा दम घालीत प्रतिपक्षाच्या अंगणात प्रवेश करतो, तेव्हा त्याला 'चढाई' असे म्हणतात.

(12) यशस्वी चढाई (Successful Raid) : चढाई करणाऱ्याने दम घालीत प्रतिपक्षाच्या अंगणात प्रवेश करून प्रतिपक्षाच्या अंगणातील निदान रेषा किमान एकदा तरी ओलांडून दम न सोडता एखाद्या खेळाडूला स्पर्श करून आपल्या अंगणात परत येणे, याला 'यशस्वी चढाई' असे म्हणतात.

(13) जो संघ लोन करेल त्या संघास दोन गुण मिळतात. लोन झाल्यावर दहा सेकंदांत सर्व संघ परत मैदानात आला नाही तर प्रतिपक्षास एक गुण द्यावा. तसे करूनही जर संघ मैदानात येत नसेल तर तो प्रत्येक पाच सेकंदाला एक याप्रमाणे सामन्याचा वेळ संपेपर्यंत गुण देत राहावा.

(14) निलंबित वा बडतर्फ खेळाडूंसाठी बदली खेळाडू घेता येणार नाही. तसेच निलंबित वा बडतर्फ करण्याने कमी झालेल्या खेळाडूंची संख्या असताना बोनस रेषेचा नियम लागू होईल. तसेच लोन झाल्यास कमी असलेल्या खेळाडूंच्या संख्येइतके गुण + दोन गुण दिले जातील.

सामन्यासंबंधी नियम

1. संघात एकूण दहा किंवा बारा खेळाडू असतात. त्यातील सात खेळाडू प्रत्यक्ष भाग घेतात व पाच खेळाडू राखीव असतात.
2. पुरुष व ज्युनिअर मुले यांच्यासाठी 20 मिनिटांचे दोन डाव व मध्यंतर 5 मिनिटे तर मुली व ज्युनिअर मुलींसाठी 15 मिनिटांचे दोन डाव व 5 मिनिटांचे मध्यंतर अशी कालमर्यादा असते.
3. खेळताना खेळाडूने आपली नखे कापलेली असावीत. खेळाडूच्या गळ्यात लॉकेट, माळ, दोरा असता कामा नये. खेळाडूने अंगाला तेल लावलेले नसावे. खेळाचा योग्य पोशाख घातलेला असावा.
4. कर्णधार अथवा मार्गदर्शकाखेरीज दुसऱ्या खेळाडूला इतरांशी बोलण्याचा व सूचना देण्याचा अधिकार नाही.
5. संपूर्ण सामन्यानंतर ज्या संघाचे गुण अधिक तो संघ विजयी घोषित करावा.
6. बाद पद्धतीच्या सामन्यात जर सामना समान गुणांवर संपला तर -

- दोन्ही संघांना प्रत्येकी पाच चढाया. प्रत्येक संघाची एकापाठोपाठ-एक याप्रमाणे करण्यास सांगितले जाईल.
- क्षेत्ररक्षणाकरिता सात खेळाडू अंगणात असतील.
- अशा वेळी निदान रेषेवर क्षेत्ररक्षण करून खेळ खेळविला जाईल त्या वेळी निदान रेषा ही बोनस रेषेच्या नियमाप्रमाणे गृहीत धरली जाईल.
- चढाई करणाऱ्याने निदान रेषा ओलांडल्यास एक गुण दिला जाईल.
- चढाई करणारा जर निदान रेषा ओलांडून बचाव पक्षातील एक किंवा अनेक खेळाडूंना स्पर्श करून आपल्या अंगणात सुरक्षित आला तर त्यास एक गुण द्यावा व त्याने बाद केलेल्या खेळाडूइतके गुणही द्यावेत.
- अशा वेळी बाद झालेल्या खेळाडूंना बाहेर न बसविता बाद झालेल्या संख्येइतके गुण दिले जातील. तसेच बाद झाल्याकारणाने विरुद्ध संघाचा खेळाडू जिवंत होणार नाही.
- पाच-पाच चढाया सुरू करण्यापूर्वी दोन्ही संघांनी पाच चढाई करणाऱ्या खेळाडूंचा क्रमांक व नाव क्रमवारी चढाई करण्यासाठी देणे आवश्यक आहे. अशा वेळी क्षेत्ररक्षण करताना खेळाडू बदलता येणार नाही.
- मुख्य पंचानी दिलेल्या क्रमवारीनुसार एक त्यानंतर विरुद्ध संघास एक याप्रमाणे चढाई करण्यास सांगतील.

- ज्या संघाने खेळ सुरू करताना प्रथम चढाई केली असेल त्याच संघास यावेळीही पहिली चढाई करण्यास दिली जाईल.
- यानंतरही समान गुण झाल्यास 'आकस्मिक गडी बाद करणे' (Sudden Death) या नियमाचा आधार घेतला जाईल. यामध्ये प्रत्येक संघास एक-एक चढाई दिली जाईल व त्यात जो संघ चढाई अथवा क्षेत्ररक्षण करताना पहिला गुण मिळवील तो संघ विजयी म्हणून घोषित केला जाईल. चढाईचा क्रम पहिला गुण मिळेपर्यंत राहील.
- प्रत्येक संघ आदलून-बदलून पाच मिनिटे चढाई करू शकतात.
- टाय ब्रेकर (Tie Breaker) मध्ये जो संघ प्रथम चढाई करेल त्याच्या विरूद्ध संघ टाय ब्रेकरमध्ये प्रथम चढाई करेल.
- टाय ब्रेकरमध्ये निर्धारित 5 मिनिटांमध्ये कोणत्याच संघाने गुण न प्राप्त केल्यास सामन्यातील पहिला गुण जो संघ प्राप्त केलेला असेल त्या संघास विजयी म्हणून घोषित केले जाते.
- संघनायक अथवा मार्गदर्शक मुख्य पंचाच्या परवानगीने खेळाच्या मध्यंतराअगोदर दोन वेळा व नंतर दोन वेळा तुटीत (Time out) काळ मागू शकेल. मात्र अशा गृहीत काळाची मर्यादा 30 सेकंदांपेक्षा जास्त वेळ असणार नाही.
- अशा तुटीच्या काळात खेळाडूंना आपले अंगण सोडून जाता येणार नाही. जो खेळाडू अथवा संघ मार्गदर्शक या नियमाचे उल्लंघन करील त्या संघाविरूद्ध एक विशेष गुण जाहीर करण्यात येईल.
- खेळाडू या गृहीत काळात वा मध्यंतरातच पाणी मागवू शकतो.
- तुटीत काळ समजण्यासाठी स्पर्धा आयोजकांनी वेळोवेळी 'स्टॉप ॲन्ड गो वॉच' (Stop and Go Watch) वापरावे.

सामनाधिकारी व त्यांची कर्तव्ये

1. सरपंच : संख्या 01
2. पंच : संख्या 02
3. गुणलेखक : संख्या 01
4. साहाय्यक गुणलेखक : संख्या 02

1. मुख्य पंचाची कर्तव्ये :

(अ) सामना खेळण्यासाठी योग्य वातावरण आहे की नाही ते पाहणे.

(ब) क्रीडांगणाची पाहणी व सामन्यासाठी पुरेसे साहित्य, दोन्ही संघ तयार आहेत का व त्यांचे सहकारी तयार आहेत का हे पाहणे आणि सर्वांना इशारा देणे.

(क) नाणेफेक करून गुणलेखकाला माहिती देणे, खेळाडूंची तपासणी करणे, सामना सुरू करणे, मध्यंतरासाठी व वेळ संपल्यानंतर सामना संपविणे, बदली खेळाडू जाहीर करणे.

(ड) सामना संपल्यावर गुणपत्रक तपासणे, निर्णय जाहीर करून सर्व साहित्य पंच कमिटीकडे देणे.

(इ) सामना सुरू होण्यापूर्वी मुख्य पंचाने आपले 'स्टॉप गो वॉच' गुणलेखकाच्या टेबल घड्याळाशी एक कालिका करून घ्यावेत. मुख्य पंचाच्या घड्याळातील वेळ अधिकृत मानली जाईल. नियमोल्लंघन खाली नमूद केल्याप्रमाणे मुख्य पंच अथवा पंच आपल्या अधिकारात ताकीद देणे, तात्पुरते निलंबित करणे त्या सामन्यापुरता वा स्पर्धेपुरता निलंबित करणे यापैकी काही करण्यास कार्ड दाखवील.

हिरवे कार्ड : ताकीद

पिवळे कार्ड : तात्पुरते निलंबन 2 मिनिटांपर्यंत.

लाल कार्ड : सामन्यापुरते अथवा स्पर्धेपुरते निलंबित करणे.

2. मुख्य पंचांची कर्तव्ये :

(अ) खेळाडूंची तपासणी, सामन्याची वेळ मोजणे.

(ब) उजव्या क्षेत्रातील संघाच्या चढाया मोजणे.

(क) तिसऱ्या चढाईची सूचना देणे.

3. गुणलेखकाची कर्तव्ये :

(अ) गुणपत्रक भरणे आणि प्रत्येक डावानंतर सरपंचाच्या परवानगीने ते घोषित करणे.

(ब) खेळाडूने मिळविलेले गुण उभ्या रेषेने तर लोनचे गुण आडव्या रेषेने गुणपत्रकात भरावेत.

(क) गुणपत्रक तयार झाल्यावर त्यावर पंच व मुख्य पंच यांच्या स्वाक्षऱ्या घेणे.

(ड) ज्या संघाने तुटीत काळ घालविला आहे त्याच्यासमोर T अशी खूण करावी.

गुणपत्रकात नोंद करायची चिन्हे

1. बाद खेळाडू /
2. लोन —— ----
3. मध्यंतर
4. विशेष गुण ⊙
5. पहिला गुण □
6. बोनस गुण आकड्याभोवती करून Δ करून
7. संघाचा बोनस गुण गुणपत्रकात गुणाभोवती त्रिकोण करून दाखववावा.

साहाय्यक गुणलेखकांची कर्तव्ये

1. बाद खेळाडूंची क्रमाने नोंद ठेवणे.
2. बाद खेळाडू ओळीने बसविणे व उठविणे.
3. खेळाडू अंतिम रेषेबाहेर गेला असेल तर पंचांचे लक्ष त्याकडे वेधणे व पंचांना सर्व कार्यात मदत करणे.

सामन्याचे अधिकारी : मुख्य पंच व पंच आपल्या अधिकारात ताकीद देणे, तात्पुरते निलंबन करणे, त्या सामन्यापुरता अगर स्पर्धेपुरता निलंबित करणे.

हिरवे कार्ड : ताकीद

पिवळे कार्ड : तात्पुरते निलंबन (2 मिनिटांपर्यंत)

लाल कार्ड : सामन्यापुरते अथवा स्पर्धेपुरते निलंबित करणे.

सामनाधिकारी गणवेश :

1. काळी फूल पँट.
2. स्पर्धेच्या बोधचिन्हांसह पिवळा टी.शर्ट, काळी कॉलर.
3. पांढरे बूट.

वयोमर्यादा व वजन याबाबत पत्रक तयार करण्यात आलेले आहे :

1.	पुरुष	:	वयोमर्यादा नाही.
2.	महिला	:	वयोमर्यादा नाही.
3.	किशोर मुले	:	16 वर्षे — 51 किलो वजन.
4.	किशोर मुली	:	14 वर्षे — 45 किलो वजन.
5.	कुमार गट मुले	:	19 वर्षे — 60 किलो वजन.
6.	कुमार गट मुली	:	17 वर्षे — 50 किलो वजन.

पंचांच्या खुणा : (प्रत्येक वेळी पंचांनी योग्य शिटी वाजवावी.)

(1) खेळाची सुरुवात (Start of Match) : सरपंचांनी एक हात मध्यरेषेशी समांतर ठेवावा व दुसरा हात सरळ डोक्यावर घेऊन हळुवार खाली करावा.

(2) सीमारेषेबाहेर जाणे (Out of Boundary) : पंचांनी दोन्ही हात शरीरासमोर उंचावून कोपरात दुमडून पंजे शरीराकडे आणावेत.

(3) दम तोडणे (Breaking the Chant) : एका हाताच्या तळव्याचा स्पर्श घशाला करावा.

(4) ढकलणे किंवा ओढणे (Pushing or Pulling) : पंचांनी दोन्ही हात शरीरासमोर घेऊन उघड्या पंजाने ढकलण्याची कृती करून दाखविणे.

(5) चढाई करणाऱ्याला मागे बोलावणे (Calling Raider Back) : पंचांनी एक हात उंचावून अंगठ्याने चढाई करणाऱ्या खेळाडूला अंगणाकडे निर्देश करणे.

(6) गुण देणे (Decleration of Points) : ज्या संघाचे खेळाडू बाद झाले असतील त्याप्रमाणे त्यांचा निर्देश करणे व नंतर किती खेळाडू बाद झाले त्याचा आकडा बोटाच्या साहाय्याने हात डोक्यावरती घेऊन दाखविणे. या वेळेस दुसरा हात खांद्याच्या रेषेत घेऊन ज्यांना गुण मिळाले त्यांच्या अंगणाकडे करणे.

(7) दोन बाजूचे खेळाडू बाद (Both Side Out) : पंचांनी दोन्ही हात खांद्याच्या बाजूला घेऊन अंगठ्याने निर्देश करावा.

(8) धोकादायक खेळ वा कैची मारणे (Dangerous Play or Applying Scissors) : शरीरासमोर दोन्ही हात घेऊन बोटे एकमेकांत अडकविणे.

(9) ताकीद देणे वा खेळातून तात्पुरते वा सामन्यापुरते बाद करणे (Warning or Disqualifying Temporary or For a Match) : खेळाडूकडे एका हाताचे पहिले बोट दाखवून वा पिवळे कार्ड दाखवून ताकीद द्यावी व लाल कार्ड दाखवून खेळाडूला तात्पुरते वा सामन्यापुरते बाद करावे. तात्पुरते असल्यास खेळाडूला तशी सूचना करावी.

(10) विश्रामकाळ मागणे (Time Out) : पंचांनी दोन्ही हाताच्या तळव्याच्या साहाय्याने इंग्रजी 'T' चा आकार शरीरासमोर करणे.

(11) मध्यंतर व अंगणबदल (Half Time or Change of Court) : दोन्ही हात छातीसमोर कोपरातून एकमेकांवर क्रॉस घ्यावेत.

(12) सामना संपणे (Closing of Game) : दोन्ही हात डोक्याच्या उंचीवर घेऊन हळुवार एकमेकांजवळ पंजे शरीराकडे राहतील असे आणावे.

(13) बोनस गुण (Bonus Point) : बोनस गुण झाल्यावर ज्या संघाला बोनस गुण मिळाला आहे त्या संघाच्या नावाचा तोंडाने मोठ्याने उच्चार करून गुण जाहीर करावेत व विरुद्ध बाजूचा हात वर काढून अंगठ्याने बोनस गुण दाखवावा.

खो-खो

इतिहास : खो-खो या खेळाला 100 वर्षांचा इतिहास आहे. भारताच्या इतर कोणत्याही राज्यापेक्षा खो-खो महाराष्ट्रातच अधिक लोकप्रिय आहे आणि त्यामुळेच हा खेळ महाराष्ट्रातच उगम पावलेला असावा असा अंदाज करता येतो.

महाभारत काळातदेखील 'खो घालणे' किंवा 'खो देणे' या अर्थाचे शब्दप्रयोग आढळतात त्यामुळे खो-खो हा प्राचीन भारतीय खेळ असावा. पुणे, नाशिक, सिन्नर, बडोदा, नागपूर या मराठी माणसांच्या वस्तीत (वसाहत) मात्र खो-खो गेली पाऊणशे ते शंभर वर्षांच्या काळात खेळला गेल्याचा उल्लेख आढळतो. सहलीच्या प्रसंगी खेळण्यात येणाऱ्या गोल खो-खोचे या खेळाशी जोडण्यात येणारे नाते अगदी वरवरचे आहे. कारण

खो-खो हा अति तंत्रशुद्ध आणि कमाल वेगाने खेळला जाणारा क्रीडाप्रकार आहे. त्याचे साधर्म्य फक्त मैदानी खेळांच्या (ॲथलेटिक्स) प्रकाराशीच आढळून येते.

पुण्यात विसाव्या शतकाच्या प्रारंभी स्थापन झालेल्या डेक्कन जिमखाना या मान्यवर संस्थेतर्फे खो-खोचे सामने आयोजित करण्यात येत असत. कबुतरखाना, रमणबाग, संमिश्र संघ अशी पन्नास-साठ वर्षांपूर्वी खो-खो खेळणाऱ्या काही नामवंत संघांची/संस्थांची नावे सांगता येतील. नाशिकमध्ये महाबळ गुरुजींची यशवंत व्यायामशाळा आणि अहिल्याराम व्यायामशाळा, नाशिकचा गव्हर्नमेंट हायस्कूलचा संघ, सिन्नर येथील हायस्कूलचा संघ, बडोद्याच्या राजरत्न माणिकरावांच्या जुम्मादादा तालमीचा संघ, अमरावतीच्या श्रीहनुमान हिंदू व्यायामशाळेचा संघ, मिरजेच्या अंबाबाई तालमीचा संघ ही नावे त्या वेळी प्रसिद्ध होती.

सन 1920 च्या सुमारास पुण्याच्या डेक्कन जिमखाना या संस्थेने पुढाकार घेऊन खो-खो या खेळाची पहिली अधिकृत नियमावली तयार केली. त्यानंतर अखिल महाराष्ट्र शारीरिक शिक्षणसंस्थेच्या 1937 साली नाशिक येथे भरविण्यात आलेल्या अधिवेशनात या नियमांमध्ये फेरफार करण्यात आले आणि हेच नियम सर्वत्र लागू केले जात असत. परंतु खो-खोच्या खासगी संघटनांव्यतिरिक्त कोणतीही अधिकृत संघटना अस्तित्वात नव्हती. 1956 साली अखिल भारतीय खो-खो महामंडळाची (All India Kho-Kho Federation) स्थापना झाली आणि तेव्हापासून अखिल भारतीय किंवा आंतरराज्य स्पर्धा सुरू करण्यात आल्या.

खो-खो या खेळात महाराष्ट्र आणि कर्नाटक या राज्यांतील खेळाडू अग्रेसर राहिले आहेत. सन 1965 ते 1974 हा खो-खोचा सुवर्णकाळ म्हणता येईल. या काळात खो-खोला अभूतपूर्व लोकप्रियता लाभली होती. अलीकडच्या काळात मात्र या लोकप्रियतेला ओहोटी लागल्याचेच आढळून येते. परंतु पुण्यातील खो-खो क्षेत्रातील जाणकारांनी हा खेळ सातासमुद्रापलीकडे नेण्याचा प्रयत्न केला. त्याचे प्रदर्शनीय सामनेसुद्धा झाले. आधुनिक खो-खो हा मॅटवर खेळला जातो.

पुरुष आणि महिला

मैदान :

1. मैदानाची लांबी 27 मीटर व रुंदी 16 मीटर (पुरुष, महिला, कुमार गट) मैदानाची लांबी 23 मीटर व रुंदी 14 मीटर (किशोर किंवा लहान गटासाठी).
2. अंतिम रेषेपासून 2.75 मीटर अंतर आत दोन्ही बाजूस दोन खांब उभे केलेले असतात. हे अंतर पुरुष, महिला व कुमारांसाठी तेवढेच असते. किशोर गटासाठी हे अंतर 2.55 मीटर असते.
3. दोन खांबांमधील अंतर 24 मीटर असते. (पुरुष, महिला व कुमारगट).

दोन खांबांमधील अंतर 20 मीटर असते. (किशोर गटासाठी) दोन खांबांना जोडणाऱ्या रेषा एकमेकांना समांतर असून त्यांच्यातील अंतर 30 सें.मी. असते. वरील मध्यरेषेला 8 क्रॉस रेषा असतील. प्रत्येक ठिकाणी 30 सें.मी. अंतर असणाऱ्या दोन समांतर रेषा एका बाजू रेषेपासून दुसऱ्या बाजू रेषेपर्यंत जातील. ज्या-ज्या ठिकाणी मध्यरेषा छेदतील तेथे 30 × 30 सें.मी.चा चौरस निर्माण होईल. यातील पहिली क्रॉस रेषा खांबापासून 2.55 ते 2.90 मीटर अंतरावर असते. बाकीच्या रेषेमध्ये अंतर 2.30 ते 2.65 मीटर असते.

4. खांब हे जमिनीपासून 120 ते 125 सें.मी. असतात व ते वरील भागात गुळगुळीत असतात. त्याचा व्यास 9 ते 19 सें.मी. सर्व ठिकाणी सारखाच असतो. किशोर गटासाठी खांब जमिनीपासून 1 मीटरवर असतो.
5. क्रीडांगणाच्या भोवती 1.50 मीटर मोकळी जागा सोडलेली असते, त्याला 'राखीव क्षेत्र' (Lobby) असे म्हणतात.

खेळाच्या व्याख्या :

(1) आक्रमक : "30 × 30 सें.मी. च्या चौकोनात बसणाऱ्या खेळाडूस पाठलाग करणारा खेळाडू होय."

(2) गतिमान आक्रमक (Attack) : "जो खेळाडू दुसऱ्या संघाच्या खेळाडूचा पाठलाग करून त्याला बाद करण्याचा प्रयत्न करतो."

(3) पळणारे खेळाडू : "चौकोनात बसलेल्या खेळाडूंव्यतिरिक्त ज्या संघाचे खेळाडू मैदानात आहेत त्यांना 'पळणारे खेळाडू' असे म्हणतात."

(4) संरक्षण : "जे खेळाडू मैदानात बचावाच्या कामासाठी पळतात त्यांना 'बचावात्मक खेळाडू' असे म्हणतात."

(5) खो देणे (To Give Kho) : खो देण्यासाठी आक्रमक खेळाडूने चौकोनात बसलेल्या खेळाडूला पाठीमागून हात लावून 'खो' हा शब्द तोंडातून स्पष्टपणे उच्चार करणे आवश्यक आहे. खो देताना 'खो' हा शब्द उच्चारल्यानंतर पाठीला स्पर्श करून उशीर झाल्यास तो खो प्रमाद (चुकीचा) समजला जातो. मात्र नुसता पाठीला स्पर्श करून खो दिल्यास तो योग्य खो समजला जातो.

आक्रमक खेळाडूने 'खो' शब्दाच्या व्यतिरिक्त शब्द वापरल्यास व बसलेल्या कोणत्याही खेळाडूवर 'खो' या शब्दाचा उच्चार केल्यास चुकीचा खो समजला जातो. आक्रमकाचा खो देताना पाय आडव्या पाटीत असेल वा नसेल. तसेच आडव्या पाटीत पाय असताना शरीर पुढे गेले तरी चालेल. मात्र दोन्ही पाय आडव्या पाटीच्या पुढे जाता कामा नयेत.

(6) चौकोनात बसलेल्या वा आक्रमक खेळाडूकडून एखाद्या नियमाचे उल्लंघन झाल्यास चूक दिली जाते.

(7) दिशा घेणे (To Take Direction) : जेव्हा एखादा खेळाडू (आक्रमक) एका खांबापासून दुसऱ्या खांबापर्यंत वा खो मिळाल्यानंतर एखाद्या खांबाकडे जाण्याची दिशा घेतो, याला 'दिशा घेणे' असे म्हणतात.

(8) परत येणे (To Recede) : जेव्हा आक्रमक खेळाडू एका दिशेने जात असताना मागील जागेस की, ज्यावरून तो आला आहे त्या जागेस स्पर्श करतो, तेव्हा त्याला 'रिसीड' असे म्हणतात.

(9) गतिमान आक्रमकांच्या पावलांचा दोन खांबांच्या रेषांमधील मैदानाशी संपर्क सुटल्यास आणि खांबाच्या रेषेच्या पलीकडील आयताशी संपर्क आल्यास त्याने आयतात प्रवेश केला असे समजावे. त्याचप्रमाणे गतिमान आक्रमकांच्या पावलांचा आयताशी असलेला संपर्क सुटल्यास व त्याने दोन खांबांमधील मैदानाशी संपर्क साधल्यास 'आयत सोडला' असे समजावे.

(10) गतिमान आक्रमकाकडून कोणत्याही नियमांचा भंग झाल्यास खेळाडू जात असलेल्या दिशेच्या विरुद्ध जाणे भाग आहे. त्याने खो दिलाच पाहिजे.

(11) गतिमान आक्रमकाने स्तंभरेषांच्या क्रीडांगणावरील बाजूकडील मध्य पट्टी ओलांडून पलीकडच्या भागात अथवा मुक्त क्षेत्रात जाऊ नये. मुक्त क्षेत्रातून स्तंभाला वळसा घातल्याशिवाय मध्य पाटीपलीकडील भागात जाता येणार नाही.

सामनाधिकारी : (सामन्यासाठी)

मुख्य पंच	: 01	पंच	: 02
वेळाधिकारी	: 01	गुणलेखक	: 02

मुख्य पंचांचे कार्य (Duties of the Refree) :

1. सामना सुरू होण्यापूर्वी क्रीडांगण, गुणपत्रक, घड्याळे इत्यादी तपासून योग्य आहे ते पाहून नाणेफेक दोन कर्णधारांना घेऊन करावी.
2. पंचांच्या कामात मदत व आवश्यक वाटल्यास पंचांच्या मतभेदांबाबत निर्णय घ्यावा.
3. मैदानात प्रवेश करणाऱ्या रक्षकाच्या (Runner) क्रमांकावर लक्ष ठेवावे.
4. खेळात जाणूनबुजून व्यत्यय आणणाऱ्या व असभ्य वर्तन करणाऱ्या खेळाडूस ताकीद देणे, त्याच गोष्टीची पुनरावृत्ती करणाऱ्या खेळाडूस बाद देणे, वाटल्यास मुख्य पंच त्या संघाला स्पर्धेतून बाद करू शकतो.
5. वेळाधिकाऱ्याच्या घड्याळाशी आपल्या घड्याळाची योग्य वेळ लावून घेऊन सामन्याच्या वेळेवर देखरेख ठेवावी.

6. प्रत्येक डावानंतर (Innings) गुणपत्रक तपासावे. सामना पूर्ण झाल्यानंतर गुणपत्रकावर सही करून विजयी संघ घोषित करावा.
7. गैरवर्तणुकीबाबत ताकीद म्हणून पिवळे, नंतर लाल कार्ड दाखवून संबंधित खेळाडूला बाहेर काढले जाईल व त्या ठिकाणी खेळाडू ताबडतोब बदलला जाईल.
8. 'सडन डेथ' (Sudden Death) हा नियम लागू केल्यावर त्या डावाच्या वेळेची नोंद, सुरुवातीची नोंद व डावाच्या शेवटच्या वेळेची नोंद ठेवतील.

पंचांची कार्ये (Duties of Umpires) : दोन पंचांनी मैदानाच्या दोन्ही बाजू रेषांच्या बाहेरील राखीव क्षेत्रात हालचाली करून मध्यपाटीपासून आपल्या बाजूस होणाऱ्या खेळावर देखरेख करून नियमानुसार निर्णय द्यावेत. मध्यपाटीच्या पलीकडे होणाऱ्या खेळावर देखरेख करणाऱ्या पंचाला मदत करावी. आवश्यक वाटल्यास मैदानात प्रवेश करून परत आपल्या जागेवर यावे.

वेळाधिकाऱ्याचे कार्य (Duties of Time Keepers) : मुख्य पंचाच्या इशाऱ्याबरोबर घड्याळ लावून एक दीर्घ व लघू शिटी वाजवून खेळाची सुरुवात करावी. पळती संपल्यानंतर एका दीर्घ शिटीचा आवाज काढून इशारा द्यावा. डाव (Innings) सुरू असताना प्रत्येक मिनिट हात उंचावून घोषित करावे.

गुणलेखकाची कर्तव्ये आणि मर्यादा :

1. दोन्ही संघांतील खेळाडूंची नावे, क्रमांक नोंदवून बरोबर असल्याची खात्री करावी. विसंगती असल्यास सरपंचाच्या निदर्शनास ताबडतोब आणून द्यावे.
2. प्रत्येक पळतीच्या सुरुवातीला रक्षक संघाच्या संघनायकाकडून प्रत्येक तुकडीतील रक्षकाचा (Runner) क्रम नोंदवून घ्यावा.
3. बाद झालेल्या रक्षकांची नोंद ठेवावी व त्यांना योग्य जागी बसवावे.
4. एखाद्या खेळाडूला ताकीद देऊन पिवळे कार्ड दाखविले तर ते ताकीद देण्याच्या रकान्यात लिहिणे व तांबडे कार्ड दाखविले असेल तर खेळाडूच्या नावापुढे 'फ' हे आद्याक्षर लिहून त्याची नोंद करणे व खेळाडूला लगेच बाहेर काढणे.

खेळाचे सर्वसाधारण नियम :

1. प्रत्येक संघात 12 खेळाडू असतात. त्यापैकी 9 खेळणारे व 3 राखीव असतात.
2. सामना चार पाळ्या वा दोन डावांचा असतो. एक आक्रमणाची व एक संरक्षणाची अशा 9 मिनिटांच्या दोन पाळ्या मिळून एक डाव होतो. दोन पाळ्यांच्या मध्ये 5 मिनिटे तर दोन डावांच्या दरम्यान 9 मिनिटे विश्रांतीकाळ दिला जातो. किशोर गटासाठी पाळ्या 7 मिनिटांच्या असतात.
3. रक्षक संघनायकाने आपल्या खेळाडूच्या 3 च्या 3 तुकड्या कराव्यात व गुणपत्रकात क्रमाने देऊन त्याचप्रमाणे त्या मैदानात जाव्यात. पहिली तुकडी प्रथम,

त्यानंतर ती बाद झाल्यावर दुसरी तुकडी व ती बाद झाल्यावर तिसरी तुकडी व परत पहिली, दुसरी, तिसरी तुकडी असे डावाचा वेळ संपेपर्यंत चालत राहील. प्रत्येक रक्षक नेमून दिलेल्या जागेवरूनच मैदानात प्रवेश करेल. जो खेळाडू दोन खो देण्यापूर्वी मैदानात येणार नाहीत, त्यांना जागेवरच बाद दिले जाईल. मात्र अनावधानाने अगोदर मैदानात प्रवेश केल्यास वा नंबर नसताना क्रीडांगणात प्रवेश केल्यास त्यांना बाद न होता बाहेर बोलविले जाईल.

4. ज्या आक्रमकाने मैदानात असणाऱ्या तुकडीतील तिसरा खेळाडू बाद केला त्याला नवीन धाव घेणाऱ्या खेळाडूचा लगेचच पाठलाग करता येणार नाही. त्याने प्रथम बसलेल्या खेळाडूला खो दिला पाहिजे अन्यथा त्याचे नियमोल्लंघन होईल.
5. आक्रमक संघाच्या संघनायकाला हात उंचावून पंचांना खेळ थांबवायला लावून डाव घोषित करता येतो. पंचांनी खेळ संपवेपर्यंत इतर आक्रमक खेळाडूंनी जागेवरून हलू नये.
6. आक्रमक संघाचा प्रत्येक बाद केलेल्या खेळाडूबद्दल एक गुण मिळतो.
7. बचावात्मक खेळाडूला पहिल्या डावातील क्रम दुसऱ्या डावात बदलता येतो.
8. किशोर गटातील दोन डावांतील विश्रांतीकाळ 3 मिनिटे व 2 डाव 7 मिनिटांचे असतात.
9. बाद पद्धतीने घेतल्या गेलेल्या सामन्यात जो संघ सर्वाधिक गुण मिळवेल तो विजयी घोषित केला जाईल. मात्र डावामध्ये बरोबरी झाल्यास आकस्मिक निधन नियम (Sudden Death Rule) नियम लावला जाईल. यात सरपंच खेळ चालू करून एका संघाचा पहिला खेळाडू बाद झाला की, घड्याळाची वेळ व खेळ बंद करेल. यात ज्या संघाने गुण मिळविण्यासाठी कमी वेळ घेतला असेल तो संघ विजयी होईल व ही पद्धत निर्णय लागेपर्यंत सुरू राहील.

   साखळी पद्धतीने घेतलेल्या सामन्यात एकूण सर्व सामने विचारात घेता गुणांची बरोबरी झाल्यास दोन संघांत बाद पद्धतीने सामना घेऊन निर्णय दिला जातो.
10. एखादा सामना काही कारणांमुळे थांबला व पुन्हा त्याच सत्रात सुरू झाल्यावर खेळाडूत वा सामना अधिकाऱ्यात बदल करता येणार नाही व थांबविताना असलेल्या फक्त पूर्ण वेळ झालेल्या डावाचे गुण जमेस धरले जातील. अपूर्ण डाव पुन्हा खेळवला जाईल.

मात्र सामना दुसऱ्या सत्रात घेतला गेल्यास संपूर्ण सामना पुन्हा खेळविला जाईल. या वेळेस सामनाधिकारी व खेळाडू यांच्यात बदल केला तरी चालतो.

11. आक्रमक संघास जर दुसऱ्या संघापेक्षा पहिल्या डावानंतर 9 गुणांचे अधिकत्व मिळाल्यास त्याला आपल्या आक्रमणाचा हक्क राखून प्रतिस्पर्धी संघास आक्रमण करण्याचे आव्हान देता येईल. या डावात जर प्रतिस्पर्धी संघ त्या संघापेक्षा अधिक गुण करू न शकल्यास तो संघ एक डाव व गुणांनी विजयी होईल. यात आधिक्य 9 गुणांपेक्षा अधिक असल्यास Follow-on घ्यावाच लागेल.

12. मार्गदर्शकाच्या विनंतीवरून पंच बदली खेळाडूला परवानगी देऊ शकतात.

(अ) सामन्यात केव्हाही आक्रमक म्हणून.

(ब) बचावात्मक डाव सुरू होण्यापूर्वी रक्षकाला बदली म्हणून.

(क) पंचाच्या परवानगीने आक्रमकाला तात्पुरता बदली खेळाडू म्हणून.

(ड) एकदा बदली केलेला खेळाडू नियम क्रमांक 3 शिवाय सामन्यात खेळू शकणार नाही.

13. बाद झालेल्या खेळाडूने ताबडतोब जवळच्या बाजूने राखीव क्षेत्राकडे (Lobby) जाऊन तेथून बाहेर पडावे.

14. मुख्य पंचांनी निर्णय दिल्याशिवाय संघांना क्रीडांगण सोडता येणार नाही.

15. नाणेफेक जिंकणारा संघनायक आपण उजवा हात उंचावून आपण नाणेफेक जिंकल्याचे दर्शवेल. त्यानंतर तो आक्रमण किंवा संरक्षण यातील एकाची निवड करून मुख्य पंचाला सांगेल. त्याने नाणेफेक जिंकल्यावर मध्य पार्टीकडे बोट दाखविल्यास आक्रमण व बाजू रेषेकडे बोट दाखविल्यास संरक्षण घेतले असा अर्थ होईल.

16. आक्रमण स्वीकारलेल्या संघाचे 8 खेळाडू मधल्या चौकोनात बसतील. कोणत्याही दोन लागोपाठ खेळाडूंचे तोंड एक बाजूला नसेल. नववा खेळाडू कोणत्याही एका खांबाच्या पलीकडे आयतात उभा राहील व इशाऱ्याबरोबर बचावात्मक खेळाडूचा पाठलाग करण्यास सुरुवात करेल.

17. डाव सुरू झाल्यावर क्रमाने येणारे सर्व तुकडीतील खेळाडू मैदानात कोठेही उभे राहतील. मात्र एका वेळेस तीन खेळाडू आत येतील व बाकीचे क्रमाने बसतील.

18. डाव सुरू झाल्यावर आक्रमकाने 'खो' दिल्याशिवाय कोणीही चौरस सोडू नये अथवा तोंड उघडू नये. तसे केल्यास नियमोल्लंघन ठरेल व जाणूनबुजून असे केल्यास ते गैरवर्तन ठरेल.

19. कोणताही आक्रमक खेळाडू मध्य पार्टीला स्पर्श करणार नाही, अन्यथा चूक समजली जाईल. मात्र योग्य खो मिळाल्यानंतर चौकोन सोडताना व एखाद्याचा

पाठलाग करताना मध्य पार्टीला स्पर्श झाल्यास नियमोल्लंघन झाले असे होऊन बचावात्मक खेळाडू बाद दिला जाणार नाही.

20. आक्रमकाने बसलेल्या आक्रमकाला पाठीला हात लावून 'खो' या शब्दाचा उच्चार करणे जरूरी आहे.

21. आक्रमकाने खो दिल्यावर बसत असताना ज्या आक्रमकाला खो दिला त्याच्या जागेवर बसला पाहिजे.

22. खो मिळाल्याबरोबर आक्रमक बनलेल्या खेळाडूने पुढे जावे व जाताना आडव्या पट्टीतून बाहेर पडताना जी दिशा घेतली असेल तिकडे जावे. मागे फिरल्यास वा दिशा बदलल्यास नियमोल्लंघन ठरेल.

23. आडव्या पार्टीत जोपर्यंत आक्रमकाच्या पायाचा स्पर्श आहे तोपर्यंत ती पार्टी त्याने सोडली असे होत नाही.

24. आक्रमकाने ज्या दिशेला आपली पळण्याची दिशा वळवली असेल त्या दिशेच्या खांबाकडेच त्याला जावे लागेल आणि या घेतलेल्या दिशेशी 90 अंशापेक्षा अधिक वळल्यास नियमोल्लंघन होईल.

25. आक्रमकाने दिशा घेतल्यानंतर 'खो' देण्याचे टाळले तर त्याला खांबाच्या रेषेपर्यंत जावे लागेल व रेषेला स्पर्श करून वा खांबाला वळसा घालून परत वा पलीकडे जाता येईल.

26. आक्रमकाने आयत सोडल्यास तो क्रीडांगणात मध्य पार्टीच्या ज्या बाजूला असेल त्याच बाजूला जावे लागेल. त्याला मध्य पार्टी ओलांडता येणार नाही.

27. आक्रमक खांबाच्या रेषेपलीकडे (डी एरिया) आयतात असताना दिशा घेणे, खांद्याची रेषा वळविणे, मागे-पुढे होणे यासंबंधीचे नियम लागू होणार नाहीत.

28. बसलेल्या आक्रमकांनी संरक्षकाला पळताना अडचण होणार नाही असे बसावे, अन्यथा बाद झालेला संरक्षक बाद दिला जाणार नाही. तर बसलेला आक्रमक जाणूनबुजून शरीराचा भाग हलवून संरक्षकाला अडथळा आणत असेल तर संघनायकाला ताकीद देऊन गैरवर्तनाबद्दल योग्य ती कारवाई केली जाईल.

29. संरक्षकाने बसलेल्या आक्रमकास स्पर्श केल्यास प्रथम ताकीद देऊन नंतर तसेच घडल्यास त्याला बदल दिले जाईल.

30. आक्रमकाने नियमोल्लंघन न करता संरक्षकास हाताने स्पर्श केल्यास वा संरक्षक मैदानाच्या मर्यादा रेषेच्या बाहेर गेल्यास बाद दिला जातो. लघू शिटी वाजविली जाते.

31. मुद्दामहून ढकलणे वा पकडणे, ओढणे वा पायाला धरणे, मारणे हे गैरवर्तन समजावे.

32. दोन्ही स्तंभांजवळच्या चौरसातील खेळाडूंव्यतिरिक्त मधील चौरसातील खेळाडूंना स्पर्श करून पुढे जाता येईल. मात्र स्तंभाजवळच्या चौरसातील खेळाडूंना स्पर्श केल्यास 'खो' दिलाच पाहिजे. अन्यथा नियमोल्लंघन दिले जाईल.
33. मध्य पार्टीच्या रेषेला आक्रमण करीत असताना स्पर्श नियमोल्लंघन नाही. पण संरक्षक बाद होण्याच्या स्थितीच्या वेळी मात्र ते नियमोल्लंघन दिले जाईल. संरक्षक सुरक्षित ठरविला जाईल.
34. खुंटाजवळील गतिमान आक्रमकाच्या पावलाचा मध्य पाटीला स्पर्श झाल्यास नियमोल्लंघन होईल.
35. खुंटावर गडी बाद करताना पाय घसरल्यास नियमोल्लंघन देऊ नये, कारण ती नैसर्गिक क्रिया समजावी. (यावेळी गतिमान आक्रमकाला फायदा होतो.)
36. खुंटावर गडी बाद करताना मध्य पार्टीपलीकडे हात टेकल्यास ते नियमोल्लंघन होते.
37. **संरक्षकाला दिलेले फायदे :**

(अ) मध्य पार्टीला स्पर्श झाल्यास.

(ब) गतिमान आक्रमकाने ब्लॉकिंग केल्यास.

(क) गतिमान आक्रमकाचे नियमोल्लंघन झाल्यास व त्याच्याच आक्रमणामुळे संरक्षक बाहेर गेल्यास तो संरक्षक बाद होत नाही.

(ड) चुकीच्या तुकडीमध्ये प्रवेश केल्यास.

(इ) मैदानात लवकर प्रवेश बाद नाही, परंतु उशिरा प्रवेश दोन खो दिल्यानंतर.

38. वेळाधिकाऱ्याकडे आठ (8) आकड्यापर्यंत बोर्ड असावेत.

खेळाडू, व्यवस्थापक व मार्गदर्शकासंबंधी :

1. पुरुष, कुमार खेळाडू बनियन व शॉर्ट्स वापरतील तर महिला खेळाडू टी-शर्ट्स व शॉर्ट्स वापरतील. प्रत्येक खेळाडूच्या शर्टच्या छातीवर व पाठीवर अनुक्रमे 10 सें.मी. उंच व 20 सें.मी. रुंद कमीत कमी 2 सें.मी. जाडीचे ठळक क्रमांक असावेत. क्रमांकाचा रंग पोशाखाच्या विरूद्ध असावा व ते 1 ते 15 क्रमांकाचे असावेत.
2. खेळाडूला दिलेला क्रमांक सामन्यात बदलता येणार नाही. संघनायकाने खेळाडूचे नाव व क्रमांक गुणलेखकाला द्यावेत.
3. सामना सुरू असताना बाहेरच्या रक्षक खेळाडूला त्याची जागा सोडता येणार नाही. आरडाओरडा करणे, पंचांकडे दाद मागणे, संरक्षकाला सूचना देणे असे प्रकार करता येणार नाहीत. जरूर असल्यास संघनायक पंचांशी बोलेल.

4. सामना सुरू असताना पंचांच्या निर्णयाविरुद्ध हावभाव करणे, अयोग्य शब्द वापरणे, विरुद्ध खेळाडूबाबत हावभाव वगैरे असभ्य वर्तन करता येणार नाही. अन्यथा पंचप्रमुख त्यांना जागा सोडून जावयास सांगू शकतात.

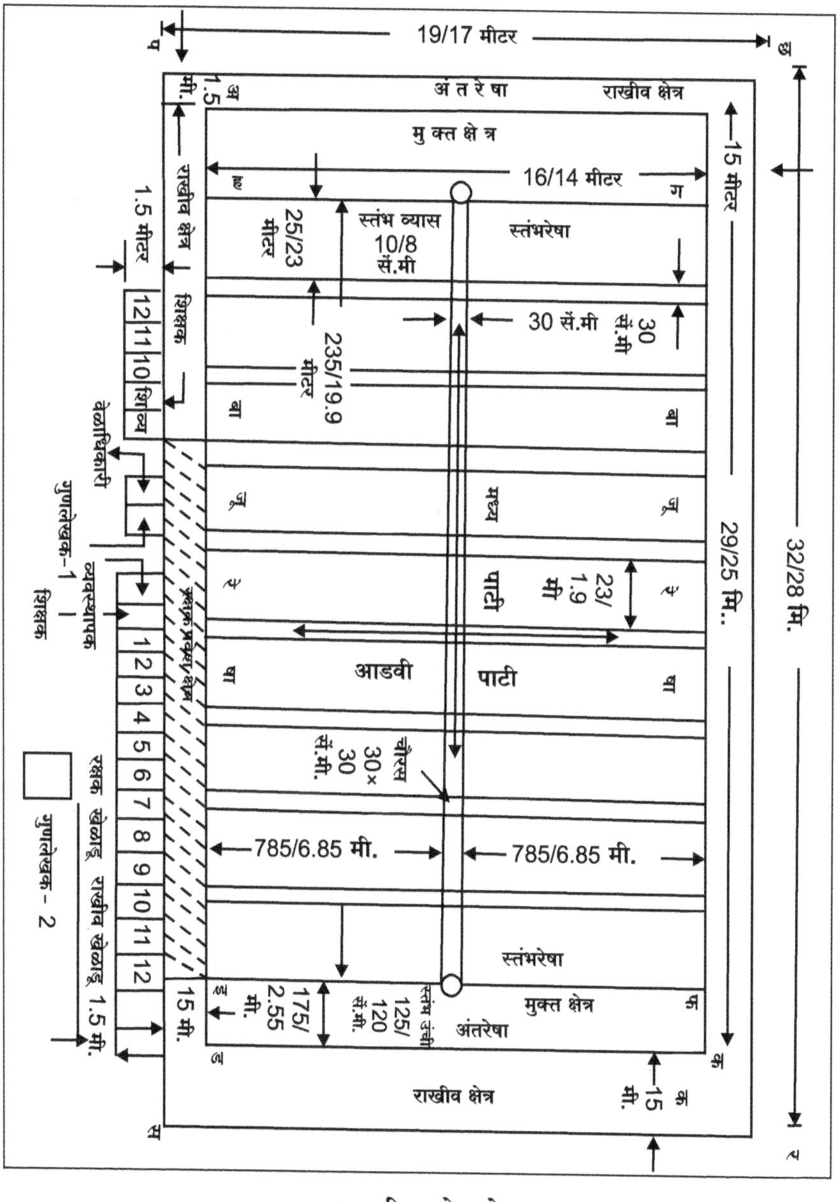

आकृती : खो-खो

पंचांच्या खुणा : पंचांनी प्रत्येक इशाऱ्यापूर्वी योग्य त्या प्रकारे शिटी वाजवावी.

(1) खेळाची सुरुवात (Start of Play) : वेळाधिकारी एक दीर्घ व एक लघू शिटी वाजवून खेळाची सुरुवात करेल. एका हातात घळ्याळ असेल व दुसरा हात आडवा बाहेरून आत आणावा.

(2) आडव्या पाटीच्या बाहेर जाणे (Going behind the Cross Line) : पंचांनी एका हाताच्या उघड्या पंजांनी मांडीला स्पर्श करावा.

(3) पाठीमागे जाणे (Receding) : पंचांनी एक हात कोपरात दुमडून खांद्यांच्या वर घ्यावा व अंगठा शरीराच्या मागची दिशा दाखवेल असा ठेवावा.

(4) खेळाडू बाद झाला (Out) : पंचांनी एक हात डोक्याच्या वर घेऊन पहिले बोट सरळ करून दाखविणे.

(5) पार्टीत बसलेल्या खेळाडूने शब्द उच्चारणे (Uttering Words by a Player) : पंचांनी शरीरासमोर दोन्ही हात आणून दोन्ही हातांची अंगठ्याजवळील पहिले बोट एकमेकांवर क्रॉस घेणे वा ती बोटे क्रॉस करून तोंडासमोर आणणे.

(6) पार्टीतून लवकर उठणे (Getting up Early) : पंचांनी एक हात शरीरासमोर घेऊन पंजा आकाशाकडे करून कोपरातून हात घालून वर दोन-तीनदा हलवावा.

(7) वेळेपूर्वी डाव जाहीर करणे (Declaration of Innings) : शरीरासमोर डाव्या हाताचा तळवा पालथा आणून खालून उजव्या हाताचे पहिले बोट त्याला लावून इंग्रजी 'T' आकार करणे.

(8) पाठीवर वा मागून खो न देणे (Kho not from Behind) : पंचांनी उजव्या हाताच्या पालथ्या पंजावर डाव्या हाताच्या पंजाने किमान दोन वेळा थोपटावे वा बोटाने मारावे.

(9) खांदा रेषा प्रमाद (Shoulder Line Foul) : पंचांनी दोन्ही हातांचे अंगठे हात कोपऱ्यातून दुमडून खांद्याला चिकटविणे.

(10) दिशा बदलणे (Changing the Direction) : पंचांनी दोन्ही हात शरीरासमोर घेऊन हाताचे पंजे उघडून एकदा समोरून दाखवून परत मागचा भाग दाखविणे.

(11) योग्य दिशा दाखविणे (Indicating Correct Direction) : पंचांनी एक हात शरीरासमोर काढून त्याच्या अंगठ्याच्या साहाय्याने दिशा दाखविणे.

(12) मध्य पार्टी ओलांडणे (Crossing the Central Line) : पंचांनी एक हात शरीरासमोर कमरेच्या उंचीवर घेऊन दोन्ही हातांची मनगटे एकमेकांवर घ्यावीत.

(13) चुकीचा खो देणे (Improper Uttering of Kho) : एका हाताच्या पहिल्या बोटाने ओठाकडे निर्देश करावा.

(14) खेळ (सामना) संपल्याचे घोषित करणे (Closing of Game) : हाताचा उघडा पंजा डोक्याच्या वर घेऊन दाखविणे.

हँडबॉल

इतिहास : 'हँडबॉल' या खेळाचा इतिहास हा रोमहर्षक आहे. 19 व्या शतकाच्या प्रारंभी युरोप खंडात प्रत्येक राष्ट्रात अस्थिर परिस्थिती होती. प्रत्येक राष्ट्र दुसऱ्यावर प्रभुत्व स्थापन करू पाहत होते. त्यासाठी प्रत्येक जण आपल्या राष्ट्राचे नागरिक व सैनिक सुदृढ करण्याचा प्रयत्न करत होते. तसेच त्या काळी आजच्याइतकी शस्त्रास्त्र प्रगती झालेली नव्हती. युद्धे ही मोकळ्या जमिनीवर एकमेकांसमोर होत असत व अशा युद्धात शत्रुसैन्यावर मिसाईल (Missiles) व भाले यांसारखी शस्त्रे हाताने फेकून मारत असत. त्यासाठी अचूक नेमबाजी व ताकद लागत असे. म्हणून वरील दोन्ही गोष्टींचा सराव व विकास होण्यासाठी सैनिक सॉसरचा (Socer) चेंडू ठरावीक ठिकाणी फेकण्याचा सराव करत व त्यातूनच पळत-पळत जाऊन असा चेंडू विशिष्ट दिशेने अचूक फेकू लागले. त्यातच पुढे व्यायाम व मनोरंजन यासाठी म्हणून उपयोग करू लागले व त्यातूनच 'हँडबॉल' या खेळाची सुरुवात झाली. ग्रीकांच्या काळातदेखील अशाच प्रकारचा 'युरानिया' (Urania) नावाचा खेळ खेळला जात होता.

तसेच रोमन लोक 'हरपास्टन्स' (Harpastans) नावाचा खेळ याच प्रकाराने खेळत असत. परंतु त्या खेळांना विशिष्ट रूप दिले गेले नाही. परंतु युरोप खंडात मध्ययुगीन काळात वर वर्णन केल्याप्रमाणे हँडबॉल खेळ खेळण्यास सुरुवात केली गेली. विशेषतः हँडबॉल हा खेळ जर्मनीत खेळायला सुरुवात झाली. सुरुवातीस या खेळाला 'तोरबॉल' (Torball) असे म्हणत. तोरबॉलपासून पुढे त्यास 'थ्रोबॉल' (Throw Ball) हे नाव रूढ झाले. इ. स. 1917 मध्ये जर्मनीतील शारीरिक शिक्षक हेझर (Haizar) यांनी हा खेळ सॉसरच्या मैदानावर व विशिष्ट नियमाने खेळण्यास सुरुवात केली व त्याचे प्रात्यक्षिक लोकांना दिले. तेव्हापासून हा खेळ जर्मनीत सर्व लोक खेळू लागले व थोड्याच कालावधीत हँडबॉल जर्मनीत लोकप्रिय झाला व त्याचा प्रसार इतर युरोपीय राष्ट्रांत झाला. काही दिवसांनंतर आयर्लंडमधील गियालिक खेळाचे नियम या खेळास लावण्यात आले व त्याप्रमाणे हँडबॉल खेळू लागले. असा या खेळाचा प्रसार वाढू लागला असताना इ.स. 1928 मध्ये ॲमस्टरडॅम (डेन्मार्क) येथील ऑलिम्पिक सामन्यात या खेळाचे प्रात्यक्षिक दाखविण्यात आले त्यामुळे 1936 पर्यंत हँडबॉल हा युरोपीय खेळ सर्व राष्ट्रांत खेळला जाऊ लागला व एकूण 23 राष्ट्रे या खेळाच्या आंतरराष्ट्रीय संघटनेची सभासद झाली. पुढे बर्लिन ऑलिम्पिक सामन्यात हा खेळ खेळला गेला. यावेळी जर्मनीने या स्पर्धेत विजेते पद राखून ठेवले.

इ. स. 1946 मध्ये या खेळाच्या संघटनेचे नूतनीकरण करण्यात आले आणि नवीन संघटनेस 'आंतरराष्ट्रीय हँडबॉल फेडरेशन' (International Handball Federation - IHF) हे नाव देण्यात आले व इ. स. 1954 मध्ये आंतरराष्ट्रीय विजेते पद स्पर्धा घेण्यात

आली व ती 'स्वीडन' या राष्ट्राने जिंकली. इ. स. 1956 मध्ये हँडबॉलच्या नियमात पुन्हा सुधारणा करण्यात आली. काही कालावधीनंतर 1972 साली पुरुषांसाठी म्युनिच ऑलिम्पिक व इ. स. 1976 च्या मॉन्ट्रियल ऑलिम्पिक सामन्यापासून 'हँडबॉल' या खेळाचा समावेश ऑलिम्पिकमध्ये करण्यात आला. यावेळी रशियाच्या पुरुष व महिला दोन्ही संघांनी विजेते पद संपादन केले. सध्या हँडबॉल हा जगातील जवळजवळ 125 राष्ट्रांमध्ये खेळला जातो. या खेळाचा प्रचार व प्रसार करण्याचे श्रेय जर्मनीतील राष्ट्रीय क्रीडासंस्थेस दिले जाते. त्यांनी इतर खेळांबरोबर 'हँडबॉल' या खेळाचे तज्ज्ञ क्रीडाशिक्षक तयार करून इतर राष्ट्रांना पाठविले व त्यांनी त्या-त्या राष्ट्रात 'हँडबॉल' या खेळाचा प्रसार केला. सध्या भारतात 'हँडबॉल फेडरेशन ऑफ इंडिया' (HFI) ही संघटना या खेळाचे नियंत्रण करते. इ. स. 1972 पासून भारतात राष्ट्रीय चाचणी स्पर्धा घेण्यास सुरुवात झाली.

क्रीडांगण आणि साहित्य

क्रीडांगणाविषयी माहिती (पुरुष, महिला व कुमारगट) : हॅण्डबॉलचे मैदान 40 मीटर लांब व 20 मीटर रुंद असते. निरनिराळ्या रेषांना विशिष्ट नावे असतात. मध्यरेषेने मैदानाचे समान दोन भाग केले जातात. मैदानाच्या बाजूला कमीत कमी 2 मी. मोकळी जागा असावी.

लांबीच्या रेषेस 'साईड लाइन' असे म्हणतात व रुंदीच्या रेषेस 'गोल लाइन' असे म्हणतात. मैदानाचे समान दोन भाग करणाऱ्या रेषेस 'सेंटर लाइन' असे म्हणतात. तसेच गोलपोस्टच्या समोर दोन अर्धवर्तुळ रेषेस क्रमाने गोल एरिया लाइन व फ्री थ्रो लाइन असे म्हणतात. गोलपोस्टच्या मध्यापासून 7 मीटर अंतरावर गोलपोस्टशी समांतर 1 मीटर आडव्या रेषेस 'पेनल्टी लाइन' असे म्हणतात तसेच 4 मीटर अंतरावरील 15 सें. मी. लांबीच्या आडव्या रेषेस 'गोलकीपर्स रेस्टेनिंग लाइन' असे म्हणतात.

गोल एरिया लाइन (Goal Area Line) : गोल एरिया लाइन ही 6 मीटर त्रिज्या या अर्धवर्तुळ रेषेस 'गोल एरिया रेषा' असे म्हणतात. खेळाडूंनी या रेषेस स्पर्श न करता चेंडू गोलात घालायचा असतो. तसेच गोलकीपर या रेषेच्या आत शरीराच्या कोणत्याही भागाने चेंडू अडवू किंवा खेळू शकतो. या रेषेच्या आतील भागास 'गोल एरिया' असे म्हणतात.

फ्री थ्रो लाइन (Free Throw Line) : फ्री थ्रो रेषा ही वरील रेषेप्रमाणेच 9 मीटर त्रिज्येने अर्धवर्तुळ काढले जाते. हीच फ्री थ्रो लाइन होय. या रेषेचा उपयोग गोल एरिया रेषा व फ्री थ्रो रेषा यांच्या मधल्या भागातून बचाव करणाऱ्या संघातील खेळाडूंचा प्रमाद झाल्यास फ्री थ्रो घेण्यासाठी होतो.

पेनल्टी लाइन (Penalty Line) : गोल लाइनपासून मैदानात 7 मीटर अंतरावर गोल रेषेशी समांतर एक मीटर लांबीची रेषा आखली जाते, त्यास 'पेनल्टी लाइन' असे म्हणतात. पेनल्टी थ्रोसाठी या रेषेचा उपयोग करण्यात येतो.

गोलपोस्ट (Goal Post) : दोन उभे खांब व त्यांना जोडणारा एक आडवा खांब यापासून गोलपोस्ट तयार होतो. खांब हे 8 सें. मी. जागेचे चौरसाकृती असतात. दोन उभ्या खांबांदरम्यान आतील बाजूचे अंतर 3 मीटर तर जमिनीपासून आडव्या खांबाच्या आतील बाजूपर्यंतचे अंतर 2 मीटर असते. गोलपोस्ट हे लाकूड, लाईट मेटल किंवा सिंथेटिक वस्तूपासून तयार केलेले असते आणि दोन परस्परविरोधी रंगांनी रंगविलेले असते.

चेंडू (Ball) : हँडबॉलचा चेंडू वरून कातडी आवरण (कव्हर) व आत रबरी फुगा (ब्लॅडर) असलेला असतो.

प्रत्येक सामन्यासाठी कमीत कमी दोन चेंडू उपलब्ध हवेत. एकदा खेळ सुरू झाल्यानंतर गरजेनुसार चेंडू बदलता येतो.

- पुरुष व 16 वर्षांवरील युवक :
  चेंडूचे वजन (ग्रॅ.) : 425-475
  परीघ (सें.मी.) : 56-60
- महिला व 14 वर्षांवरील युवती व 12 - 16 वर्षांवरील युवती :
  चेंडूचे वजन (ग्रॅ.) : 325 - 375
  परीघ (सें. मी.) : 54 - 56
- 8 - 12 वर्षे वयोगट युवक व 8 - 14 वर्षे वयोगट युवती :
  चेंडूचे वजन (ग्रॅ.) : 290 - 30
  परीघ (सें. मी.) : 50 - 56

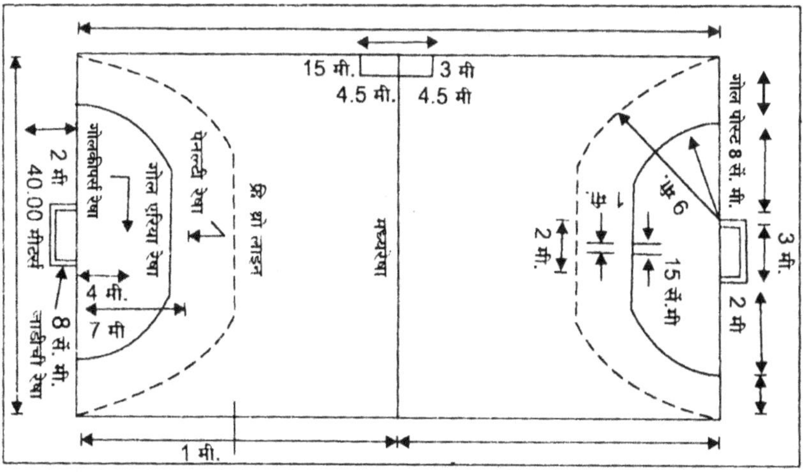

आकृती : हँडबॉल

खेळांचे नियम

(1) खेळाडू (Players) : हँडबॉलच्या संघात 14 खेळाडू असतात. एका वेळी मैदानात 6 मैदान खेळाडू व 1 गोलकीपर प्रत्यक्ष खेळतात व बाकीचे 7 खेळाडू राखीव असतात. (नवीन नियमानुसार 16 खेळाडूंचा संघ निवडला जातो.) खेळाडू बदलते वेळी पंचांची परवानगी घेणे आवश्यक नसते. मैदानातील खेळाडू बाहेर आल्याशिवाय बदललेला खेळाडू आत जाऊ शकत नाही. गोलकीपर खेळाडू म्हणून मैदानात (Court Player) खेळू शकतो. चुकीचा खेळाडू बदल झाल्यास प्रतिस्पर्धी संघास फ्री थ्रो दिला जातो व 2 मिनिटांसाठी असा खेळाडू सामन्यातून निलंबित केला जातो. सामना सुरू करताना प्रत्येक संघाचे कमीत कमी 5 खेळाडू मैदानात असणे आवश्यक आहे. अन्यथा खेळ सुरू करता येणार नाही. बाकीचे खेळाडू नंतर आले तरी सामन्यात भाग घेतील.

मुख्य पंचांनी सामना स्थगित केलेला नसेल तर बदली खेळाडूला वा खेळाडूंना कोणत्याही क्षणी व आवश्यक वाटते तेव्हा कितीही वेळा वेळाधिकाऱ्याची अनुमती न घेता मैदानात जाता येईल. मात्र मैदानात खेळणाऱ्या खेळाडूने बदली खेळाडू आत येण्यापूर्वी बाहेर पडावे. अखिलाडू वृत्तीचे प्रदर्शन करीत क्रीडांगण सोडणाऱ्या खेळाडूस उरलेल्या वेळेसाठी सामन्यातून बाद केले जाईल. खेळाडूने क्रीडांगणाची सीमा ओलांडल्याक्षणी तो बाद खेळाडू ठरतो.

(2) खेळाडूचा गणवेश (Uniform) : संघातील सर्व मैदान खेळाडूंनी (Court Players) एकसारखा गणवेश घालावा. गोलरक्षकाने इतरांपेक्षा वेगळा उठून दिसेल असा व सर्वांनी प्रतिस्पर्ध्यांपेक्षा वेगळा गणवेश घालावा. खेळाडूच्या शर्टच्या छातीवर, पाठीवर एक ते बारा नंबर टाकलेले असावेत. क्रमांक 1 व 12 गोलकीपरला द्यावेत. ज्या सामन्यात 16 खेळाडूंचा संघ असतो त्या सामन्यात 16 वा क्रमांक तिसऱ्या गोलरक्षकाला द्यावा.

यावर नोंदविलेले क्रमांक छातीवर 10 सें. मी., पाठीवर 20 सें. मी. व हाफ पॅन्टवर 7 सें. मी. उंचीचे असावेत. सर्व क्रमांक ठळक दिसणारे असावेत. खेळाडूने खेळताना स्पोर्ट्स-शूज, मोजे पायात घालावेत. खेळाडूंनी धोकादायक वस्तू (घड्याळ, रिंग, चष्मा, गळ्यातील साखळी इत्यादी) खेळताना वापरू नये. तशी तपासणी सरपंच सामन्याच्या सुरुवातीस करतील.

(3) गोलकीपर (Goalkeeper) : गोलकीपर हा 'मैदान खेळाडू' म्हणून बदलता येतो. गोलकीपर पुढील गोष्टी मैदानात करू शकतो.

1. गोल एरियात चेंडू शरीराच्या कोणत्याही भागाने खेळता येतो.
2. चेंडू गोल एरियात कुठेही फिरू शकतो.
3. चेंडू न घेता गोल एरिया सोडून मैदानात तो चेंडू खेळू शकतो. परंतु गोल एरियाच्या बाहेर खेळते वेळी मैदान खेळाडूचे नियम त्यास लागू पडतात.

गोलकीपरने पुढीलप्रमाणे खेळू नये

1. चेंडू त्याच्या ताब्यात आल्यास मुद्दाम वेळ घालवू नये.
2. चेंडू घेऊन गोल एरियाच्या बाहेर तसेच मैदानातील चेंडू घेऊन गोल एरियात जाऊ नये.
3. एकदा चेंडू फेकल्यानंतर इतरांनी चेंडूस स्पर्श केल्याशिवाय त्याने चेंडू खेळू नये. (फ्री थ्रो)
4. गोल एरियाच्या बाहेरचा चेंडू गोल एरियात थांबून पकडू नये किंवा स्पर्श करू नये. (फ्री थ्रो)
5. पेनल्टी थ्रोच्या वेळी फेकणाऱ्याच्या अगोदर गोलकीपरने रेषा पार करू नये.

सामन्याची वेळमर्यादा (Duration of the Match) :

- पुरुषांसाठी 30 मिनिटांचे दोन डाव व 10 मिनिटांचा मध्यंतरीचा विश्रांतीकाळ.
- महिलांसाठी 25 मिनिटांचे दोन डाव व 10 मिनिटांचा मध्यंतरीचा विश्रांतीकाळ.
- इतर सर्व गटांसाठी 20 मिनिटांचे दोन डाव 10 मिनिटांचा मध्यंतरीचा विश्रांतीकाळ.

सामन्यात बरोबरी झाल्यास 5 मिनिटांच्या विश्रांतीनंतर प्रत्येक 5 मिनिटांचे 2 डाव खेळविण्यात येतील. त्यातही बरोबरी झाल्यास पुन्हा 2 त्याच कालावधीचे डाव द्यावेत. यातही बरोबरी झाली तर स्पर्धा संयोजकाच्या नियमाप्रमाणे निर्णय द्यावा, ठरवावा. प्रत्येक अलहिदा डाव सुरू करताना नाणेफेक करून अंगण वा बिनविरोध फेक निवडण्याची संधी संघाला दिली जावी व पहिला 5 मिनिटांचा डाव संपला की अंगण बदलून लगेच 5 मिनिटांचा दुसरा डाव खेळवावा. डाव खेळताना संघात खेळलेले 12/16 खेळाडूंपैकी खेळाडू मैदानात खेळतील, नवीन खेळाडू आणता येणार नाही.

(4) खेळाची सुरुवात (Start of the Game) चेंडू खेळणे : खेळताना चेंडू पकडता येईल, झेलता येईल, थांबविता येईल किंवा फटकाविता येईल. फटकाविण्यास उघडा तळहात, मूठ मिटून, कोपराचा, डोक्याचा, शरीराचा, गुडघ्याचा उपयोग करता येईल. चेंडू पकडल्यानंतर हातात किंवा जमिनीशी संलग्न असताना 3 सेकंदांपेक्षा अधिक वेळ ताब्यात ठेवता येणार नाही. चेंडू हातात पकडून 3 पेक्षा अधिक पावले टाकीत अंतर जाता येणार नाही. चेंडू पकडल्यानंतर एका हातातून दुसऱ्या हातात घेता येईल. परंतु चेंडू पकडताना खेळाडूने आपली जागा सोडता कामा नये. चेंडूला एकदा स्पर्श केल्यानंतर चेंडू जमिनीला प्रतिस्पर्धी खेळाडूला अथवा गोलाच्या चौकटीला लागल्याशिवाय परत त्या खेळाडूला स्पर्श करता येणार नाही. अन्यथा दंडशासन म्हणून दुसऱ्या संघास बिनविरोध फेक दिली जाईल. मात्र चेंडू पकडताना अनावधानाने एकापेक्षा जास्त वेळा स्पर्श झाल्यास नियमोल्लंघन देऊ नये. चेंडूला गुडघ्याखालील पायाच्या कोणत्याही भागाने स्पर्श करू नये. अन्यथा दंडशासन

म्हणून जेथून अनावधानाने चेंडू पायाला लागल्यास व त्यापासून काही फायदा खेळाडूला मिळाला नसेल व एखाद्याच्या पायावर मुद्दाम चेंडू मारला गेल्यास प्रमाद दिला जात नाही. चेंडू मुद्दाम बाजूच्या स्पर्शरेषा अथवा गोलरेषेबाहेर ढकलणे अगर फेकणे प्रमाद समजला जाऊन दंडशासन म्हणून प्रतिस्पर्धी संघास तेथून बिनविरोध फेक देण्यात येईल. मात्र गोलरक्षक आपल्या गोलक्षेत्रात चेंडू पकडण्याच्या प्रयत्नात असताना चेंडू गोलरेषा ओलांडून बाहेर गेल्यास दंडशासन म्हणून बिनविरोध गोलफेक देण्यात येते.

(5) थ्रो-ऑफ (Throw-Off) : खेळाची सुरुवात करते वेळी दुसरा डाव सुरू करण्याच्या वेळी थ्रो ऑफ केला जातो. दुसऱ्या डावात दुसऱ्या संघाने (प्रतिस्पर्धी संघाने) थ्रो ऑफ करावा. यावेळी सर्व खेळाडू आपल्या मैदानात असतील. ज्या वेळी गोल केला जाईल त्या वेळी थ्रो ऑफ पुन्हा खेळ सुरू करावा. यावेळी ज्यांनी गोल केला त्याच्या विरोधी संघानी थ्रो ऑफ करावा. यावेळी दुसऱ्या संघातील खेळाडू मैदानात कोठेही थांबू शकतात. पंचाने शिटी वाजविल्यानंतर थ्रो ऑफ करणाऱ्या खेळाडूने कमीत कमी एक पाय रेषेवर ठेवावा. पंचांच्या इशाऱ्यानंतर 3 सेकंदांच्या आत थ्रो ऑफ केला पाहिजे. तसे झाले नसल्यास प्रतिस्पर्धी संघास थ्रो ऑफ द्यावा. थ्रो ऑफच्या वेळी सर्व खेळाडू आपल्या बाजूच्या मैदानात व थ्रो ऑफ करणाऱ्यापासून कमीत कमी 3 मीटर दूर उभे राहावे.

(6) गोलक्षेत्र (Goal Area) : फक्त गोलक्षेत्रात गोलरक्षकाला कृती करता येते. इतर खेळाडूंनी गोलक्षेत्रात प्रवेश केल्यास पुढीलप्रमाणे दंडशासन करण्यात येईल.

(अ) प्रवेश करणाऱ्या खेळाडूच्या ताब्यात चेंडू असेल तर प्रतिस्पर्धी संघास बिनविरोध फेक देण्यात यावी वा चेंडू ताब्यात नसताना संघासाठी अनुचित फायदा मिळविण्याचा प्रयत्न केल्यास प्रतिस्पर्धी संघास बिनविरोध फेक दिली जाईल.

(ब) बचाव करणाऱ्या संघाच्या खेळाडूने बचाव करण्यासाठी वा मुद्दाम गोलक्षेत्रात प्रवेश केल्यास दंडशासन म्हणून विरोधी संघास दंडशासन फेक (Penalty Throw) दिला जाईल.

- मैदान खेळाडू, चेंडू खेळल्यानंतर कोणताही अनुचित फायदा न घेता गोलक्षेत्रात गेला असेल तर प्रमाद घोषित करू नये.
- गोलक्षेत्राच्या रेषेस स्पर्श असणारा वा गोलक्षेत्रात असणारा चेंडू गोलरक्षकाच्या ताब्यात आहे असे मानले जाते. गोलक्षेत्रातील चेंडूस मैदान खेळाडूला स्पर्श करता येणार नाही वा गोलरक्षकाच्या हातात असलेल्या चेंडूला स्पर्श करू नये. अन्यथा प्रमाद जाहीर होऊन विरोधी संघास बिनविरोध फेक मिळेल. मात्र गोलक्षेत्राच्या वर हवेत असलेला चेंडू गोलक्षेत्रात आहे असे धरले जात नाही.

खेळाडूने मुद्दाम स्वतःच्या गोलक्षेत्रात चेंडू ढकलल्यास खालील दंडशासन होईल :

1. चेंडू गोलच्या चौकटीत गेल्यास गोल नोंदविता येईल.
2. आत ढकललेल्या चेंडूस गोलरक्षकाने स्पर्श केल्यास प्रतिस्पर्धी संघाला (Penalty Throw) दंडशासन फेक दिला जाईल.
3. चेंडू गोलक्षेत्रातच थांबल्यास वा गोलरेषा ओलांडून बाहेर गेल्यास वा बाजू रेषेबाहेर गेल्यास विरुद्ध संघाला बिनविरोध फेक दिली जाईल.
4. चेंडू गोलक्षेत्रात जाऊन कोणाचाही स्पर्श न होता व मैदानाबाहेर न जाता पुन्हा गोलक्षेत्राबाहेरील मैदानात आल्यास खेळ पुढे चालू राहील.

(7) **गोलकीपर थ्रो (Goalkeeper Throw) :**

1. आक्रमकाकडून चेंडू गोल रेषेवरून बाहेर गेल्यास बचाव करणाऱ्या संघास गोलकीपर थ्रो दिला जातो.
2. जर चेंडू गोल एरियात येऊन थांबला तर गोलकीपर असा चेंडू पुन्हा मैदानात फेकतो अशा वेळी गोलकीपर गोल एरियावरून मैदानात चेंडू फेकतो. यावेळी सरपंचाच्या इशाऱ्याची आवश्यकता नाही.
3. एकदा गोलकीपरने चेंडू फेकल्यावर दुसऱ्याने चेंडूस स्पर्श केल्याशिवाय गोलकीपरने दुसऱ्यांदा चेंडूस स्पर्श करू नये.

(8) **गोल गुणांक (Scoring) :** आक्रमकांनी विरोधी पक्षाच्या बाजूच्या गोलात चेंडू मारला व चेंडूने दोन खांबांच्या आतून व गोलरेषा पूर्ण ओलांडल्यास व अशा वेळी गोलात चेंडू मारणाऱ्याचा किंवा त्याच्या संघातील इतर खेळाडूंचा कोणताच प्रमाद झाला नसल्यास गोल झाल्याची नोंद केली जाते. वेळ संपण्याची शिटी पंचाने किंवा वेळाधिकाऱ्याने मारल्यानंतर चेंडू गोलात मारला किंवा गेला तर तो गोल धरला जाणार नाही. तर आक्रमकांनी चेंडू गोलात मारते वेळी संरक्षकांनी प्रमाद केल्यास व गोल झाल्यास गोल धरला जातो. तसेच खेळते वेळी संरक्षकांनी त्याच्याच बाजूला गोलात चेंडू मारल्यास आक्रमकास एक गोल दिला जातो.

(9) **थ्रो इन (Throw In) :**

1. ज्या वेळी चेंडू बाजूच्या रेषेवरून बाहेर जातो त्या वेळी ज्याने चेंडू बाहेर घातला त्याच्या प्रतिस्पर्धी संघास थ्रो इन दिला जातो.
2. थ्रो इन हा पंचांच्या इशाऱ्याशिवाय केला जातो.
3. ज्या वेळी चेंडू बचाव करणाऱ्या संघातील खेळाडूस स्पर्श करून गोलरेषेवरून बाहेर जातो त्या वेळी आक्रमक संघातील खेळाडूंना थ्रो इन केला जातो.
4. ज्या ठिकाणाहून खेळता चेंडू बाहेर गेला त्या ठिकाणाहून थ्रो इन केला जातो.

5. थ्रो इन करणाऱ्याने आपला कमीत कमी एक पाय बाजूच्या रेषेवर ठेवून थ्रो करावा. थ्रो करते वेळी चेंडू आपल्या सहकारी खेळाडूकडे द्यावा. चेंडूचा जमिनीवर टप्पा पाडू नये किंवा घरंगळत सोडू नये किंवा एकदा फेकल्यावर दुसऱ्याने स्पर्श केल्याशिवाय चेंडू पकडू नये.
6. थ्रो इन करते वेळी प्रतिस्पर्धी खेळाडूंनी थ्रो इन करणाऱ्यापासून कमीत कमी 3 मीटर दूर उभे राहावे.

(10) **फ्री थ्रो (Free Throw) :**

1. चुकीचा खेळाडू बदल झाल्यास.
2. गोलकीपरकडून प्रमाद घडल्यास.
3. मैदान खेळाडूकडून गोल एरियात प्रमाद घडल्यास.
4. चुकीच्या पद्धतीने चेंडू खेळल्यास.
5. जाणूनबुजून चेंडू बाजूच्या रेषेवर किंवा गोलरेषेवर खेळल्यास.
6. प्रतिस्पर्धी खेळाडूबरोबर दांडगाईचा खेळ खेळल्यास उदा., धक्का मारणे, पकडून ठेवणे, जमिनीवर पाडणे इत्यादी.
7. चुकीचा थ्रो ऑफ केल्यास.
8. खेळात काही कारणाने व्यत्यय आल्यास.
9. चुकीचा पेनल्टी थ्रो केल्यास.
10. फ्री थ्रो पंचाच्या इशाऱ्याने जिथे प्रमाद घडला त्या जागेवरून केला जातो.
11. ज्याने वरीलप्रमाणे प्रमाद केला त्याच्या प्रतिस्पर्धी संघास फ्री थ्रो दिला जातो.
12. जर प्रमाद गोल एरिया लाइन व फ्री थ्रो लाइन यात झाला तर फ्री थ्रो हा फ्री रेषेच्या थोडे बाहेरून व फ्री थ्रो रेषेच्या जवळून घ्यावा.
13. फ्री थ्रो घेते वेळी खेळाडूने चेंडू जमिनीवर टप्पा (Bounce) पाडू नये किंवा जमिनीवर ठेवू नये व पुन्हा वर उचलू नये.
14. फ्री थ्रो घेते वेळी प्रतिस्पर्धी संघातील खेळाडूंनी फ्री थ्रो घेणाऱ्या खेळाडूपासून कमीत कमी 3 मीटर दूर अंतरावर उभे राहावे.
15. फ्री थ्रो घेते वेळी आक्रमक संघातील खेळाडूंनी फ्री थ्रो रेषेच्या बाहेर उभे राहावे.
16. जर खेळात व्यत्यय आला व अशा वेळी ज्यांच्याकडे चेंडू ज्या स्थितीत आहे त्याच जागेवरून संघाला फ्री थ्रो देऊन खेळ पुन्हा सुरू करावा.

(11) **पेनल्टी थ्रो (Penalty Throw) :** पेनल्टी थ्रो खालीलप्रमाणे नियमबाह्य खेळल्यास प्रतिस्पर्धी संघास दिला जातो :

1. जर आक्रमक संघाचा गोल मुद्दाम खोडसाळपणे होऊ न दिल्यास.

2. बचाव पक्षाचा खेळाडू गोल एरियात आक्रमक संघाचा फायदा घेण्यासाठी गेला. (To Gain Advantage Over an Attacking Opponant).
3. पेनल्टी थ्रो हा पेनल्टी रेषेवरून 3 सेकंदांच्या आत चेंडू शूट केला पाहिजे.
4. थ्रो करते वेळी पेनल्टी रेषेस स्पर्श करू नये.
5. पेनल्टी थ्रो केल्यानंतर असा चेंडू गोलकीपरने किंवा गोलपोस्टने स्पर्श केल्याशिवाय (झाल्याशिवाय) मैदान खेळाडूंनी खेळू नये.
6. पेनल्टी थ्रो घेते वेळी पेनल्टी थ्रो करणारा व गोलकीपरशिवाय बाकीचे सर्व खेळाडू फ्री थ्रो रेषेबाहेर थांबलेले असतील.
7. जर पेनल्टी थ्रो करण्यापूर्वी आक्रमक संघाच्या खेळाडूने फ्री थ्रो रेषा स्पर्श केला किंवा पार केली तर बचाव पक्षाच्या खेळाडूस फ्री थ्रो मिळतो.
8. जर पेनल्टी थ्रो करण्यापूर्वी बचाव पक्षाच्या खेळाडूने फ्री थ्रो रेषेस स्पर्श केली किंवा पार केल्यास खालीलप्रमाणे निर्णय घ्यावा.

   (अ) चेंडू गोलपोस्टमध्ये गेला असल्यास गोल द्यावा.

   (ब) किंवा पेनल्टी थ्रो पुन्हा घ्यावा.
9. पेनल्टी थ्रो करण्यापूर्वी गोलकीपरने गोलकीपर रेषा ओलांडली तर –

   (अ) गोल झाल्यास गोल द्यावा.

   (ब) गोल न झाल्यास पेनल्टी थ्रो पुन्हा घ्यावा.

(12) कॉर्नर फेक (Corner Throw) : चेंडू गोलरेषेच्या बाहेर बचावात्मक खेळाडूकडून गेल्यास कॉर्नर फेक दिली जाते. मात्र हा नियम गोलरक्षक आपल्या गोलक्षेत्रात असल्यास त्याला लागू होत नाही.

(अ) मुख्य पंचांची शिटी वाजल्यापासून 3 सेकंदांच्या आत जेथून चेंडू बाहेर गेला तेथून जेथे गोलरेषा बाजूच्या रेषेला मिळते त्या कोपऱ्यावरून ही फेक करण्यात यावी. बचाव करणाऱ्या खेळाडूंना यावेळेस गोलक्षेत्र सीमित करणाऱ्या रेषेवर उभे राहता येईल. फेक करताना फेक करणाऱ्या खेळाडूने चेंडू त्याच्या हातून सुटेपर्यंत एक पाऊल फेकण्याच्या ठिकाणी जमिनीवर रोवून ठेवले पाहिजे, दुसरे पाऊल हलविले तरी चालते.

(ब) कॉर्नर थेट गोल चौकटीत घुसली तर गोल नोंदविला जातो.

(13) गोलफेक (Goal Throw) : गोलरेषेच्या बाहेर आक्रमक खेळाडूला लागून, गोलरक्षकाला स्पर्श करून व सुरुवातीची फेक, बाहेरून आलेली फेक किंवा गोलफेक सरळ प्रतिस्पर्ध्यांच्या गोलमध्ये घुसल्यास गोल फेक दिली जाते. गोलरक्षकाने आपल्या गोलक्षेत्राच्या मर्यादेतून कोणत्याही पद्धतीने मैदानात करण्यात येणाऱ्या फेकीला 'गोलक्षेत्र फेक' असे म्हणतात.

गोलरक्षकाने 3 सेकंदांच्या आत अशी फेक केली पाहिजे. गोलफेकीवर सरळ गोल नोंदविला जात नाही. अशी फेक होईपर्यंत गोलक्षेत्राची सीमारेषा व बिनविरोध फेकीची रेषा यांना स्पर्श वा त्यात प्रवेश करता कामा नये.

(14) खेळाडूस शिक्षा (Punishment) :

(अ) खालील कारणांसाठी ताकीद देता येते.

(i) प्रतिस्पर्धी खेळाडूबरोबर नियमबाह्य खेळल्यास.

(ii) प्रतिस्पर्धी खेळाडूबरोबर दांडगाईचा खेळ खेळल्यास.

(iii) ज्या वेळी प्रतिस्पर्धी एखादा थ्रो घेतात त्या वेळी.

(iv) सामनाधिकारी, मुख्य पंच किंवा खेळाडू यांच्याशी विनाकारण वाद (Argument) केल्यास.

(ब) जर एखाद्या खेळाडूस मुख्य पंचांनी समज दिली असल्यास ते त्याला पिवळ्या रंगाचे कार्ड दाखवतील. पिवळे कार्ड एका खेळाडूस जास्तीत जास्त एक वेळा व संपूर्ण संघास जास्तीत जास्त तीन वेळा दाखविता येते.

खालील कारणांसाठी खेळाडूस तात्पुरते निलंबित करता येते.

1. ज्या संघाला फ्री थ्रो मिळाला आहे व जो फ्री थ्रो घेणार आहे त्या वेळी प्रतिस्पर्धी संघातील खेळाडूने चेंडू लगेच खाली ठेवला नाही अशा खेळाडूस निलंबित करता येते.
2. जर चुकीचा खेळाडू बदल झाला तर अशा खेळाडूस 2 मिनिटे निलंबित केले जाते.
3. कोणताही थ्रो घेते वेळी खेळाडूंनी विशिष्ट स्थिती मुख्य पंचांनी सांगितल्याप्रमाणे घ्याव्यात. त्या मुद्दामहून पुनःपुन्हा चुकीच्या घेतल्यानंतर वरील परिस्थिती निर्माण होते.
4. प्रतिस्पर्ध्यास हातांनी, पायांनी अडथळा आणल्यास.
5. दांडगाईने खेळत असल्यास सूचना देऊनही तीच कृती खेळाडू करीत असेल तर त्याला खेळातून तात्पुरते निलंबित केले जाते.

वरील प्रकाराने निलंबित केलेल्या, बाद केलेल्या, समज दिलेल्या विशिष्ट खेळाडूसच गुणपत्रिकेवर त्याच्या नावापुढे त्याची नोंद करावी व शिक्षेची कार्यवाही करावी व त्या वेळी मुख्य पंचाने आपला हात उंचावून हवेत दोन बोटे वर करावीत. प्रथम आणि द्वितीय तात्पुरते निलंबन दोन मिनिटांसाठी असते.

खेळाडूस पुढीलप्रमाणे खेळातून बाद करता येते.

1. प्रतिस्पर्धी खेळाडूबरोबर धोकादायक व दांडगाईचा खेळ खेळल्यास.

2. एखादा खेळाडू सामना सुरू झाल्यानंतर हजर झाला व त्याची गुणपत्रकावर नोंद नाही अशा खेळाडूने मध्येच खेळात प्रवेश केला तर अशा खेळाडूस खेळातून बाद केले जाते.
3. तिसऱ्या वेळी निलंबन मिळालेल्या खेळाडूस बाद करता येते.
4. सामनाधिकाऱ्याशी अयोग्य वर्तन केल्यास त्यासही खेळातून बाद करता येते. उदाहरणार्थ, मार्गदर्शक व संघ व्यवस्थापक.
5. खेळाडूस खेळातून बाद करण्यासाठी लाल कार्डचा वापर केला जातो.
6. संपूर्ण खेळातून बाद केलेल्या खेळाडूऐवजी दुसरा खेळाडू दोन मिनिटांनंतर मैदानात जाईल.

पंच मंडळ (Officials)

1. सामन्यासाठी 2 सरपंच, 1 कार्यवाह व 1 वेळाधिकारी असावा.
2. मुख्य पंचांनी क्रीडांगणात पदार्पण केल्यापासून ते क्रीडांगण सोडून जाईपर्यंत क्रीडांगणावर मुख्य पंचाचा ताबा असेल.
3. मैदानाची अवस्था, प्रकाश, खेळ सुरू होईल वा न होईल या सर्व बाबतीत मुख्य पंचांचा निर्णय अंतिम राहील.
4. दोन मुख्य पंचांचा मतभेद झाल्यास गुणपत्रकावर पहिल्या नंबरवर असलेल्या मुख्य पंचाचा निर्णय अंतिम राहील.
5. नाणेफेक करून संघाला बाजू व चेंडूफेक याची निवड करता येईल. त्यानंतर दोन भागांमध्ये दोन मुख्य पंच काम करतील व प्रत्येक नियमोल्लंघनाला योग्य इशारा दाखवून प्रमाद घोषित करून योग्य निर्णय देतील.
6. गोलरक्षक खेळाडूला निलंबित करण्यात आले वा खेळातून वगळण्यात आले तर त्याच्या जागी बदली खेळाडू घेता येईल. परंतु त्यासाठी संघातील अंगण खेळाडूपैकी एका खेळाडूला क्रीडांगण सोडून बाहेर जावे लागेल.
7. मुख्य पंचाला काळ्या रंगाचा गणवेश वापरता येईल.
8. गुणलेखकाने सामना सुरू होण्यापूर्वी खेळाडूंच्या नावाची यादी तपासावी आणि फक्त नावे नोंदविलेले खेळाडूच सामन्यात भाग घेत आहेत, याबद्दल दक्षता बाळगावी. गुणलेखक आणि वेळाधिकारी यांनी सामन्यावर नियंत्रण ठेवावे आणि झालेली वेळ, उरलेली वेळ, नोंदविलेले गोल, बदली खेळाडू, ताकीद दिलेले वा निलंबित केलेले खेळाडू, बाद वा वगळलेले खेळाडू इत्यादींची योग्य नोंद ठेवावी.
9. वेळाधिकाऱ्याने बदली खेळाडू व त्याच्या जागेत बसणारे खेळाडू सामन्याचे अधिकृत घड्याळ थांबविणे वा सुरू करणे, क्रीडांगणात प्रवेश करणाऱ्या व बाहेर जाणाऱ्या खेळाडूंची वेळ, निलंबनाची वेळ याबाबत लक्ष द्यावे व निर्णय द्यावा.

10. खेळाडूंना पिवळ्या कार्डाने ताकीद, हिरव्या कार्डाने निलंबन व लाल कार्डाने खेळातून बाद केले जाते.

नियमातील काही बदल

1. मैदानाच्या मध्यरेषेच्या 4.50 मीटर अंतरावर दोन्ही बाजूस बदली खेळाडू आत आणण्यासाठी जी मैदानाच्या आतील बाजूस 15 सें.मी. रेषा आखली जात होती, ती आता मैदानाबाहेरसुद्धा 15 सें.मी. आखली जाईल.
2. हॅण्डबॉल खेळात गोलकीपरचा क्रमांक 1, 12 वा 16 असावयाचा. आता मात्र गोलरक्षक कोणताही क्रमांक वापरू शकतो. फक्त त्याची जर्सी वा टी-शर्ट इतर खेळाडूंपेक्षा वेगळा असावा.
3. गोलरक्षक हा मैदान खेळाडू म्हणून भाग घेऊ शकेल व त्याच्या जागी मैदान खेळाडू गोलकीपर होऊ शकेल. मात्र त्याने गोलरक्षकाप्रमाणे वेगळी जर्सी वा टी-शर्ट घालणे आवश्यक आहे.
4. ज्या ठिकाणी प्रमाद घडेल त्याच ठिकाणावरून पंचांची फेक घेतली जात होती. आता मात्र ती मध्यावरूनच घेतली जाईल.
5. या आधी मार्गदर्शकाने पंचांना शिवीगाळ केल्यास पिवळे कार्ड दाखवून इशारा दिला जात होता. मात्र तरीदेखील अधिक काही शिक्षा नसल्याकारणाने मार्गदर्शकावर फारसा परिणाम होत नव्हता. आता मात्र असे घडल्यास प्रथम पिवळे कार्ड दाखवून इशारा व नंतर लाल कार्ड दाखवून मार्गदर्शकाला बाहेर काढले जाईल. त्याचबरोबर एका खेळाडूलादेखील 2 मिनिटांसाठी निलंबित केले जाईल, मात्र याची नोंद त्या खेळाडूच्या वैयक्तिक नावावर केली जाणार नाही.

पारिभाषिक शब्दसूची

- **शारीरिक हालचाल :** स्नायू आकुंचनामुळे झालेली कोणतीही हालचाल ज्याने ऊर्जा खर्च होण्यात लक्षणीय वाढ होते.
- **व्यायाम :** विशिष्ट पद्धतीने व उद्देशाने केलेली शारीरिक हालचाल.
- **शारीरिक सुदृढता :** शारीरिक श्रम स्वीकारण्याची व त्यास योग्य प्रतिसाद देण्याची सामान्य क्षमता.
- **कारक सुदृढता :** क्रीडेत/खेळात उपयुक्त असलेल्या शारीरिक क्षमता.
- **आरोग्य :** आनंद आणि उच्च दर्जाच्या जीवनमानासाठी व्यक्तीच्या शारीरिक, भावनिक, सामाजिक, बौद्धिक आणि आध्यात्मिक या घटकांमध्ये सतत समतोल असणे.
- **निरामयता :** वैयक्तिक गुणवत्ता आणि जीवनाचा दर्जा/स्तर उंचवण्यासाठी योग्य दृष्टिकोन आणि वर्तन ठेवून एखाद्या उपक्रमात गुंतवून घेणे.
- **एरोबिक व्यायाम :** ज्या व्यायामप्रकारांमध्ये स्नायूंना दीर्घकाळ ऊर्जापुरवठा करण्यासाठी मोठ्या प्रमाणात प्राणवायूची सतत गरज असते.
  उदा., चालणे, धावणे, पोहणे, सायकलिंग इ.
- **ॲनएरोबिक व्यायाम :** तीव्र स्वरूपाचे व्यायाम यात तत्काल ऊर्जेसाठी ग्लायकोजनचे ज्वलन होते. या व्यायामात स्नायूंना अधिक तीव्र कार्य तीव्र गतीने कमी वेळात करावे लागते. उदा., जोरात धावणे, वजन उचलणे, उड्या मारणे इ.
- **क्रीडा :** खेळ हे वैशिष्ट्य असलेली आणि स्वतःसोबत संघर्ष किंवा इतरांसोबत स्पर्धा असे स्वरूप प्राप्त करणारी कोणतीही शारीरिक हालचाल.
- **खेळ :** खेळ म्हणजे अनेक दिवस चालणारी क्रीडास्पर्धा. यात स्पर्धेच्या ठिकाणीच वास्तव्य करावे लागते. या स्पर्धेत अनेक क्रीडाप्रकारांचा समावेश असतो तसेच यात उद्घाटन आणि समारोप समारंभाचा समावेश असतो.
- **मनोरंजन :** शरीरास आणि मनास ताजेतवाने करण्याची प्रक्रिया.
- **फुरसतीचा वेळ/फावला वेळ :** काम, शाळा किंवा महाविद्यालयीन हजेरी, झोप, खाणे किंवा इतर आवश्यक नेमून दिलेले किंवा जिकिरीचे काम या बंधनापासूनचा मोकळा वेळ.
- **रेफि :** सर्व अंतिम निर्णय घेणारा मुख्य सामनाधिकारी.
- **अंपायर :** दोन सामानाधिकाऱ्यांपैकी एक सामनाधिकारी जो सामन्याचा प्रमुख असतो, खेळाचा निर्णय घेतो.
- **स्पर्धा :** क्रीडेचा मूलभूत गुण आणि खेळाचे वैशिष्ट्य स्पष्ट करणारी बाब.
- **अष्टांग योग :** पतंजलीने वर्णिलेले योगाचे आठ टप्पे.
- **ओम (ॐ) :** सर्वसाक्षी, सर्वव्यापी व सर्वशक्तिमान परम तत्त्वाचे प्रतीक.
- **बहिरंग साधना :** यम, नियम आणि आसन हे योगाचे तीन टप्पे बहिरंग साधनेत मोडतात.
- **हठयोग :** कठोर नियंत्रणाद्वारे ब्रह्मज्ञान मिळविण्याचा मार्ग.
- **कपालभाती :** नासिकामार्ग स्वच्छ करण्याची प्रक्रिया.
- **कर्मयोग :** कर्माद्वारे परमात्म्याशी अद्वैत साधणे.
- **कुंभक :** श्वास पूर्ण सोडल्यावर किंवा घेतल्यावर मध्ये जो वेळ जातो.
- **प्राणायम :** प्राणवायूच्या गतीचा लयबद्ध विरोध करणे.
- **राजयोग :** मनाच्या रिपूंना पराभूत करून मनावर आपले नियंत्रण स्थापून परब्रह्मात मिळून जाणे.
- **रेचक :** श्वास सोडणे, फुप्फुसे मोकळी करणे.
- **योगनिद्रा :** योगातील झोप.
- **योगसूत्र :** पतंजलीचा योगविषयक अभिजात ग्रंथ
- **योगी :** योग मार्गातील साधक.

संदर्भ ग्रंथसूची

- निंबाळकर स. प्र **'आरोग्यासाठी योग' (2003)** योगविद्या निकेतन, मुंबई
- बी. के. एस. अय्यंगार, **'योगदीपिका' (2004),** ओरिएन्ट लाँगमन, मुंबई
- बी. के. एस. अय्यंगार, **'योग सर्वांसाठी' (2001),** रोहन प्रकाशन, पुणे
- **योग (आसने, प्राणायाम, मुद्रा, क्रिया)** विवेकानंद केंद्र, मराठी प्रकाशन विभाग, पुणे
- **प्राथमिक शारीरिक शिक्षण अभ्यासक्रम इ. 1 ली ते इ. 8 वी (2012)** महाराष्ट्र राज्य शैक्षणिक संशोधन व प्रशिक्षण परिषद पुणे - 30
- **शारीरिक शिक्षण हस्तपुस्तिका**, महाराष्ट्र राज्य पाठ्यपुस्तक निर्मिती व अभ्यासक्रम संशोधन मंडळ, पुणे - 44
- स्वामी कुवलयानंद, **'योगासने'**, (2009) कैवल्यधाम
- डॉ. संजीव सोनवणे, **'शारीरिक शिक्षण'** (2007), निराली प्रकाशन
- डॉ. शरद आहेर, डॉ. बालाजी पोटे **'महाराष्ट्रातील खेळ आजचे - कालचे'** (2009), डायमंड पब्लिकेशन्स, पुणे
- **'आरोग्य व शारीरिक शिक्षण हस्तपुस्तिका'** (2012), महाराष्ट्र राज्य माध्यमिक व उच्च माध्यमिक शिक्षण मंडळ, पुणे - 14
- प्रा. वसंत पवार, **'दैनंदिन योगासने'** (2004), आदित्य ग्राफिक्स, तळेगाव दाभाडे
- श्री. अशोक साठे **'शालेय 101 खेळ'** (2007), भारती प्रकाशन, पुणे
- डॉ. माधुरी वाघचौरे **'विविध पूरक खेळ'**, डायमंड पब्लिकेशन, सदाशिव पेठ
- Dr. Yalu Rane, **'Physical Education XI'**, Reliable Publication, Mumbai
- Dr. Yalu Rane, **'Physical Education XII'**, Reliable Publication, Mumbai
- www.pecentral.org
- www.pelinks4u.org
- www.pe4tife.org
- www.tms.ecol.net/fitness
- www.members.tripod.com
- www.yogapoint.com
- www.yogabasics.com
- mediaspecialistsguide.blogspot.in
- www.aahperd.org
- www.pesoftware.com
- www.thephysicaleducator.com
- www.pittschools.org
- www.smartplay.net
- www.yogaglo.com

www.ingramcontent.com/pod-product-compliance
Lightning Source LLC
LaVergne TN
LVHW010919051026
849532LV00003B/757
* 9 7 8 9 3 8 6 0 8 4 5 6 9 *